ಅ ಒಂದು ಗಂಟೆ!!

ಎಸ್. ಜಿ. ಶಿವಶಂಕರ್

Made with ♥ on the Notion Press Platform
www.notionpress.com

ಪರಿವಿಡಿಗಳು

ಪರಿವಿಡಿಗಳು

1

ಅಧ್ಯಾಯ

ಇಂದು ಮೂರನೆಯ ದಿನ!

ಬೆಳಗಿನ ಜಾವ ನಾಲ್ಕು ಗಂಟೆ!

ಜಗದ ಜೀವ ರಾಶಿಗಳೆಲ್ಲ ಮೈಮರೆತು ನಿದ್ರೆಯಲ್ಲಿರುವ ಸಮಯ!

ಅವನೊಬ್ಬ ಮಾತ್ರ ಎಚ್ಚರದಿಂದಿದ್ದ!

ಅವನ ಪಕ್ಕದಲ್ಲಿ ಮಲಗಿದ್ದವಳು ಒಂದಿನಿತೂ ಸದ್ದಾಗದಂತೆ ಮೆಲ್ಲನೆ ಎದ್ದು ಮಂಚದಿಂದ ಕೆಳಗಿಳಿದು, ತಿರುಗಿ ಮಲಗಿದ್ದವನ ಕಡೆ ನೋಡಿದಳು! ಅವನು ಮಲಗಿರುವುದು ನೋಡಿ ಸಮಾಧಾನದಿಂದ ಮೆಲ್ಲನೆ ರೂಮಿನ ಬಾಗಿಲು ತೆರೆದು ನಿಶ್ಯಬ್ದದಿಂದ ಆಚೆ ನಡೆದಳು!

ಆಕೆಯನ್ನು ಪ್ರೇಮದ ರಸಗಂಗೆಯಲ್ಲಿ ತೋಯಿಸಿದ್ದ ಅವನಿಗೆ ಆಕೆಯ ವರ್ತನೆ ನುಂಗಲಾರದ ತುತ್ತಾಗಿತ್ತು!!

ಈಗೇನು ಮಾಡಲಿ? ಆಕೆಯನ್ನು ಹಿಂಬಾಲಿಸಲೆ? ಹಿಂಬಾಲಿಸಿ ತಿಳಿದುಕ್ಕೊಳ್ಳಲೆ ಆಕೆ ಎಲ್ಲಿಗೆ ಹೋಗುತ್ತಾಳೆ? ಏನು ಮಾಡುತ್ತಾಳೆ? ಏಕೆ ಹೀಗೆ ಮಾಡುತ್ತಿದ್ದಾಳೆ? ಇದರ ಉದ್ದೇಶವೇನು?

ವಿವೇಕನಿಗೆ ಧಿಗ್ಭ್ರಮೆಯಾಗಿತ್ತು! ತನ್ನ ಜೀವ ಎಂದುಕೊಂಡಿದ್ದವಳ ವರ್ತನೆಯ ಹಿಂದಿನ ಉದ್ದೇಶವೇನು? ಪ್ರೇಮಿಸಿ ಮದುವೆಯಾದ ಸುನೀತಾ ಹೀಗೆ ಮಾಡಬಹುದೆನ್ನುವುದು ಅವನ ಕಲ್ಪನೆಯಲ್ಲಿ ಎಂದೂ ಬಂದಿರಲಿಲ್ಲ!

ಈಗ ತಾನೇನು ಮಾಡಲಿ? ಅವಳ ಈ ಚರ್ಯೆಯ ಹಿಂದಿನದನ್ನು ಪರೀಕ್ಷಿಸಲೆ?

ಮೂರು ದಿನಗಳ ಹಿಂದೆ ಆಕೆ ಬಾತ್ರೂಮಿಗೆ ಹೋಗಿ ಬರಬಹುದು ಎಂದುಕೊಂಡಿದ್ದೆ. ರೂಮಿಗೆ ಹೊಂದಿಕೊಂಡೇ ಇದೆ ಬಾತ್ರೂಮ್! ಬಹುಶಃ ತನಗೆ

ಎಚ್ಚರವಾದೀತೆಂದು ಹೊರಗಿನ ಕಾಮನ್ ಬಾತ್ರೂಮ್ ಉಪಯೋಗಿಸಲು ಹೋಗಿರಬಹುದೆ?

ಆದರೆ ಪ್ರತಿ ದಿನವೂ ಆಕೆ ಒಂದು ಗಂಟೆಯ ನಂತರ ಹಿಂದಿರುಗುತ್ತಿದ್ದಳು!

ಆ ಒಂದು ಗಂಟೆ ಅವಳು ಎಲ್ಲಿರುತ್ತಾಳೆ? ಏನು ಮಾಡುತ್ತಾಳೆ?

ಇದು ನಡೆಯುತ್ತಿರುವುದು ಕಳೆದೊಂದು ತಿಂಗಳಿಂದಷ್ಟೆ! ಅಲ್ಲಿಯವರೆಗೂ ತಮ್ಮಿಬ್ಬರ ನಡುವೆ ಅನುಮಾನಕ್ಕೆ ಎಡೆಮಾಡುವ ಯಾವುದೇ ಸಂಗತಿ ನಡೆದಿರಲಿಲ್ಲ! ಆದರೆ ಕಳೆದ ಒಂದು ತಿಂಗಳಿಂದ ಸುನೀತಾ ಹೀಗೆ ಮಾಡುತ್ತಿದ್ದಾಳೆ!

ಆಕೆಯ ಒಂದು ಗಂಟೆಯ ನಾಪತ್ತೆ ಪ್ರಕರಣ ಮೊದಲಿಗೆ ಏನೂ ಅನ್ನಿಸಿರಲಿಲ್ಲ. ಕಾಮನ್ ಬಾತ್ರೂಮಿನಲ್ಲಿ ಹೆಚ್ಚು ಸಮಯ ಕಳೆದಿರಬಹುದು. ಬಹುಶಃ ಜೀರ್ಣಕ್ರಿಯೆ ಸರಿಯಾಗಿ ನಡೆದಿಲ್ಲ ಅದಕ್ಕೇ ಮುಜುಗರಪಟ್ಟುಕೊಂಡು ಹೊರಗಿನ ಕಾಮನ್ ಬಾತ್ರೂಮಿಗೆ ಬಹಳ ಹೊತ್ತು ಹೋಗಿರಬಹುದೆನ್ನಿಸಿತು. ಆದರೆ ಒಂದು ತಿಂಗಳಿಂದ ಪ್ರತಿದಿನವೂ ಹೀಗೆಯೇ..? ತಿಂಗಳಿಂದಲೂ ಆಕೆಯ ಆರೋಗ್ಯ ಸರಿಯಾಗಿಲ್ಲವೆ? ಅದರ ಬಗೆಗೆ ಒಮ್ಮೆಯೂ ಚಕಾರವೆತ್ತಿಲ್ಲವೇಕೆ? ತಮ್ಮಿಬ್ಬರ ನಡುವೆ ಮುಚ್ಚಿಡುವಂತಾದ್ದು ಏನೂ ಇಲ್ಲದಿರುವಾಗ ಅವಳ ಈ ವರ್ತನೆಗೆ ಕಾರಣವೇನು?

ವಿವೇಕ್ ಮೆಲ್ಲನೆ ಎದ್ದು ನಿಂತ ಮೆಲ್ಲನೆ ಹಾಸಿಗೆಯಿಂದ ಇಳಿದು ಬಾಗಿಲ ಕಡೆಗ ನಡೆದ.

ತಾನು ಮಾಡುತ್ತಿರುವುದು ಸರಿಯೇ? ಅಷ್ಟೊಂದು ಪ್ರೀತಿಸುವ ಪತ್ನಿಯ ಮೇಲೆ ಸಂಶಯ ಪಡಲೇ? ಇದು ಉಚಿತವೇ? ಇದು ನಿಜಕ್ಕೂ ಅನ್ಯಾಯ! ಆಕೆ ಇದುವರೆಗೂ ಎಂದು ತನ್ನ ಬಗೆಗೆ ಈ ರೀತಿಯಾಗಿ ವರ್ತಿಸಿಲ್ಲ. ತನ್ನ ವೃತ್ತಿಯಲ್ಲಿ ದಿನ ಪ್ರತಿ ಹತ್ತಾರು ಹೆಣ್ಣುಗಳ ಜೊತೆಯಲ್ಲಿ ವರ್ತಿಸಬೇಕಾಗಿರುತ್ತದೆ ಆದರೆ ಎಂದಿಗೂ ಸುನೀತಾ ತನ್ನ ಬಗೆಗೆ ಅನುಮಾನ ಪಟ್ಟಿಲ್ಲ. ಒಂದೇ ಒಂದು ಅಪಸ್ವರವನ್ನು ನುಡಿದಿಲ್ಲ. ಅಪರೂಪದ ಅನ್ಯೋನ್ಯವಾದ ದಂಪತ್ಯ ತಮ್ಮದು. ಹೀಗಿರುವಾಗ ಕೆಲವು ದಿನಗಳಿಂದ ಬೆಳಗಿನ ಜಾವ ನಾಲ್ಕು ಗಂಟೆಗೆ ಎದ್ದು ಹೋಗಿ ಒಂದು ಗಂಟೆಯ ನಂತರ ಹಾಸಿಗೆಗೆ ವಾಪಸ್ಸಾಗುವ ಸುನೀತಾ ಬಗೆಗೆ ತಾನು ಹೀಗೆ ಸಂಶಯ ಪಡುವುದು ನೈತಿಕವಲ್ಲ ಎನಿಸಿತು.

ಹಾಗಾದರೆ ಸುನೀತಾಳ ಈ ವರ್ತನೆಯನ್ನು ಉಪೇಕ್ಷಿಸಲೇ? ಆದರೆ ಮನಸ್ಸಿಗೆ ವಿಪರೀತ ಕಿರಿಕಿರಿಯಾಗುತ್ತಿದೆ! ಅವಳ ಈ ವರ್ತನೆಯ ಮೂಲದವರೆಗೂ ಹೋಗದಿದ್ದರೆ ಮನಸ್ಸು ಸ್ತಿಮಿತದಲ್ಲಿ ಇರುವುದಿಲ್ಲ. ವಿವೇಕ

ಮತ್ತೇ ಎರಡು ಹೆಜ್ಜೆ ಮುಂದಿಟ್ಟ... ಮನಸ್ಸು ಮತ್ತೆ ಎಚ್ಚರಿಸಿತು. 'ನಿನ್ನ ಬಗೆಗೆ ಆಕೆ ಎಂದಾದರೂ ಎಳ್ಳು ಕಾಳಿನ ಅಷ್ಟಾದರೂ ಸಂಶಯಪಟ್ಟಿದ್ದರೆ, ನೀನೂ ಅವಳ ಬಗೆಗೆ ಸಂಶಯ ಪಡಬಹುದಿತ್ತು. ಆದರೆ ನಿನ್ನನ್ನು ನಿನ್ನ ಭಾವನೆಗಳನ್ನು ನಿನ್ನ ಎಲ್ಲಾ ಚಟುವಟಿಕೆಗಳನ್ನು ಮನಸಾರೆ ಒಪ್ಪಿ ನಿನ್ನೊಂದಿಗೆ ಪ್ರೇಮ ಹಂಚಿಕೊಂಡಿರುವ ಪತ್ನಿಯ ವಿಷಯದಲ್ಲಿ ನೀನು ಮಾಡುತ್ತಿರುವುದು ಸರಿಯಲ್ಲ'.

ಮನದ ಒಳನುಡಿಗೆ ಹತಾಶನಾಗಿ ವಾಪಸ್ಸು ಬಂದು ಹಾಸಿಗೆಯಲ್ಲಿ ಕುಳಿತ.

ಏನು ಮಾಡಲಿ ಈಗ? ಆಕೆಯ ಮೇಲಿನ ಅಪರಿಮಿತ ಪ್ರೀತಿ ತನ್ನನ್ನು ಕಟ್ಟಿ ಹಾಕುತ್ತಿದೆ. ತನ್ನ ಪತ್ನಿಯಾಗಿ ಆಕೆಗೆ ಒಂದು ನೈತಿಕ ಚೌಕಟ್ಟಿದೆ. ಅದನ್ನು ಮೀರಿ ಆಕೆ ಹೋಗುವಂತಿಲ್ಲ. ಆ ಚೌಕಟ್ಟನ್ನು ಆಕೆ ಮೀರಿದಾಗ ಅದನ್ನು ತಿಳಿಯುವ, ಅದಕ್ಕೆ ಸೂಕ್ತ ಶಿಕ್ಷೆಯನ್ನು ನೀಡುವ ಹಕ್ಕು ಗಂಡನಾದ ತನಗೆ ಇದೆ. ಆದರೆ ಆಕೆಯ ಮೇಲಿನ ಪ್ರೀತಿ ತನ್ನನ್ನು ಕಟ್ಟಿ ಹಾಕಿದೆ.

ಈ ಯೋಚನೆ ಬರುತ್ತಲೇ ಮತ್ತೆ ಎದ್ದು ರೂಮಿನಿಂದ ಈಚೆ ಬಂದು ನಿಂತ.

ಮತ್ತೆ ಹಿಂಜರಿಕೆ! ಆದರೂ ಗಟ್ಟಿ ಮನಸ್ಸಿನಿಂದ ಪಕ್ಕದ ರೂಮಿನ ಬಾಗಿಲು ತೆರೆದು ನೋಡಿದ.

ಸುನೀತಾ ಅಲ್ಲಿರಲಿಲ್ಲ!

ಮೆಟ್ಟಿಲುಗಳನ್ನು ಇಳಿದು ಹೊರ ಬಾಗಿಲಿನ ಬಳಿ ಬಂದ. ಮುಂಬಾಗಿಲು ಒಳಗಿನಿಂದ ಬಾಗಿಲು ಲಾಕ್ ಮಾಡಿತ್ತು. ಅಂದರೆ ಆಚೆ ಹೋಗಿಲ್ಲ! ಮನೆಯೊಳಗೇ ಎಲ್ಲೋ ಇದ್ದಾಳೆ! ಆಚೆಯಿಂದ ಲಾಕ್ ಮಾಡಿಕೊಂಡು ಹೋಗಿದ್ದರೆ? ಅನುಮಾನ ಮೂಡಿತು. ಮನೆಯ ಎಲ್ಲ ಬೀಗದ ಕೈಗಳನ್ನು ನೇತು ಹಾಕಿದ್ದ ಬೋರ್ಡಿನ ಬಳಿ ಬಂದು ನೋಡಿದ ವಿವೇಕ್. ಮುಂಬಾಗಿಲಿನ ಕೀ ಅಲ್ಲಿಯೇ ಇತ್ತು. ಅಂದರೆ ಸುನೀತಾ ಆಚೆ ಹೋಗಿಲ್ಲ! ಮನೆಯೊಳಗೇ ಎಲ್ಲಿಯೋ ಇದ್ದಾಳೆ! ಆದರೆ ಹೀಗೇಕೆ ಮಾಡುತ್ತಿದ್ದಾಳೆ?

ಅಷ್ಟರಲ್ಲಿ ಏನೋ ಸದ್ದಾಯಿತು! ಅದು ಸುನೀತಾ ಇರಬಹುದು!!

ತಾನು ಕಳ್ಳತನದಿಂದ ಆಕೆಯನ್ನು ಫಾಲೋ ಮಾಡುತ್ತಿರುವುದು ಆಕೆಗೆ ತಿಳಿಯಬಾರದು! ಅದು ಅನಾಹುತಕ್ಕೆ ಎಡೆ ಮಾಡುತ್ತದೆ! ತಕ್ಷಣವೇ ವಿವೇಕ ಸದ್ದು ಮಾಡದೆ ಮಹಡಿ ಮೆಟ್ಟಿಲುಗಳನ್ನು ಹತ್ತಿ ರೂಮು ಸೇರಿ ಮಲಗಿ, ನಿದ್ರಿಸುವ ನಟನೆ ಮಾಡಿದ. ಸುನೀತಾ ಈಗ ಬರಬಹುದು ಎಂದು ಅವಳಿಗಾಗಿ ಕಾಯುತ್ತಿದ್ದ.

ಯಾವ ಕ್ಷಣದಲ್ಲಾದರೂ ಸುನೀತಾ ರೂಮನ್ನು ಪ್ರವೇಶಿಸುತ್ತಾಳೆ. ಆಗ ತಾನು ಮಲಗಿದಂತೆ ನಟಿಸಬೇಕು. ಕೆಲವು ದಿನಗಳ ಹಿಂದೆ ಮಾಡುತ್ತಿರುವಂತೆ ಸುನೀತಾ ವಾಪಸ್ಸಾಗಿ ಏನೂ ಆಗದವಳಂತೆ ಮಲಗುತ್ತಾಳೆ.

ಅವಳನ್ನು ಮುಖಾಮುಖಿಯಾಗಿ ಕೇಳಿಯೇಬಿಡಲೆ? ಹೀಗೇಕೆ ಮಾಡುತ್ತಿದ್ದೀಯ? ಎಲ್ಲಿಗೆ ಹೋಗುತ್ತಿರುವೆ? ಹೀಗೆ ಹೋಗುತ್ತಿರುವ ಉದ್ದೇಶ ಏನು? ಆದರೆ ಮನಸ್ಸು ಬರುತ್ತಿಲ್ಲ. ಅಂತಾ ಗಂಭೀರ ಸಮಸ್ಯೆ ಇರದಿದ್ದರೆ? ಅನ್ಯತಾ ಅವಳಿಗೆ ಅವಮಾನ ಮಾಡಿದಂತಾಗುವುದಿಲ್ಲವೆ?

'ನನ್ನ ಮೇಲೆ ನಂಬಿಕೆಯಿಲ್ಲವೆ?' ಎಂಬ ಒಂದು ಸಣ್ಣ ಮಾತು ಸುನೀತಾ ಹೇಳಿದರೆ? ಆ ಮಾತು ಕೇಳಿ ಮನಸ್ಸಿನ ಸ್ಥಿಮಿತ ಕಳೆದುಕ್ಕೊಳ್ಳದೆ ಇರಬಲ್ಲೆನೆ?

ಈಗೇನೂ ತಲೆ ಹೋಗುವಂತ ಪರಿಸ್ಥಿತಿ ಬಂದಿಲ್ಲ! ಎಲ್ಲವೂ ಎಂದಿನಂತೆ ನಡೆಯುತ್ತಿದೆ! ಸುನೀತಾಳ ಸ್ವಭಾವದಲ್ಲಿ ಯಾವುದೇ ಬದಲಾವಣೆಯಾಗಿಲ್ಲ! ಮಾತು-ಕೃತಿ ಎಲ್ಲವೂ ಎಂದಿನಂತೆಯೇ ಇದೆ! ತನಗೆ ಕಿರಿಕಿರಿ ಮಾಡುತ್ತಿರುವುದು ಒಂದೇ ವಿಷಯ! ಆಕೆ ಬೆಳಗಿನ ನಾಲ್ಕು ಗಂಟೆಯಿಂದ ಐದು ಗಂಟೆಯವರೆಗೆ ಎಲ್ಲಿಗೆ ಹೋಗುತ್ತಿದ್ದಾಳೆ? ಏನು ಮಾಡುತ್ತಾಳೆ..? ಯಾಕಾಗಿ ಹೀಗೆ ಮಾಡುತ್ತಿದ್ದಾಳೆ?

ತನ್ನ ಮುದ್ದಿನ ಮಡದಿ, ಪ್ರೇಮದ ಅರಗಿಣಿ ಸುನೀತಾ! ಅವಳು ಹೀಗೆ ಮಾಡುತ್ತಿದ್ದಾಳೆ ಎನ್ನುವುದು ನಂಬಲಾಗದ ವಿಷಯ! ನುಂಗಲಾರದ ಬಿಸಿ ತುಪ್ಪ!

ಅವಳ ಪ್ರೀತಿಯಲ್ಲಿ ಯಾವುದೇ ಕೊರತೆಯಿಲ್ಲ! ನಡವಳಿಕೆಯಲ್ಲಿ ಏನೂ ವ್ಯತ್ಯಾಸವಿಲ್ಲ! ಎಲ್ಲ ಸಹಜವಾಗಿಯೇ ನಡೆಯುತ್ತಿದೆ! ತಲೆ ಕೆಡಿಸಿಕ್ಕೊಳ್ಳುವಂತಾದ್ದು ಏನೂ ಇಲ್ಲ! ಆದರೆ ಆ ಒಂದು ಗಂಟೆಯಲ್ಲಿ ಆಕೆ ಹೋಗುವುದೆಲ್ಲಿಗೆ? ಅದೂ ಬೆಳಗಿನ ಜಾವ ನಾಲ್ಕಕ್ಕೆ! ಅಲಾರಮ್ ಹೊಡೆದಂತೆ ಕರಾರುವಾಕ್ಕಾಗಿ ನಾಲ್ಕು ಗಂಟೆಗೆ ಹೋಗಿ ಐದು ಗಂಟೆಗೆ ವಾಪಸ್ಸಾಗಿ ಏನೂ ಆಗಿಲ್ಲದವಳಂತೆ ಬಂದು ಮಲಗುತ್ತಾಳೆ!

ಹಿಂದಿನ ದಿನದ ಯಾವ ವಿಷಯವನ್ನೂ ಪ್ರಸ್ತಾಪಿಸುವುದಿಲ್ಲ! ಬೇಕೆಂದೇ ಆ ವಿಷಯವನ್ನು ಗುಪ್ತವಾಗಿಟ್ಟಿದ್ದಾಳೆಯೆ? ಏಕೆ? ವಿವೇಕ ಚಿಂತಿಸಿ ಹಣ್ಣಾಗುತ್ತಿದ್ದ!

ಪಕ್ಕದ ಟೇಬಲ್ಲಿನ ಮೇಲಿದ್ದ ಮೊಬೈಲು ಎಳೆದುಕೊಂಡು ಸಮಯ ನೋಡಿದ. ನಾಲ್ಕು ಗಂಟೆ ಐವತ್ತೈದು ನಿಮಿಷ! ಇನ್ನು ಐದೇ ನಿಮಿಷ ಆಕೆ ಬರುತ್ತಾಳೆ! ಬಂದು ಸದ್ದುಗದ್ದಲವಿಲ್ಲದೆ ಮಲಗುತ್ತಾಳೆ!!

ಈಗ ತಾನು ನಿದ್ರೆಯಲ್ಲಿರುವಂತೆ ನಟಿಸಬೇಕು! ನಟನೆ! ಬೆಳಗಿನ ಆಪ್ಯಾಯಮಾನವಾದ ಸಮಯ ಇದು. ಒಂದು ತಿಂಗಳ ಹಿಂದೆ ಈ ಸಮಯದಲ್ಲಿ ಸುನೀತಾ ಸರಿದು ಬಂದು ತನ್ನ ತೆಕ್ಕೆಯಲ್ಲಿ ಸೇರುತ್ತಿದ್ದಳು. ಆರುಗಂಟೆಯವರೆಗೆ ಬಿಸಿ ಅಪ್ಪುಗೆಯಲ್ಲಿ ಹಿತವಾದ ನಿದ್ರೆ! ಆದರೆ ಒಂದು ತಿಂಗಳಿಂದ ನಾಲ್ಕಕ್ಕೆ ನಾಪತ್ತೆಯಾಗಿ ಐದಕ್ಕೆ ವಾಪಸ್ಸಾಗುತ್ತಿದ್ದ ಸುನೀತ, ತನ್ನ ವಿರುದ್ಧ ದಿಕ್ಕಿಗೆ ತಿರುಗಿ

ಮಲಗಿಬಿಡುತ್ತಿದ್ದಾಳೆ! ಆ ಬಿಸಿ ಅಪ್ಪುಗೆ, ಆಕೆಯ ಕೋಮಲ ಶರೀರದ ಮಾರ್ದವತೆ ದೂರವಾಗಿದೆ!

ಏನಾಗಿದೆ? ತನ್ನ ಸುಂದರ ಬದುಕಿನಲ್ಲಿ ಇದೆಂತಹ ವಿಚಿತ್ರ ನಡೆಯುತ್ತಿದೆ!

ಬಾಗಿಲು ತೆರೆದ ಕ್ಷೀಣ ಸದ್ದು! ವಿವೇಕ ಮಲಗಿದ್ದಲ್ಲಿಯೇ ಸೆಟೆದ! ತನ್ನ ಪತ್ನಿಗೆ! ತನ್ನ ಪ್ರೇಮದ ಪುತ್ಥಳಿ ರೂಮಿಗೆ ಬಂದಾಗ ರೋಮಾಂಚನಗೊಳ್ಳುತ್ತಿದ್ದ ಸಮಯ ತಿಂಗಳಿಂದ ಹೇಗೆ ಪರಿವರ್ತನೆಯಾಗಿದೆ ಎಂದು ಅಚ್ಚರಿಗೊಂಡ!

ಸುನೀತಾ ಸದ್ದಾಗದಂತೆ ಬಂದು ಮಲಗಿದಳು-ವಿವೇಕನ ವಿರುದ್ಧ ದಿಕ್ಕಿಗೆ ಮುಖ ಮಾಡಿ!!

2

ಅಧ್ಯಾಯ

ಸುನೀತಾ ಬಂದು ಮಲಗಿದ ನಂತರ ವಿವೇಕನಿಗೆ ನಿದ್ರೆ ಬರಲಿಲ್ಲ. ಪಕ್ಕದಲ್ಲಿ ಸುನೀತಾ ತನಗೆ ಬೆನ್ನು ಮಾಡಿ ಮಲಗಿದ್ದಾಳೆ. ಅವಳನ್ನು ಈಗಲೇ ಕೇಳಲೇ? ಏಳಿಸಿ ಕೇಳಿಬಿಡಲೇ? ಎಲ್ಲಿಗೆ ಹೋಗಿದ್ದೆ? ಏನು ಮಾಡುತ್ತಿದ್ದೆ? ನಿನ್ನ ಈ ಒಂದು ಗಂಟೆಯ ಗೈರನ್ನು ಹೇಗೆ ಸಮರ್ಥಿಸಿಕೊಳ್ಳುತ್ತೀಯ? ಮರುಕ್ಷಣ ಮನಸ್ಸು ಎಚ್ಚರಿಸಿತು! ಬೇಡ ಅದು ಅನಾಹುತಕ್ಕೆ ಎಡೆ ಮಾಡಬಹುದು! ಒಂದು ಗಂಟೆ ಖಂಡಿತವಾಗಿ ಏನೋ ಮಾಡುತ್ತಿದ್ದಾಳೆ! ಈಗ ಬಂದು ಮಲಗಿದ್ದಾಳೆ! ಏನೇ ಮಾಡಿದರೂ ಅದು ತಮ್ಮಿಬ್ಬರ ಸಲುವಾಗಿ ಮಾಡಿರುತ್ತಾಳೆ. ಅದರಿಂದ ತಮ್ಮಿಬ್ಬರಿಗೂ ಒಳಿತಾಗುವುದು!

ಪಾಪ ಮಲಗಲಿ ಇನ್ನು ಕೇವಲ ಒಂದು ಗಂಟೆ ಅಷ್ಟೇ! ಆನಂತರ ಅವಳು ಎದ್ದು ದಿನನಿತ್ಯದ ಕೆಲಸದಲ್ಲಿ ತೊಡಗಿಕೊಳ್ಳಬೇಕು. ಮನೆಯ ಕೆಲಸಗಳು, ತನಗೆ ಬ್ರೇಕ್ ಫಾಸ್ಟ್ ತಯಾರಿಸುವುದು, ನಂತರ ಆಕೆ ಸಿದ್ಧಳಾಗಿ ಹಾಸ್ಪಿಟಲ್ಗೆ ಹೋಗಬೇಕು! ಪಾಪ ಮಲಗಲಿ! ವಿವೇಕನ ಮನಸ್ಸು ಬೆಣ್ಣೆಯಷ್ಟು ಮೃದುವಾಗಿತ್ತು.

ವಿವೇಕನಿಗೆ ಸುನೀತಾ ತನ್ನ ಬದುಕಿಗೆ ಬಂದಿದ್ದ ವಿಸ್ಮಯವಿನ್ನೂ ಹಸಿರಾಗಿಯೇ ಇತ್ತು. ಅವನ ಮನಸ್ಸು ಕಾಲದಲ್ಲಿ ಹಿಂದೆ ಚಲಿಸುತ್ತಾ ಒಂದು ವರ್ಷ ಹಿಂದೆ ಓಡಿತು.

ವಿವೇಕ ವೃತ್ತಿಯಲ್ಲಿ ಇಂಜಿನಿಯರ್. ತಂದೆಯಿಂದ ಬಳುವಳಿಯಾಗಿ ಬಂದ ಒಂದು ಕಾರ್ಖಾನೆಯನ್ನು ನಡೆಸುತ್ತಿದ್ದ. ವಿದೇಶದಲ್ಲಿ ಬಹಳ ಬೇಡಿಕೆಯಿದ್ದ ಒಂದು ಅತಿ ಸೂಕ್ಷ್ಮವಾದ ಕೆಲವು ಸೆನ್ಸಾರುಗಳನ್ನು ತಯಾರಿಸುತ್ತಿದ್ದ. ದೇಶ ವಿದೇಶಗಳಲ್ಲಿ ಕಾರುಗಳ ತಯಾರಿಕೆಯಲ್ಲಿ ಅತ್ಯಂತ ಬೇಡಿಕೆಯಲ್ಲಿದ್ದ ಆ

ಉಪಕರಣವನ್ನು ಉತ್ಪಾದಿಸುತ್ತಾ ತನ್ನ ಕಾರ್ಖಾನೆಯನ್ನು ವಿಸ್ತರಿಸಿದ್ದ.

ಒಮ್ಮೆ ಹೊಸ ದೇಶ ಒಂದರ ಅಪಾರ ಪ್ರಮಾಣದ ಸಂಸಾರಗಳನ್ನು ಉತ್ಪಾದಿಸುವ ಬೇಡಿಕೆ ಪೂರೈಸಲು ಅರವತ್ತು ಜನ ಉದ್ಯೋಗಿಗಳಿಂದ ಕಾರ್ಖಾನೆಯನ್ನು ಮೂರು ಶಿಫ್ಟ್ ನಲ್ಲಿ ನಡೆಸುತ್ತಿದ್ದ. ಪ್ರತಿ ಶಿಫ್ಟಿನಲ್ಲೂ ಸೂಪರ್ವೈಸರ್ಗಳು ಇದ್ದರೂ ಕೂಡ ಎರಡನೇ ಪಾಳಿಯ ಪ್ರಾರಂಭದಲ್ಲಿ ತಾನೇ ಸ್ವತಃ ನಿಂತು ಉತ್ಪಾದನೆಯ ವ್ಯವಸ್ಥೆಯನ್ನು ಖಾತ್ರಿ ಮಾಡಿಕೊಂಡು ರಾತ್ರಿ ಸುಮಾರು ಹನ್ನೊಂದರ ಸಮಯಕ್ಕೆ ಮನೆ ಸೇರುವುದು ರೂಢಿಯಾಗಿತ್ತು.

ವಿವೇಕನ ಕಾರ್ಖಾನೆ ಇದ್ದಿದ್ದು ಬೆಂಗಳೂರಿನ ಹೊರ ವಲಯದಲ್ಲಿ ಸುಮಾರು ಹದಿನೈದು ಕಿ.ಮೀ ದೂರದ ಒಂದು ಹಳ್ಳಿಯ ಬಳಿ. ರಾತ್ರಿ ವಾಪಸ್ಸಾಗುವಾಗ ಹಳ್ಳಿಯನ್ನು ದಾಟಿ ಬರಬೇಕಿತ್ತು. ಹಾಗೆ ಬರುವಾಗ ರಸ್ತೆ ಬದಿಯ ಒಂದು ಸರ್ಕಾರಿ ಆಸ್ಪತ್ರೆಯನ್ನು ದಾಟಿ ಬರಬೇಕಾಗಿತ್ತು. ವಿವೇಕ ಮಾತ್ರ ಎಂದೂ ಆ ಆಸ್ಪತ್ರೆಯ ಬಗೆಗೆ ತಲೆಕೆಡಿಸಿಕೊಂಡಿರಲಿಲ್ಲ.

ವರ್ಷದ ಹಿಂದೆ ಒಂದು ದಿನ ಎರಡನೇ ಪಾಳಿಯ ಕೆಲಸವನ್ನು ಪ್ರಾರಂಭಿಸಿ ವಾಪಸ್ಸು ಬರುವಾಗ ಇದ್ದಕ್ಕಿದ್ದಂತೆ ಆಸ್ಪತ್ರೆಯ ಮುಂಭಾಗದಲ್ಲಿ ಒಬ್ಬ ವ್ಯಕ್ತಿ ಆಸ್ಪತ್ರೆಯಿಂದ ಓಡಿ ಬರುವುದು ಕಾಣಿಸಿತು. ಹೆಡ್ ಲೈಟ್ ಚೆಲ್ಲಿದ ಬೆಳಕಿನಲ್ಲಿ ಅದು ಬಿಳಿಕೊಟು ಧರಿಸಿದ್ದ ಹೆಂಗಸು ಎಂದು ಅರಿವಾಯಿತು. ಆಕೆ ಓಡುತ್ತಾ ನಡು ರಸ್ತೆಗೆ ಬಂದು ಕಾರಿಗೆ ಅಡ್ಡವಾಗಿ ನಿಂತಾಗ ವಿವೇಕ ಗಾಬರಿಯಿಂದ ಕಾರಿನ ಬ್ರೇಕ್ ಹಾಕಿದ. ಇಲ್ಲದಿದ್ದರೆ ಆ ವ್ಯಕ್ತಿಯ ಮೇಲೆ ಕಾರು ಹರಿದು ಬಿಡುತ್ತಿತ್ತು!

ಏದುಸಿರು ಬಿಡುತ್ತಾ ಭಯವನ್ನ ಹೊರಸೂಸುತ್ತಿದ್ದ ಹರಿಣಿಯ ಕಣ್ಣುಗಳ ಹೆಂಗಸನ್ನು ನೋಡಿ ವಿವೇಕ ವಿವೇಕನಿಗೆ ಅಚ್ಚರಿಯಾಯಿತು!

ಇನ್ನೇನು ತನ್ನ ಕಾರಿಗೆ ಸಿಕ್ಕಿಬಿಡುತ್ತಿದ್ದ ಆಕೆಯನ್ನು ನೋಡಿ ಗಾಬರಿಯಾಗಿದ್ದ ವಿವೇಕ ಸ್ವಲ್ಪವಾಗಿ ಸುಧಾರಿಸಿಕೊಳ್ಳುವ ಹೊತ್ತಿಗೆ ಆಕೆ ಕಾರಿನ ಪಕ್ಕಕ್ಕೆ ಬಂದು ನಿಂತು ಕೇಳಿದಳು

"ಪ್ಲೀಸ್ ನನಗೆ ಹೆಲ್ಪ್ ಮಾಡಿ ನನ್ನನ್ನು ಕೆಲವು ರೌಡಿಗಳು ಅಟ್ಟಿಸಿಕೊಂಡು ಬರುತ್ತಿದ್ದಾರೆ ಪ್ಲೀಸ್ ಪ್ಲೀಸ್"

ಏದುಸಿರು ಬಿಡುತ್ತಾ ಆಕೆ ಬಡಬಡಿಸಿದಳು.

ವಿವೇಕನಿಗೂ ದಿಗ್ಭ್ರಮೆಯಾಗಿತ್ತು. ಇಂಥ ಘಟನೆಗಳೆಲ್ಲ ಟಿವಿ ಸೀರಿಯಲ್ ಗಳಲ್ಲಿ ಇಲ್ಲವೇ ಸಿನಿಮಾಗಳಲ್ಲಿ ಮಾತ್ರ ನಡೆಯುತ್ತಿದೆ ಎಂದುಕೊಂಡಿದ್ದವನಿಗೆ ಅಂತ ಘಟನೆಯ ಪ್ರತ್ಯಕ್ಷ ದರ್ಶನವಾಗಿತ್ತು.

ವಿವೇಕ ಹೇಗೆ ಪ್ರತಿಕ್ರಿಯೆ ನೀಡಬೇಕು ಎಂದು ಯೋಚಿಸುತ್ತಿರುವಾಗ ಆಕೆ ಮತ್ತೆ ಭಯ ವಿಹ್ವಲಳಾಗಿ ಹೇಳಿದಳು:

"ಅವರ ಕೈಗೆ ಸಿಕ್ಕರೆ ನನ್ನನ್ನು ಸಾಯಿಸಿ ಬಿಡುತ್ತಾರೆ ಪ್ಲೀಸ್ ಪ್ಲೀಸ್ ಹೆಲ್ಪ್ ಮಾಡಿ"

ಆ ಕ್ಷಣ ವಿವೇಕನಿಗೆ ಪರಿಸ್ಥಿತಿಯ ಗಂಭೀರತೆ ಅರ್ಥವಾಯಿತು.

ಕಾರಿನ ಇನ್ನೊಂದು ಡೋರ್ ತೆಗೆದ.

"ಬೇಗ ಕಾರು ಹತ್ತಿ"

ಹಾಗೆ ವಿವೇಕ ಹೇಳಿದ್ದೇ ತಡ ಆಕೆ ಕಾರಿನೊಳಗೆ ನುಸುಳಿದಳು.

ವಿವೇಕ ಕಾರು ಮುಂದಕ್ಕೆ ಚಲಿಸುವಾಗ ಆಸ್ಪತ್ರೆ ಕಡೆಯಿಂದ ನಾಲ್ಕರ ಜನ ಕೈಯಲ್ಲಿ ಲಾಂಗುಗಳನ್ನು ಹಿಡಿದು ಕಾರಿನತ್ತ ಓಡಿ ಬಂದರು.

ವಿವೇಕ ಎಷ್ಟು ಸಾಧ್ಯವೋ ಅಷ್ಟು ವೇಗವಾಗಿ ಕಾರನ್ನು ಡ್ರೈವ್ ಮಾಡಿದ.

ಅವರೆಲ್ಲರೂ ಕಾರಿನ ಹಿಂದೆಯೇ ಸ್ವಲ್ಪ ದೂರ ಓಡುತ್ತಾ ಬಂದು, ತಮ್ಮ ಮತ್ತು ಕಾರಿನ ನಡುವಿನ ಅಂತರ ಹೆಚ್ಚಾಗಿದ್ದನ್ನು ಕಂಡು ಓಡುವುದು ನಿಲ್ಲಿಸಿದರು.

"ಯಾಕೆ ಏನಾಯ್ತು? ನೋಡಲು ನೀವು ಡಾಕ್ಟರಂತೆ ಕಾಣುತ್ತಿದ್ದೀರಿ! ಅವರೇಕೆ ನಿಮ್ಮನ್ನು ಅಟ್ಟಿಸಿಕೊಂಡು ಬಂದರು?"

ವಿವೇಕ ಕುತೂಹಲದಿಂದ ಕೇಳಿದ.

"ಹೌದು ನಾನೊಬ್ಬ ಡಾಕ್ಟರ್. ಹೆಸರು ಸುನೀತಾ. ನಾನು ನೈಟ್ ಡ್ಯೂಟಿಗೆ ಬಂದಿದ್ದೆ. ಸರ್ಕಾರಿ ಆಸ್ಪತ್ರೆಯಲ್ಲಿ ವಾರಕ್ಕೆ ಒಮ್ಮೆ ರಾತ್ರಿ ಡ್ಯೂಟಿ ಬರುತ್ತದೆ. ಇವತ್ತು ನನ್ನ ನೈಟ್ ಡ್ಯೂಟಿ ಇತ್ತು. ಕೆಲವು ಹೊತ್ತಿನ ಮುಂಚೆ ರಕ್ತಸಿಕ್ತವಾದ ಒಬ್ಬ ವ್ಯಕ್ತಿಯನ್ನು ಅವರು ಆಸ್ಪತ್ರೆಗೆ ತಂದು ಟ್ರೀಟ್ಮೆಂಟ್ ಕೊಡುವಂತೆ ಬೆದರಿಸಿದರು. ಪೊಲೀಸನವರಿಗೆ ಫೋನ್ ಮಾಡಿ ನಂತರ ಟ್ರೀಟ್ಮೆಂಟ್ ಕೊಡುತ್ತೇನೆ ಎಂದಾಗ ಯಾವ ಕಾರಣಕ್ಕು ಫೋನ್ ಮಾಡಬಾರದು, ಹಾಗೆ ಮಾಡಿದರೆ ಇಲ್ಲೇ ನಿನ್ನನ್ನು ಕೊಚ್ಚಿ ಸಾಯಿಸುತ್ತೇವೆ ಎಂದು ಮಚ್ಚು ತೋರಿಸಿದರು! ನಾನು ಇನ್ಸ್ಟ್ರುಮೆಂಟ್ ಸ್ಟೆರಲೈಸ್ ಮಾಡಿಕೊಂಡು ಬರುತ್ತೇನೆ ಎಂದು ನೆಪ ಹೇಳಿ ಈಚೆ ಓಡಿ ಬಂದೆ! ಅವರು ನನ್ನ ಬೆನ್ನು ಹತ್ತಿದರು"

ಸುನೀತಾ ವಿವರಿಸಿದಳು.

"ಓ...ಮೈ ಗಾಡ್. ಇಂಥ ದೃಶ್ಯಗಳೆಲ್ಲ ಸಿನಿಮಾದಲ್ಲಿ ನೋಡಿದ್ದೆ ಈಗ ನಾನೇ ಸ್ವತಃ ನನ್ನ ಕಣ್ಣುಗಳಿಂದ ನೋಡಿದೆ"

"ತುಂಬಾ ಸಂದಿಗ್ಧ ಸಮಯದಲ್ಲಿ ನನಗೆ ನನ್ನ ಪ್ರಾಣ ಉಳಿಸಿದ್ದೀರಿ ನಿಮಗೆ ಎಷ್ಟು ಥ್ಯಾಂಕ್ಸ್ ಹೇಳಿದರು ಸಾಲದು"

ಸುನೀತಾ ಘಟನೆಯಿಂದ ಸುಧಾರಿಸಿಕೊಳ್ಳುತ್ತಾ ಹೇಳಿದಳು.

"ಅದಕ್ಕೆ ಥ್ಯಾಂಕ್ಸ್ ಹೇಳಬೇಕಾಗಿಲ್ಲ. ಇದು ಮಾನವೀಯತೆಯ ಪ್ರಶ್ನೆ. ಇಂಥ ಸಹಾಯವನ್ನು ಸ್ವಾಭಾವಿಕವಾಗಿ ಮಾಡಿದ್ದೇನೆ ಇದರಲ್ಲಿ ಹೆಚ್ಚುಗಾರಿಕೆ ಏನೂ ಇಲ್ಲ. ರಾತ್ರಿ ಡ್ಯೂಟಿಗೆ ಲೇಡಿ ಡಾಕ್ಟರ್ ಗಳನ್ನು ಹಾಕಬಾರದು ಎನ್ನುವ ನಿಯಮ ಇದೆಯಲ್ಲ.. ಹಾಗಿದ್ದರೂ ನೀವೇಕೆ ನೈಟ್ ಡ್ಯೂಟಿಗೆ ಬಂದಿದ್ದೀರಿ?"

"ಅನಿವಾರ್ಯ ಎಲ್ಲಾ ಗಂಡಸು ಡಾಕ್ಟರ್ ಗಳು ರಜದಲ್ಲಿ ಇದ್ದುದರಿಂದ ನಾನು ಬರಬೇಕಾಯಿತು"

"ಇವತ್ತೇನೋ ಹೇಗೋ ಬಚಾವ್ ಆದ್ರಿ, ನಾಳೆ ಹೇಗೆ ಮ್ಯಾನೇಜ್ ಮಾಡ್ತೀರಿ?"

"ಇದು ಸಾವು ಬದುಕಿನ ಪ್ರಶ್ನೆ. ನಾಳೆ ಪೊಲೀಸ್ ಕಂಪ್ಲೇಂಟ್ ಕೊಡುತ್ತೇನೆ. ಆ ಕಂಪ್ಲೇಂಟ್ ಉಲ್ಲೇಖಿಸಿ ಒಂದು ವಾರ ರಜ ಹಾಕಿಬಿಡುತ್ತೇನೆ. ಮತ್ತೆ ಬೇರೆ ಆಸ್ಪತ್ರೆಗೆ ಪೋಸ್ಟಿಂಗ್ ಮಾಡಲು ಕೇಳಿಕೊಳ್ಳುತ್ತೇನೆ"

"ನಿಮ್ಮ ಕೋರಿಕೆ ನೆರವೇರುವುದೆ?"

"ಗ್ಯಾರಂಟಿ ಇಲ್ಲ ಪ್ರಯತ್ನವನ್ನಂತೂ ಮಾಡುತ್ತೇನೆ. ನನ್ನ ಕೋರಿಕೆ ಈಡೇರದಿದ್ದರೆ ಕೆಲಸಕ್ಕೆ ರಾಜೀನಾಮೆ ಕೊಡುತ್ತೇನೆ.."

"ಮತ್ತೆ ಬದುಕಿಗೆ? ನಿಮಗೆ ಕೆಲಸದ ಅವಶ್ಯಕತೆ ಇಲ್ಲವೇ?"

"ಇಲ್ಲ ಮತ್ತು ಉಂಟು. ನನ್ನಪ್ಪನದು ದೊಡ್ಡ ಬಿಸಿನೆಸ್ ಇದೆ. ಇಂಪೋರ್ಟ್ ಮತ್ತು ಎಕ್ಸ್ ಪೋರ್ಟ್ ಬಿಸಿನೆಸ್. ಕೆಲಸ ನನಗೆ ಅನಿವಾರ್ಯವಲ್ಲ. ಆದರೆ ಓದಿ ವೈದ್ಯಕೀಯ ಓದಿರುವುದರಿಂದ ಕೆಲವು ಕಾಲ ರೋಗಿಗಳ ಸೇವೆ ಮಾಡುವ ಮನಸ್ಸು ಅದಕ್ಕಾಗಿ ಕೆಲಸ ನನ್ನ ಬದುಕು ಸಂಬಳದ ಮೇಲೆ ನಿಂತಿಲ್ಲ"

ವಿವೇಕ ಕೆಲವು ಕಾಲ ಆಕೆಯ ಮಾತುಗಳನ್ನು ಮನಸ್ಸಿನಲ್ಲಿಯೇ ಮಥಿಸಿದ.

ಹೀಗೂ ಆಗಬಹುದೇ? ಇದಂತೂ ಕನಸು ಮನಸ್ಸಿನಲ್ಲಿಯೂ ಊಹಿಸಿದಂತ ಘಟನೆ! ತಾನೇ ಇದಕ್ಕೆ ಪ್ರತ್ಯಕ್ಷದರ್ಶಿ!

ಬೆಂಗಳೂರಿನ ನಗರ ಪ್ರದೇಶವನ್ನು ಸೇರುತ್ತಲೆ ವಾಹನ ದಟ್ಟಣೆ ಕಾಣಿಸಿತು. ಮುಂದೆ ರಸ್ತೆಯಲ್ಲಿ ಚಲಿಸುವ ವಾಹನಗಳ ಬಗೆಗೆ ಗಮನ ಕೊಡಬೇಕಾದುದರಿಂದ ವಿವೇಕ ಮಾತು ನಿಲ್ಲಿಸಿದ.

ಒಮ್ಮೆ ಮಾತ್ರ “ನಿಮ್ಮನ್ನು ಎಲ್ಲಿ ಡ್ರಾಪ್ ಮಾಡಲ” ಎಂದು ಕೇಳಿದ.

ಆಕೆ ತನ್ನ ಮನೆಯ ವಿಳಾಸ ಹೇಳಿದಳು.

"ನಿಮಗೆ ಅನುಕೂಲವಾದರೆ ಮಾತ್ರ ಮನೆಗೆ ಡ್ರಾಪ್ ಮಾಡಿ ಇಲ್ಲದಿದ್ದರೆ ಒಂದು ಆಟೋ ಇಲ್ಲವೇ ಕ್ಯಾಬಿನಲ್ಲಿ ಮನೆಗೆ ಹೋಗುತ್ತೇನೆ"

ಸುನೀತಾ ನಡುವೆ ಹೇಳಿದಳು.

"ತೊಂದರೆ ಏನಿಲ್ಲ ನಿಮ್ಮನ್ನು ಮನೆ ತಲುಪಿಸಿ ನಂತರ ನಾನು ಹೋಗುತ್ತೇನೆ"

ಆಕೆ ಹೇಳಿದ ಬಡಾವಣೆಯಲ್ಲಿ ಒಂದು ಭವ್ಯವಾದ ಮನೆಯ ಮುಂದೆ ಕಾರು ನಿಲ್ಲಿಸಿದ.

"ಒಳಗೆ ಬನ್ನಿ"

ಆಕೆ ಆಹ್ವಾನಿಸಿದಳು.

"ಇಲ್ಲ, ಈಗಲ್ಲ. ಈಗ ಸಾಕಷ್ಟು ಸಮಯವಾಗಿದೆ ಇನ್ನೊಮ್ಮೆ ಬರುತ್ತೇನೆ"

"ಥ್ಯಾಂಕ್ಸ್ ಅಗೈನ್"

ಎನ್ನುತ್ತಾ ಆಕೆ ಕಾರಿನಿಂದ ಇಳಿಯುವಾಗ ವಿವೇಕ ಆಕೆ ಮುಖ ನೋಡಿದ. ಅಪರೂಪದ ವಸ್ತು ನೋಡುವಂತೆ ಕಣ್ಣರಳಿಸಿದ್ದ!

ಅತ್ಯಂತ ಆಕರ್ಷಕವಾದ, ಹುಣ್ಣಿಮೆ ಚಂದ್ರನಂತ ದುಂಡನೆಯ ಮುಖ, ಹರಿಣಿಯ ಕಣ್ಣುಗಳು, ಕಡು ಕಪ್ಪು ಕೇಶರಾಶಿ, ನೀಳವಾದ ದೇಹದ ಸುನೀತ ಅವನ ಕಣ್ಣಿಗೆ ಆಕರ್ಷಕವಾಗಿ ಕಂಡಳು. ಮತ್ತೆ ಏನೋ ಒಂದು ವಿಚಿತ್ರವಾದ ಭಾವನೆ ಅವನಲ್ಲಿ ಅಂಕುರಿಸಿತು.

"ಮತ್ತೊಮ್ಮೆ ಯಾವಾಗಲೂ ನಮ್ಮ ಮನೆಗೆ ಬರಲೇಬೇಕು"

ತನ್ನನ್ನೇ ಬೆರಗು ಕಂಗಳಿಂದ ನೋಡುತ್ತಿದ್ದ ವಿವೇಕನ ಮುಖ ನೋಡಿ ಆಕೆ ನಸುನಕ್ಕು ಹೇಳಿದಳು. ತನ್ನ ರೂಪಿನ ಬಗೆಗೆ ಆಕೆಗೆ ಹೆಮ್ಮೆ ಕಾಣಿಸಿತು.

"ನನ್ನ ಬಗೆಗೆ ಹೇಳಿಕೊಂಡೆ ಆದರೆ ನಿಮ್ಮ ವಿಷಯ ಹೇಳಲೇ ಇಲ್ಲವಲ್ಲ?"

ಸುನೀತಾ ಆಕ್ಷೇಪಿಸುವಂತೆ ಕೇಳಿದಳು.

"ನನ್ನ ಪರಿಚಯ ಬೇಕೆ?"

ಯಾವ ಕಾರಣಕ್ಕೂ ಆಕೆಯ ಬಗೆಗೆ ಸಲುಗೆ ಮೂಡಿತ್ತು.

"ನನ್ನ ಜೀವ ಉಳಿಸಿದವರ ಪರಿಚಯ ಖಂಡಿತ ಬೇಕೇ ಬೇಕು"

ಸುನೀತಾ ಕೂಡ ಈಗ ಭಯದ ಛಾಯೆಯಿಂದ ಹೊರಗೆ ಬಂದಿದ್ದಳು.

"ಹಾಗಿದ್ದರೆ ಕೇಳಿ ನಾನೊಬ್ಬ ಇಂಜಿನಿಯರ್ ನಿಮ್ಮ ಆಸ್ಪತ್ರೆಯಿಂದ ಮೂರು ಕಿಲೋಮೀಟರ್ ದೂರದಲ್ಲಿ ನನ್ನ ಇಂಡಸ್ಟ್ರಿ ಇದೆ. ಇವತ್ತಿಗೆ ಇಷ್ಟು ಸಾಕಲ್ಲವೆ?"

ಮತ್ತೆ ಸಲುಗೆ ಎಂದ ಆಕೆಯನ್ನು ಕೆರಳಿಸುವ ರೀತಿಯಲ್ಲಿ ಹೇಳಿದ.

"ಓಹೋ ಹಾಗಾದ್ರೆ ಕಂತುಗಳಲ್ಲಿ ನಿಮ್ಮ ಪರಿಚಯ ಮಾಡಿ ಕೊಡುತ್ತೀರಾ?"

ಆಕೆ ಪಕಪಕನೆ ನಕ್ಕಳು!

3

ಅಧ್ಯಾಯ

ಇಂದು ನಾಲ್ಕನೆಯ ದಿನ!

ಬೆಳಗಿನ ಜಾವ ನಾಲ್ಕು ಗಂಟೆ!

ಪಕ್ಕದಲ್ಲಿ ಮಲಗಿದ್ದ ಸುನೀತಾ ಒಂದಿನಿತೂ ಸದ್ದಾಗದಂತೆ ಮೆಲ್ಲನೆ ಎದ್ದು ಮಂಚದಿಂದ ಕೆಳಗಿಳಿದು, ತಿರುಗಿ ನೋಡಿದಳು! ವಿವೇಕ್ ಮಲಗಿರುವುದು ನೋಡಿ ಸಮಾಧಾನದಿಂದ ಮೆಲ್ಲನೆ ರೂಮಿನ ಬಾಗಿಲು ತೆರೆದು ನಿಶ್ಯಬ್ದದಿಂದ ಆಚೆ ನಡೆದಳು!

ಕಳೆದ ಕೆಲವು ದಿನಗಳಂತೆ ಒಂದು ಗಂಟೆಯ ನಂತರ ಬಂದು ಏನೂ ಆಗಿಲ್ಲದಂತೆ ಮೆಲ್ಲನೆ ವಿವೇಕನ ಪಕ್ಕ ಮಲಗಿದಳು!

ಇನ್ನು ಸುಮ್ಮನಿರುವುದಕ್ಕಾಗುವುದಿಲ್ಲ. ಈ ರಹಸ್ಯ ಭೇದಿಸಲೇಬೇಕು ಎಂದು ವಿವೇಕ್ ಮೆಲ್ಲಗೆ ಎದ್ದು ಸುನೀತಾಗೆ ಅನುಮಾನ ಬರದಂತೆ, ಆಕೆಗೆ ಎಚ್ಚರವಾಗದಂತೆ ಹಾಸಿಗೆಯಿಂದ ಇಳಿದು ಮಾರ್ಜಾಲ ಹೆಜ್ಜೆ ಹಾಕುತ್ತಾ ರೂಮಿನಿಂದ ಆಚೆ ಬಂದ.

ಮೊದಲಿಗೆ ಕಾಮನ್ ಬಾತ್ರೂಮಿಗೆ ಹೋಗಿ ಬಾಗಿಲು ತೆರೆದು ಲೈಟ್ ಹಾಕಿ ನೋಡಿದ. ಬಾತ್ರೂಮನ್ನು ಉಪಯೋಗಿಸಿದ ಯಾವ ಲಕ್ಷಣಗಳೂ ಕಾಣಲಿಲ್ಲ. ಅಂದರೆ ಸುನೀತಾ ಇಲ್ಲಿಗೆ ಬಂದಿಲ್ಲ. ಆಗಲೇ ತಾನು ನೋಡಿದಾಗ ಹೊರಗಿನ ಬಾಗಿಲು ಹಾಕಿತ್ತು ಅದರ ಕೀಲಿ ಕೈ ಕೂಡ ಸ್ವಸ್ಥಾನದಲ್ಲಿತ್ತು. ಅಂದರೆ ಸುನೀತಾ ಆಚೆ ಹೋಗಿಲ್ಲ ಬಾತ್ರೂಮನ್ನು ಉಪಯೋಗಿಸಿಲ್ಲ. ಇನ್ನು ಉಳಿದಿರುವ ಜಾಗಗಳು ಡೈನಿಂಗ್ ಹಾಲ್ ಕಿಚನ್ ಮತ್ತು ಇನ್ನೂ ಎರಡು ಬೆಡ್ರೂಮ್ಗಳು. ಆಕೆ ಕಿಚನ್ನಿಗೆ ಏನಾದರೂ ಹೋಗಿರುವ ಸಾಧ್ಯತೆ ಇದೆಯೇ? ಹಸಿವಾಗಿ ಏನನ್ನಾದರೂ ತಿನ್ನಲು

ಅಡಿಗೆ ಮನೆಗೆ ಹೋಗಿರಬಹುದು? ವಿವೇಕ್ ಬಾತ್ರೂಮಿನ ಲೈಟ್ ಆರಿಸಿ ಅಡುಗೆ ಮನೆಯನ್ನು ಪ್ರವೇಶಿಸಿ ದೀಪ ಬೆಳಗಿಸಿ ಕೂಲಂಕುಶವಾಗಿ ಅಡುಗೆ ಮನೆ ಪರೀಕ್ಷಿಸಿದ. ಅಲ್ಲಿಯೂ ಯಾವುದೇ ವಸ್ತು ಸ್ಥಳಾಂತರ ವಾದ ಅಥವಾ ಅಲ್ಲಿಯ ಆಹಾರ ಪದಾರ್ಥವನ್ನು ತೆಗೆದು ಉಪಯೋಗಿಸಿದ ಯಾವ ಕುರುಹು ಇರಲಿಲ್ಲ. ಕಿಚ್ಚನ್ನಿನ ಹೊರಗೆ ಇದ್ದ ಡೈನಿಂಗ್ ಹಾಲಿನಲ್ಲಿ ಫ್ರಿಡ್ಜ್ ತೆಗೆದು ನೋಡಿದ. ಅಲ್ಲಿಯೂ ಯಾವುದೇ ವಸ್ತು ಸ್ಥಳಾಂತರವಾಗಿರಲಿಲ್ಲ.

ಕ್ಷಣದಿಂದ ಕ್ಷಣಕ್ಕೆ ಸುನೀತಾಳ ಒಂದು ಗಂಟೆಯ ರಹಸ್ಯ ಇನ್ನಷ್ಟು ಸಂಕೀರ್ಣವಾಗಿಸುತ್ತಿತ್ತು.

ಮನೆಯ ಉಳಿದ ಭಾಗಗಳೆಂದರೆ ಇನ್ನೂ ಎರಡು ಬೆಡ್ರೂಮಗಳು ಮತ್ತು ಒಂದು ಡ್ರಾಯಿಂಗ್ ರೂಮ್.

ಎಚ್ಚರಿಕೆಯಿಂದ ಯಾವುದೇ ರೀತಿಯ ಶಬ್ದವು ಆಗದಂತೆ ಎರಡೂ ಬೆಡ್ರೂಮ್ಗಳನ್ನು ಪರೀಕ್ಷಿಸಿದ. ಎರಡು ಬೆಡ್ ರೂಮ್ಗಳ ಹಾಸಿಗೆಯ ಮೇಲಿದ್ದ ಬೆಡ್ ಶೀಟ್ ಒಂದಿಷ್ಟು ನಲುಗಿರಲಿಲ್ಲ. ಅಂದರೆ ಸುನೀತಾ ಇಲ್ಲಿ ಬಂದು ಮಲಗಿರಲಿಲ್ಲ. ಇನ್ನು ಉಳಿದಿದ್ದು ಡ್ರಾಯಿಂಗ್ ರೂಮ್.

ವಿವೇಕ್ ಡ್ರಾಯಿಂಗ್ ರೂಮನ್ನು ಪ್ರವೇಶಿಸಿ ಅಲ್ಲಿನ ಒಂದೊಂದು ಇಂಚು ಜಾಗವನ್ನು ವಸ್ತುಗಳನ್ನು ಪರೀಕ್ಷಿಸಿದ. ಇಲ್ಲ, ಸುನೀತಾ ಅಲ್ಲಿಗೆ ಬಂದು ಒಂದು ತಾಸು ಕಳೆದಿರುವ ಬಗೆಗೆ ಯಾವುದೇ ಕುರುಹು ಕಾಣಲಿಲ್ಲ.

ಆಕೆಯ ನಡೆ ಇಷ್ಟೊಂದು ನಿಗೂಢವಾಗಿದೆಯಲ್ಲ? ಇದನ್ನು ಏನೆಂದು ತಿಳಿಯಬೇಕು?

ಮದುವೆಯಾದ ಎರಡು ವರ್ಷಗಳಿಂದಲೂ ಒಂದೇ ಒಂದು ಸಣ್ಣ ಅನುಮಾನವೂ ಬರದ ರೀತಿಯಲ್ಲಿ ಆಕೆ ಶುದ್ಧ ಚಾರಿತ್ರಳಾಗಿದ್ದಳು. ಈಗ ಇದ್ದಕ್ಕಿದ್ದಂತೆ ಆಕೆಯ ಬಗೆಗೆ ಸಾವಿರಾರು ಅನುಮಾನಗಳ ಹುತ್ತ ಹುಟ್ಟಿಕೊಂಡಿದೆ!

ಡ್ರಾಯಿಂಗ್ ರೂಮಿನ ಸೋಫಾದಲ್ಲಿ ಹತಾಶನಾಗಿ ಕೂತ ವಿವೇಕನಿಗೆ ತಲೆ ಸಿಡಿಯುತ್ತಿರುವ ಅನುಭವ.. ಇದು ತನ್ನಲ್ಲಿ ಹುಟ್ಟಿರುವ ಪ್ರಶ್ನೆಗಳು, ಅನುಮಾನಗಳ ಪರಿಣಾಮ. ಆಕೆ ಒಂದು ಗಂಟೆ ಹಾಸಿಗೆಯಿಂದ ದೂರವಾಗಿದ್ದಕ್ಕೆ ತಾನೇಕೆ ಇಷ್ಟೊಂದು ಹೈರಾಣಾಗಬೇಕು. ತಮ್ಮಿಬ್ಬರ ನಡುವೆ ಗಾಢ ಪ್ರೀತಿ ಇರಬೇಕಾದರೆ ಆಕೆಯಿಂದ ಯಾವುದೇ ಲೋಪವಾಗುವ ಸಾಧ್ಯತೆ ಇಲ್ಲ. ಅಂತದೇನಾದರೂ ರಹಸ್ಯ ಇದ್ದರೆ ಕೆಲವು ಕಾಲ ತಾನು ಸಂಯಮದಿಂದ ಇದ್ದರೆ ಬಹುಶಃ ಆಕೆಯೇ ಹೇಳಿಬಿಡುತ್ತಾಳೆ. ಈಗ ತಾನು ಎಲ್ಲ ಯೋಚನೆಯನ್ನು ಮರೆತು ಮನಸ್ಸನ್ನು ತಿಳಿಗೊಳಿಸಿಕೊಳ್ಳಬೇಕಾಗಿದೆ.

ವಿವೇಕ ಸೋಫಾದ ಮೇಲೆ ಧ್ಯಾನ ಮುದ್ರೆಯಲ್ಲಿ ಕುಳಿತು ಮನಸ್ಸನ್ನು ಶಾಂತಗೊಳಿಸಿ ಉಸಿರಾಟವನ್ನೇ ಗಮನಿಸುತ್ತಾ ಕೂತ.

ಆದರೆ ಮನಸ್ಸು ನಿಯಂತ್ರಣಕ್ಕೆ ಬರಬೇಕಲ್ಲ?

***

ಸುನೀತಾಗೆ ಸ್ಪಷ್ಟವಾದ ಅರಿವಿತ್ತು. ವಿವೇಕ್ಗೆ ಇವೆಲ್ಲ ತಿಳಿದಿರುತ್ತದೆ. ಪ್ರತಿದಿನ ಬೆಳಗಿನ ನಾಲ್ಕು ಗಂಟೆಯಿಂದ ಐದು ಗಂಟೆಯವರೆಗೆ ತಾನು ಹಾಸಿಗೆಯಲ್ಲಿ ಇಲ್ಲದಿರುವುದನ್ನು ಗಮನಿಸಿರುತ್ತಾನೆ. ಆದರೆ ನಮ್ಮಿಬ್ಬರ ನಡುವಿನ ಅಗಾಧ ಪ್ರೀತಿಯ ಪರಿಣಾಮವಾಗಿ ಆತ ತನ್ನನ್ನು ಪ್ರಶ್ನಿಸುವುದಿಲ್ಲ. ಅಷ್ಟೇ ಅಲ್ಲ ಕೆಲವು ಕಾಲ ತನ್ನನ್ನು ಹಿಂಬಾಲಿಸುವುದು ಇಲ್ಲ. ನಾನು ಎಲ್ಲಿಗೆ ಹೋಗುವೆ? ಏನು ಮಾಡುವೆ? ಎಂಬೆಲ್ಲಾ ಪ್ರಶ್ನೆಗಳು ಅವನನ್ನು ಕಾಡುತ್ತವೆ! ಆದರೆ ನನಗೆ ಬೇರೆ ದಾರಿ ಇಲ್ಲ.ಅವನ ಹಿತಕ್ಕಾಗಿಯೇ ತಾನು ಮಾಡುತ್ತಿರುವುದು. ಸತ್ಯ ಸಂಗತಿ ತಿಳಿದರೆ ಆತ ಕುಸಿದು ಹೋಗುತ್ತಾನೆ. ಹುಚ್ಚನಾಗಿಬಿಡುತ್ತಾನೆ, ಹಾಗಾಗುವುದು ಬೇಡ ಹಾಗೆ ಎಂದಿಗೂ ಆಗಬಾರದು. ಅವನನ್ನು ನಾನು ಜೀವಕ್ಕಿಂತಲೂ ಹೆಚ್ಚಾಗಿ ಪ್ರೀತಿಸುತ್ತೇನೆ. ಅವನಿಗೆ ಒಂದಿಷ್ಟು ನೋವಾದರೂ ನಾನು ಸಹಿಸಲಾರೆ.. ಆದರೆ ತಾನು ಈಗ ಮಾಡುತ್ತಿರುವುದು ಕೂಡ ಅವನಿಗೆ ನೋವು ಕೊಡುತ್ತದೆ. ಆದರೆ ಇದೆಲ್ಲ ತಾತ್ಕಾಲಿಕ ಎಂದುಕೊಂಡಿದ್ದೇನೆ.

ಪ್ರಕೃತಿಯಲ್ಲಿ ಗುಡುಗು ಸಿಡಿಲು ಮಳೆ ಎಲ್ಲವೂ ಸಾಮಾನ್ಯ. ಸಿಡಿಲು ಬಡಿದು ಜನ ಸತ್ತಿದ್ದು ಅಪರೂಪ. ಅ ರಣ ಮಳೆಗೆ ಸಿಕ್ಕಿ ಜನ ತತ್ತರಿಸಬಹುದು. ಆದರೆ ಎಲ್ಲವೂ ಮುಗಿದ ನಂತರ ವಾತಾವರಣ ತಂಪಾಗಿ ಸ್ತಬ್ಧವಾಗುತ್ತದೆ.

ನಮ್ಮಿಬ್ಬರ ದಾಂಪತ್ಯ ಕೂಡ ಹೀಗೆ ಆಗುವುದು ಅದರಲ್ಲಿ ಸಂಶಯವೇ ಇಲ್ಲ. ಇದೆಲ್ಲ ತಾತ್ಕಾಲಿಕ ಕೆಲವು ತಿಂಗಳು ಅಥವಾ ಇನ್ನೂ ದೀರ್ಘ ಆದರೂ ಆಗಬಹುದು ಆದರೆ ಆನಂತರದ ಜೀವನ ಸುಖಮಯ ಮುಂದೆ ಯಾವ ಅಡ್ಡಿ ಆತಂಕಗಳು ಇರುವುದಿಲ್ಲ.

ಯೋಚನೆಯೊಂದಿಗೆ ಸುನೀತಾ ನಿಟ್ಟುಸಿಟ್ಟಳ!

***

ನಿದ್ರೆ ದೂರವಾಗಿತ್ತು. ಧ್ಯಾನದಲ್ಲಿ ಮನಸ್ಸು ನಿಲ್ಲಲಿಲ್ಲ!

ಮತ್ತೆ ಯೋಚನೆ! ಸುನೀತಾ ಹೀಗೇಕೆ ಮಾಡುತ್ತಿದ್ದಾಳೆ? ಇದುವರೆಗೂ ತನ್ನ ಬದುಕಿನಲ್ಲಿ ಏನನ್ನೂ ಮುಚ್ಚಿಡದಿದ್ದ ಸುನೀತಾ ಈ ವಿಚಿತ್ರ ಅಭ್ಯಾಸವನ್ನು ಏನೆಂದು ತಿಳಿಯಬೇಕು? ಆಕೆಗೆ ನಿದ್ರೆಯಲ್ಲಿ ಎದ್ದು ನಡೆಯುವ ಅಭ್ಯಾಸವಿದೆಯೆ? ಅದನ್ನು ಸೈಕೋಲಾಜಿಯಲ್ಲಿ ಸೋಮ್ನಾಂಬುಲಿಸಮ್ ಎನ್ನುತ್ತಾರೆ! ಆದರೆ ಹಿಂದೆ ಸರಿಯಾಗಿದ್ದಳಲ್ಲ ಸುನೀತಾ? ಈಗೇಕೆ ಹೀಗೆ? ಮದುವೆಯಾಗಿ ಈ ಒಂದು

ತಿಂಗಳಿನವರೆಗೆ ಕಾಣಿಸದಿದ್ದ ಸ್ಲೀಪ್ ವಾಕಿಂಗ್ ಈಗೇಕೆ ಬಂದಿದೆ? ಆದರೆ ಆಕೆ ಬಾಗಿಲು ತೆರೆದು ಹೊರಗೆ ಹೋಗಿಲ್ಲ! ಮತ್ತೆಲ್ಲಿಗೆ ನಡೆದು ಹೋಗಿದ್ದಾಳೆ?

ಮತ್ತೆ ಹಾಸಿಗೆಗೆ ಮರಳಲು ಮನಸ್ಸಾಗಲಿಲ್ಲ! ಇನ್ನೊಂದು ಗಂಟೆಯಲ್ಲಿ ಎಂದಿನ ದಿನಚರಿ ಪ್ರಾರಂಭವಾಗಿಬಿಡುತ್ತದೆ. ಸುನೀತಾ ಏಳುತ್ತಾಳೆ. ದೈನಂದಿನ ಕೆಲಸದಲ್ಲಿ ತೊಡಗುತ್ತಾಳೆ.

ಅವಳು ಹೋದ ನಂತರ ತಾನು ಸಾಮಾನ್ಯವಾಗಿ ಅರ್ಧ ಗಂಟೆ ತಡವಾಗಿ ಹೋಗುತ್ತೇನೆ. ಇಬ್ಬರೂ ವಿರುದ್ಧ ದಿಕ್ಕಿನಲ್ಲಿ ಹೋಗುತ್ತೇವೆ. ಸುನೀತಾ ಸರ್ಕಾರಿ ಆಸ್ಪತ್ರೆ ಬದಲಿಸಿ ಒಂದು ಸಂಶೋಧನಾ ಕೇಂದ್ರ ಸೇರಿದ್ದಾಳೆ. ಅಲ್ಲೇನೋ ಮಹತ್ತರವಾದ ಜೈವಿಕ ವಿಜ್ಞಾನಕ್ಕೆ ಸಂಬಂಧಿಸಿದ ಸಂಶೋಧನೆ ನಡೆಯುತ್ತಿದೆಯಂತೆ! ಆಕೆ ಹೇಳಿದ್ದಷ್ಟೇ ತನಗೆ ತಿಳಿದಿದೆ. ಮತ್ತೇನೂ ಕೆದಕಿ ಕೇಳಿಲ್ಲ. ಕೇಳುವ ಅವಶ್ಯಕತೆಯೂ ಕಂಡಿಲ್ಲ! ತಮ್ಮಿಬ್ಬರ ನಡುವಿನ ಅವಿನಾಭಾವ ಸಂಬಂಧದಲ್ಲಿ ಅನುಮಾನಕ್ಕೆ ತುಣುಕು ಜಾಗವೂ ಇರಲಿಲ್ಲ..ಇಲ್ಲಿಯವರೆಗೆ! ಆದರೆ ಈಗ? ವಿವೇಕ್ ನಿಟ್ಟುಸಿರಿಟ್ಟ!

ಧೀರ್ಘವಾಗಿ ಮೈಮುರಿದ. ಅವನ ಕೈ ತಗುಲಿ, ಪಕ್ಕದ ಟೀಪಾಯ್ ಮೇಲಿದ್ದ ಹೂದಾನಿಯೊಂದು ಕೆಳಗೆ ಬಿದ್ದಿತು! ಆ ನಿಶ್ಯಬ್ದ ವಾತಾವರಣದಲ್ಲಿ ಅದು ಅಗಾಧ ಶಬ್ದ ಮಾಡಿದಂತೆ ಭಾಸವಾಯಿತು!

"ಏನು ಬಿದ್ದದ್ದು..?"

ಬೆನ್ನ ಹಿಂದಿಂದ ಬಂದ ಮಾತಿಗೆ ವಿವೇಕ್ ಬೆಚ್ಚಿಬಿದ್ದ!

ಸುನೀತಾ ಬಂದು ನಿಂತಿದ್ದಳು!

4

ಅಧ್ಯಾಯ

"ಏನು ಬಿದ್ದದ್ದು..?"

ಬೆನ್ನ ಹಿಂದಿಂದ ಬಂದ ಮಾತಿಗೆ ವಿವೇಕ್ ಮೆಟ್ಟಿಬಿದ್ದ!

ಸುನೀತಾ ಬಂದು ನಿಂತಿದ್ದಳು!

"ಇದೇ..ಈ ಹೂದಾನಿ ಬಿದ್ದದ್ದು!"

ಅಳುಕುತ್ತಲೇ ವಿವೇಕ್ ಕೆಳಗೆ ಬಿದ್ದಿದ್ದ ಹೂದಾನಿ ಕಡೆಗೆ ಕೈತೋರಿದ. ವಿವೇಕ್ ಆಗಾಗ್ಗೆ ತನ್ನ ಅನ್ಯಮನಸ್ಕತೆಯಿಂದ ನಡೆಯುವಾಗ ದಾರಿಯಲ್ಲಿ ಅಡ್ಡವಿದ್ದ ವಸ್ತುಗಳನ್ನು ಬೀಳಿಸುವುದು ಸಾಮಾನ್ಯವಾಗಿತ್ತು. ಅವನ ಆ ಅಸಡ್ಡೆಯನ್ನು ಸುನೀತಾ ಸಹಿಸದೆ ಅನೇಕೆ ಸಲ ಗದರುತ್ತಿದ್ದಳು.

"ಆಕಳಿಸಿ, ಸ್ಟ್ರೆಚ್ ಮಾಡಿದಾಗ ಕೈತಗುಲಿ ಬಿತ್ತು"

ತಪ್ಪಿತಸ್ಥನಂತೆ ದನಿ ತಗ್ಗಿಸಿ ಹೇಳಿದ ವಿವೇಕ್!

"ಹೂದಾನಿ?"

ಸುನೀತಾ ಮಾಮೂಲಿನಂತೆ ಬೈಯದೆ, ಆ ಮಾತು ಅರ್ಥವಾಗದಂತೆ ಕೇಳಿದಳು!!

"ಹಾ..ಹೂದಾನಿ..ಮುಂದಿನ ಸಲ ಕೇರ್‌ಫುಲ್ಲಾಗಿರ್ತೀನಿ..ಸಾರಿ..ಡಿಯರ್"

ತಪ್ಪೊಪ್ಪಿಕೊಂಡ ವಿವೇಕ್.

"ದಟ್ ಈಸ್ ಓಕೆ"

ಎಂದು ಸುನೀತಾ ಹಿಂದಿರುಗಿದಳು!

ವಿವೇಕನಿಗೆ ಇನ್ನಿಲ್ಲದ ಅಚ್ಚರಿ! ಹೂದಾನಿ ಬಿದ್ದು ಒಡೆದರೂ ಬೈಯದೆ 'ದಟ್ ಈಸ್ ಓ.ಕೆ' ಎಂದುಬಿಟ್ಟಳಲ್ಲ?! ಏನಾಗಿದೆ ಸುನೀತಾಗೆ?! ಮೊದಲಿನಂತೆ

ಸುನೀತಾ ಇಲ್ಲ ಅನ್ನುವುದು ಸ್ಪಷ್ಟವಾಗಿತ್ತು!! ಇದೆಲ್ಲಕ್ಕೂ ಕಾರಣ ಆಕೆ ಬೆಳಗಿನ ಜಾವ ಒಂದು ಗಂಟೆ ಎದ್ದು ಎಲ್ಲಿಗೋ ಹೋಗುತ್ತಿರುವುದು ಕಾರಣವೇ? ಏನಿರಬಹುದು? ಅವಳ ಚರ್ಯೆ? ಆ ಒಂದು ಗಂಟೆಯ ಗೈರು ವಿವೇಕನ ಕಲ್ಪನೆಗೆ ಸವಾಲಾಗಿತ್ತು! ಸ್ನಾನ ಮುಗಿಸಿ ಹೊರಡಲು ಸಿದ್ದನಾಗಿ ಡೈನಿಂಗ್ ಹಾಲಿಗೆ ಬಂದಾಗ ಸುನೀತಾ ಆಗಲೇ ಸಿದ್ಧಳಾಗಿ ಕಾಯುತ್ತಿದ್ದಳು.

ಡೈನಿಂಗ್ ಟೇಬಲ್ ಮೇಲೆ ಟೋಸ್ಟ್ ಮಾಡಿದ ಬ್ರೆಡ್ಡು, ಆರೆಂಜ್ ಜ್ಯೂಸ್, ಬಟರ್, ಓಟ್ ಮೀಲ್ ಮತ್ತು ಕಾಫಿ ಸಿದ್ಧವಾಗಿದ್ದವು. ಮೊದಲಿನಿಂದಲೂ ಸುನೀತಾ ಕೆಲಸದಲ್ಲಿ ಬಹಳ ಅಚ್ಚುಕಟ್ಟು. ಊಟ, ತಿಂಡಿಯ ವಿಷಯದಲ್ಲಿ ವಿವೇಕ ಕೇಳುವ ಮುಂಚೆಯೇ ಎಲ್ಲವೂ ಸಿದ್ಧವಾಗಿರುತ್ತಿತ್ತು. ಇಂದೂ ಸಹ ಡೈನಿಂಗ್ ಟೇಬಲ್ ಮೇಲೆ ಉಪಹಾರಕ್ಕೆ ಎಲ್ಲವೂ ಸಿದ್ಧವಾಗಿತ್ತು. ಬೆಳಗಿನ ಜಾವದಲ್ಲಿ ಒಡೆದ ಹೂದಾನಿಯ ಘಟನೆಯ ನೆನಪೇ ಆಕೆಗಿರಲಿಲ್ಲ ಎನ್ನುವಂತೆ! ಸಾಮಾನ್ಯವಾಗಿ ಹೂದಾನಿ ಬಿದ್ದು ಒಡೆದ ವಿಷಯವನ್ನು ಸುನೀತಾ ಸುಲಭದಲ್ಲಿ ಮರೆಯುತ್ತಿರಲಿಲ್ಲ! ಇಂದು ಆ ವಿಷಯ ಆಕೆಗೆ ನೆನಪೇ ಇರಲಿಲ್ಲ! ವಿವೇಕನಿಗೆ ಅದು ಕೂಡ ಅಚ್ಚರಿ!!

ವಿವೇಕ್ ಡೈನಿಂಗ್ ಚೇರ್ ಮೇಲೆ ಕುಳಿತು ಓಟ್ಸ್ ಬೌಲನ್ನು ತನ್ನಡೆಗೆ ಎಳೆದುಕೊಂಡು ತನ್ನನ್ನೇ ನೋಡುತ್ತಿದ್ದ ಸುನೀತಾಳನ್ನು ಕೇಳಿದ.

"ನಿನ್ನ ಬ್ರೇಕ್ ಫಾಸ್ಟ್?"

"ಪ್ಯಾಕ್ ಮಾಡಿಕೊಂಡಿದ್ದೇನೆ, ಲ್ಯಾಬಿನಲ್ಲಿ ತಿನ್ನುತ್ತೇನೆ"

ಮಾಮೂಲಾಗಿ ಹೇಳುವಂತೆ ಸುನೀತಾ ಇಂದೂ ಕೂಡ ಹೇಳಿದಳು.

"ಹೀಗೇಕೆ ಮಾಡುತ್ತೀಯಾ ಇಬ್ಬರು ಜೊತೆಯಾಗಿ ತಿಂದರೆ ಚೆನ್ನಾಗಿರುತ್ತೆ ಅಲ್ಲವೇ?" ವಿವೇಕ್ ಕೇಳಿದ.

"ನೋ ಡಾರ್ಲಿಂಗ್, ನನಗೆ ಲ್ಯಾಬಲ್ಲಿ ಅರ್ಜೆಂಟ್ ಕೆಲಸ ಇದೆ, ನಾನಿನ್ನು ಹೊರಡುತ್ತೇನೆ. ನಿನ್ನ ಮಧ್ಯಾಹ್ನದ ಊಟ?"

"ನನ್ನ ಫ್ಯಾಕ್ಟರಿ ಕ್ಯಾಂಟೀನ್...ಇದೇನು ಹೊಸದಾಗಿ ಕೇಳ್ತಾ ಇದ್ದೀಯಾ ಇದು ಮಾಮೂಲು ಅಲ್ಲವೇ?"

"ಓ.ಕೆ ಬಾಯ್ ವಿವೇಕ್, ವಿ ವಿಲ್ ಮೀಟ್ ಇನ್ ದಿ ಈವಿನಿಂಗ್"

ಸುನೀತಾ ತನ್ನ ಬ್ಯಾಕ್ ಪ್ಯಾಕ್, ಲಂಚ್ ಬಾಕ್ಸನ್ನು ಕೈಯಲ್ಲಿ ಹಿಡಿದು ಹೊರಟಳು.

"ಒಂದು ನಿಮಿಷ ಸುನಿ, ನೀನೇನು ಮರೆತಿಲ್ಲವೇ?"

ವಿವೇಕ್ ತುಂಟ ನಗೆ ಬೀರುತ್ತಾ ಕೇಳಿದ.

"ಓ.ಕೆ, ಓ.ಕೆ ಸಾರಿ ಮರೆತಿದ್ದೆ"

ಸುನೀತಾ ವಿವೇಕನ ಹತ್ತಿರ ಬಂದು ಅವನ ಕೆನ್ನೆಗೆ ಮುತ್ತಿಟ್ಟಳು. ಮಧುರ ಭಾವನೆ ಅಲ್ಲಿರಲಿಲ್ಲ! ಅಧರಗಳ ಬಿಸುಪು ಇರಲಿಲ್ಲ! ಅದೊಂದು ಶುಷ್ಕ, ಯಾಂತ್ರಿಕ ಕ್ರಿಯೆಯಂತೆ ತೋರಿತು. ಅದನ್ನು ಉಪೇಕ್ಷಿಸಿ ವಿವೇಕ್ ಅವಳನ್ನು ಮೃದುವಾಗಿ ತನ್ನೆಡೆಗೆ ಎಳೆದುಕೊಂಡ!

"ಇಲ್ಲ, ಇದಕ್ಕೆಲ್ಲ ಈಗ ಸಮಯ ಇಲ್ಲ"

ಎನ್ನುತ್ತಾ ಸುನೀತಾ ಕೊಸರಿಕೊಂಡು ದೂರ ಸರಿದಳು.

"ಸಂಜೆ ಏನಾದರೂ ತರಬೇಕಿತ್ತೆ?"

ವಿವೇಕ್ ಕೇಳಿದ.

"ಏನು ಬೇಕು ಏನು ಬೇಡ ಅನ್ನೋದು ನಿನಗೇ ಗೊತ್ತು. ಏನು ತರಬೇಕು ಅದನ್ನು ತೆಗೆದುಕೊಂಡು ಬಾ.."

ಎಂದು ಹೇಳಿ ನಿರ್ಲಿಪ್ತಳಾಗಿ ಆಚೆ ನಡೆದಳು.

ಸಾಮಾನ್ಯವಾಗಿ ವಿವೇಕ ಹಾಗೆ ಕೇಳಿದಾಗ 'ನೀನೇನು ತರುವುದು ಬೇಡ ಕಿಚ್ಚನಿಗೆ ಬೇಕಾದ ತರಕಾರಿಗಳನ್ನು ಹಣ್ಣುಗಳನ್ನು ನಾನು ಮ್ಯಾನೇಜ್ ಮಾಡಿಕೊಳ್ಳುತ್ತೇನೆ. ಗಂಡಸರಿಗೆ ಇಂತಾ ವಿಷಯಗಳಲ್ಲಿ ನಾಲೆಡ್ಜ್ ಕಮ್ಮಿ ಎಂದು ರೇಗಿಸುತ್ತಿದ್ದ ಸುನೀತಾ ಇಂದು ಬೇರೆ ರೀತಿಯಲ್ಲಿ ಮಾತಾಡಿದ್ದು ವಿವೇಕನನ್ನು ಯೋಚಿಸುವಂತೆ ಮಾಡಿತು.

ಸುನೀತಾ ಮೊದಲಿನಂತೆ ಇಲ್ಲ ಎನ್ನುವುದು ಸ್ಪಷ್ಟವಾಗಿತ್ತು! ಒಂದು ವರ್ಷಕ್ಕೇ ದಾಂಪತ್ಯ ರಸಹೀನವಾಯಿತೆ? ವಿವೇಕ ಚಿಂತಿಸಿದ. ಈ ಬದಲಾವಣೆಗೆ ಕಾರಣ? ಆ ಒಂದು ಗಂಟೆಯೇ..?

ಮದುವೆಯಾಗುತ್ತಲೇ ಸುನೀತಾ ಅಡುಗೆ ಕೆಲಸದವಳನ್ನು ಬಿಡಿಸಿಬಿಟ್ಟಿದ್ದಳು. ಎರಡು ವರ್ಷಗಳಿಂದಲೂ ಅಡಿಗೆ ಮಾಡುತ್ತಾ, ಮನೆಯ ಬೇಕು ಬೇಡಗಳನ್ನು ನೋಡಿಕ್ಕೊಳ್ಳುತ್ತಿದ್ದವಳನ್ನು ಬಿಡಿಸಿದ್ದಳು. ಆಕೆಯ ಅವಶ್ಯಕತೆ ಇಲ್ಲ. ಎಲ್ಲವನ್ನೂ ತಾನೇ ನಿಭಾಯಿಸುತ್ತೇನೆ ಎಂದಿದ್ದಳು. ಹಾಗೇಯೇ ಎಲ್ಲವನ್ನೂ ಅಚ್ಚುಕಟ್ಟಾಗಿ ನಿರ್ವಹಿಸುತ್ತಿದ್ದಳು. ಇಂದು ಮಾತ್ರ ನಿನಗೇ ಎಲ್ಲ ಗೊತ್ತು, ನೀನೇ ಮ್ಯಾನೇಜ್ ಮಾಡು ಎಂದಿದ್ದಳಲ್ಲ!! ಇದೆಂತಾ ಬದಲಾವಣೆ! ತಮ್ಮಿಬ್ಬರ ನಡುವಿನ ಸಂಬಂಧ ಹೀಗೆ ನೀರಸವಾಗುತ್ತದೆ ಎಂದು ವಿವೇಕ್ ಎಂದಿಗೂ ಕಲ್ಪನೆ ಮಾಡಿಕೊಂಡಿರಲಿಲ್ಲ!

ಸುನೀತಾಳ ಈ ವರ್ತನೆಗೆ ಆ ಒಂದು ಗಂಟೆ ಕಾರಣವಾದರೆ ಆ ಒಂದು ಗಂಟೆಯಲ್ಲಿ ಆಕೆ ಎಲ್ಲಿಗೆ ಹೋಗುತ್ತಾಳೆ? ಏನು ಮಾಡುತ್ತಾಳೆ ಎಂದು ತಿಳಿಯುವುದು ಅವಶ್ಯಕ. ಇದನ್ನು ಇಲ್ಲಿಗೇ ಬಿಡಬಾರದು!

ಫ್ಯಾಕ್ಟ್ರಿಗೆ ಹೋಗಲು ಮನಸ್ಸಾಗಲಿಲ್ಲ!

ಕಾರು ಪೋರ್ಟಿಕೋದಿಂದ ಆಚೆ ಹೋದ ಶಬ್ದ ಕೇಳಿಸಿತು. ಅಂದರೆ ಸುನೀತಾ ಲ್ಯಾಬಿಗೆ ಹೋದಳು!

ಇದ್ದಕ್ಕಿದ್ದಂತೆ ವಿವೇಕನಿಗೊಂದು ಉಪಾಯ ಹೊಳೆಯಿತು. ಮನೆಯ ಒಳಗೆ ಮತ್ತು ಹೊರಗೆ ಅಳವಡಿಸಿದ್ದ ಸಿಸಿ ಟಿವಿಯ ಫೂಟೇಜನ್ನು ನೋಡಿದರೆ ಸುನೀತಾಳ ಆ ಒಂದು ಗಂಟೆಯ ರಹಸ್ಯ ಬಯಲಾಗುವುದು ಎನ್ನಿಸಿತು.

ಯೋಚನೆ ಬರುತ್ತಲೇ ವಿವೇಕ ಫ್ಯಾಕ್ಟ್ರಿಗೆ ಫೋನ್ ಮಾಡಿ ಸ್ವಲ್ಪ ತಡವಾಗಿ ಬರುತ್ತೇನೆಂದು ಹೇಳಿ ನಂತರ ಸಿಸಿ ಟಿವಿಯ ರೆಕಾರ್ಡರ್ ಬಳಿಗೆ ಬಂದು ಹಿಂದಿನ ದಿನ ರಾತ್ರಿಯ ರೆಕಾರ್ಡೆಡ ವಿಡಿಯೋವನ್ನು ನೋಡತೊಡಗಿದ. ಇಡೀ ರಾತ್ರಿಯ ಫೂಟೇಜ್ ನೋಡದೆ, ಬೆಳಗಿನ ನಾಲ್ಕು ಗಂಟೆಯವರೆಗೆ ಮುಂದೂಡಿ ವೀಕ್ಷಿಸಿದ. ಮನೆಯ ಹೊರಗಿನದನ್ನು ಕವರ್ ಮಾಡಲು ಮೂರು ಕ್ಯಾಮರಾಗಳು ಮೂಡಿಸಿದ್ದ ಚಿತ್ರಗಳನ್ನು ನೋಡಿದ. ಯಾವುದೇ ಅನುಮಾನಾಸ್ಪದವಾದ ಚಿತ್ರ ಕಾಣಲಿಲ್ಲ! ಇನ್ನೊಂದು ಕ್ಯಾಮರಾ ಮನೆಯ ಹಿಂದಿನದನ್ನು ತೋರಿಸುತ್ತಿತ್ತು. ಅಲ್ಲಿ ಒಂದು ಬೆಕ್ಕಿನ ಚಲನವಲನವನ್ನು ತೋರಿಸಿತೇ ಹೊರತು ಇನ್ಯಾವುದೇ ವಿಚಿತ್ರವೂ ಗೋಚರಿಸಲಿಲ್ಲ! ಅಂದರೆ ಸುನೀತಾ ಬೆಳಗಿನ ಜಾವ ನಾಲ್ಕು ಗಂಟೆಗೆ ಮನೆಯಿಂದ ಆಚೆ ಹೋಗಿಯೇ ಇಲ್ಲ! ಹೋಗಿದ್ದರೆ ಅದು ಸಿಸಿ ಟಿವಿಯಲ್ಲಿ ರೆಕಾರ್ಡ್ ಆಗಿರಲೇಬೇಕಿತ್ತು! ಇದು ಹಿಂದಿನ ರಾತ್ರಿಯ ಫೂಟೇಜು. ಅದಕ್ಕೂ ಹಿಂದಿನ ದಿನಗಳದ್ದು ನೋಡಿದರೆ ಹೇಗೆ ಎನಿಸಿತು! ಆದರೆ ಈಗಾಗಲೇ ಸಾಕಷ್ಟು ಸಮಯ ವ್ಯರ್ಥವಾಗಿತ್ತು. ಫ್ಯಾಕ್ಟ್ರಿಗೆ ತಡವಾಗಿತ್ತು! ಮತ್ತೆ ನೋಡೋಣ..ಇದು ಅಷ್ಟು ಬೇಗನೆ ತಿಳಿಯಾಗುವ ರಹಸ್ಯವಲ್ಲ ಎನಿಸಿತು!

ನಿಟ್ಟುಸಿರಿಟ್ಟು ವಿವೇಕ ಎದ್ದ.

ಮನೆಯ ಒಳಗೆ ಕೂಡ ಸಿಸಿ ಟಿವಿಯ ಕ್ಯಾಮರಾ ಹಾಕಿಸಬೇಕಿತ್ತು ಎನಿಸಿತು! ಆದರೆ ಅದು ತೀರಾ ಮುಜುಗರದ ಸಂಗತಿ! ಮನೆಯೊಳಗಿನ ವಿದ್ಯಮಾನಗಳಲ್ಲಿ ತಾವೇ ಭಾಗಿಯಾಗಿರುವುದರಿಂದ ಅಂತ ವ್ಯವಸ್ಥೆ ಬೇಡ ಎನಿಸಿತ್ತು. ಸಾಮಾನ್ಯವಾಫಿ ಯಾರೂ ಮನೆಯೊಳಗೆ ಕ್ಯಾಮೆರಾ ಹಾಕಿಸುವುದಿಲ್ಲ. ತಮ್ಮ ಜೀವನದ ಖಾಸಗೀ ಕ್ಷಣಗಳನ್ನು ಯಾರೂ ರೆಕಾರ್ಡ್ ಮಾಡಲು ಇಚ್ಛಿಸುವುದಿಲ್ಲ! ಅಕಸ್ಮಾತ್ತಾಗಿ ಬೇರೆಯರು ತಮ್ಮ ಖಾಸಗೀ ಜೀವನದ ಕ್ಷಣಗಳು ನೋಡುವಂತಾಗಿಬಿಟ್ಟರೆ?! ಅದು ಅನರ್ಥವಾಗುತ್ತದೆ! ಆದರೆ ಸುನೀತಾಳ ಒಂದು ಗಂಟೆಯ ರಹಸ್ಯ ಬಯಲಾಗಬೇಕಾದರೆ ಮನೆಯೊಳಗೆ ಸಿಸಿ ಟಿವಿ ಕ್ಯಾಮೆರಾ ಹಾಕಿಸಲೇಬೇಕಾಗುತ್ತದೆ! ವಿವೇಕ ಯೋಚಿಸುತ್ತಾ ಫ್ಯಾಕ್ಟ್ರಿಗೆ ಹೊರಡಲು ಎದ್ದು

ನಿಂತ!

ಮನೆಯ ಪ್ರವೇಶದ ಗೇಟು ಯಾರೋ ತೆರೆದ ಶಬ್ದವಾಯಿತು!!

ಯಾರಿರಬಹುದು?

ಸುನೀತಾ..? ಅವಳ ಮೇಲೆ ತನಗೆ ಅನುಮಾನ ಬಂದಿರುವಂತೆ ಆಕೆಗೂ ತನ್ನ ಬಗೆಗೆ ಅನುಮಾನ ಬಂದಿರಬಹುದೆ? ವಿವೇಕ ಸಿಸಿ ಟಿವಿಯ ಪರದೆಯನ್ನು ನೋಡಿ ಬೆಚ್ಚಿದ!

5
ಅಧ್ಯಾಯ

ಸಿಸಿ ಟಿವಿ ಸ್ಕ್ರೀನ್ ಮೇಲೆ ಒಬ್ಬ ಪೊಲೀಸ್ ಇನ್ಸ್ಪೆಕ್ಟರ್ ಜೊತೆಯಲ್ಲಿ ಇಬ್ಬರು ಕಾನ್ಸ್ಟೇಬಲ್ ಗಳು ಕಾಣಿಸಿದರು!

ಪೊಲೀಸರು ಮತ್ತು ಪೊಲೀಸರ ಯೂನಿಫಾರ್ಮ್ ಕಾಣುತ್ತಲೇ ವಿವೇಕನಿಗೆ ಒಮ್ಮೆಲೇ ಭಯವಾಯಿತು!! ತನ್ನ ಚಿಕ್ಕಂದಿನ ದಿನಗಳಲ್ಲಿ ಒಮ್ಮೆ ಯಾರದ್ದೋ ಮಾವಿನ ತೋಟದಲ್ಲಿ ಕದ್ದು ಮಾವಿನಕಾಯಿ ಕೀಳುವಾಗ ಸಿಕ್ಕ ಬಿದ್ದಿದ್ದು, ಸ್ಟೇಷನ್ನಿನಲ್ಲಿ ಬೆತ್ತದ ಏಟು ತಿಂದಿದ್ದು ನೆನಪಿತ್ತು. ಆ ನೆನಪಿನ ಪಳಿಯುಳಿಕೆ ಇನ್ನೂ ಉಳಿದಿತ್ತು! ಕೆಲ ಕ್ಷಣಗಳಲ್ಲಿ ವಿವೇಕ್ ಸಾವರಿಸಿಕೊಂಡ. ಆ ಘಟನೆ ನಡೆದು ಎಷ್ಟೋ ವರ್ಷಗಳಾಗಿವೆ, ತಾನೀಗ ಪ್ರಬುದ್ಧ, ಇಂಜಿನಿಯರ್, ಒಂದು ಕಾರ್ಖಾನೆಯ ಮಾಲೀಕ. ಚಿಕ್ಕಂದಿನ ಆ ಘಟನೆ ಬಿಟ್ಟರೆ ಯಾವುದೇ ಅಪರಾಧದಲ್ಲಿ ತನ್ನ ಪಾತ್ರವಿಲ್ಲ. ಈಗ ಪೋಲೀಸರಿಗೆ ಹೆದರಬೇಕಾದ ಅವಶ್ಯಕತೆ ಇಲ್ಲ!

ಆದರೂ ತನ್ನ ಮನೆಗೆ ಪೊಲೀಸರು ಬಂದಿದ್ದು ಅಚ್ಚರಿ! ಇಷ್ಟೂ ವರ್ಷಗಳಲ್ಲಿ ಪೋಲೀಸರ ಸಂಪರ್ಕವೇ ಇರಲಿಲ್ಲ! ಇದೀಗ ಇದ್ದಕ್ಕಿದ್ದ ಹಾಗೆ ತನ್ನ ಮನೆ ಬಾಗಿಲಿಗೆ ಪೋಲೀಸರು ಏಕೆ ಬಂದಿದ್ದಾರೆ? ಯಾವ ಕಾರಣಕ್ಕಾಗಿ ಬಂದಿರಬಹುದು? ಈವರೆಗೆ ತಾನು ಯಾವುದೇ ಕಂಪ್ಲೇಂಟ್ ನೀಡಿಲ್ಲ! ಹೀಗಿರುವಾಗ ಪೊಲೀಸರೇಕೆ ತಮ್ಮ ಮನೆಗೆ ಬಂದಿದ್ದಾರೆ? ವಿವೇಕನಿಗೆ ಯೋಚನೆಯಾಯಿತು.

ಕೆಲ ನಿಮಿಷಗಳ ನಂತರ ಕಾಲಿಂಗ್ ಬೆಲ್ ಸದ್ದಾಯಿತು. ಪೋಲೀಸರು ಮನೆ ಬಾಗಿಲಿನ ಬಳಿಗೆ ಬಂದಿದ್ದರು. ಆ ಸಮಯಕ್ಕೆ ವಿವೇಕ ಕೂಡ ಮುಂಬಾಗಿಲಿನ ಬಳಿ

ಬಂದಿದ್ದ.

"ನಮಸ್ಕಾರ, ನನ್ನ ಹೆಸರು ಭಾಸ್ಕರ್. ಸುನೀತಾ ಅವರು ಮನೆಯಲ್ಲಿ ಇದ್ದಾರಾ?"

ಬಾಗಿಲು ತೆರೆಯುತ್ತಲೇ ಇನ್ಸ್ಪೆಕ್ಟರ್ ಮಾತಾಡಿದರು.

"ನಮಸ್ಕಾರ ಇನ್ಸ್ಪೆಕ್ಟರ್, ಸುನೀತಾ ಮನೆಯಲ್ಲಿ ಇಲ್ಲ. ಯಾವ ವಿಷಯದ ಬಗ್ಗೆ ಅವರನ್ನು ಕಾಣಲು ಬಂದಿದ್ದೀರಿ ಕೇಳಬಹುದೇ?"

"ಓ ಷೂರ್... ಸುನೀತಾ ಅವರು ತಿಂಗಳ ಹಿಂದೆ ತಮ್ಮ ಕಾರನ್ನು ಯಾರೂ ಫಾಲೋ ಮಾಡುತ್ತಿದ್ದಾರೆ, ತನಿಖೆ ಮಾಡಿಸಿ ಎಂದು ದೂರು ಕೊಟ್ಟಿದ್ದರು. ಅದರ ವಿಷಯವಾಗಿ ಬಂದಿದ್ದೇವೆ"

"ನಾನು ಸುನೀತಾ ಹಸ್ಬೆಂಡ್, ವಿವೇಕ್. ಸುನೀತಾ ಈಗ ಮನೆಯಲ್ಲಿ ಇಲ್ಲ. ಕೆಲಸಕ್ಕೆ ಹೋಗಿದ್ದಾರೆ ಸಂಜೆ ಬರುತ್ತಾರೆ"

"ಅವರೆಲ್ಲಿ ಕೆಲಸ ಮಾಡುತ್ತಾರೆ ಕೇಳಬಹುದೇ?"

"ಷೂರ್ ಇನ್ಸ್ಪೆಕ್ಟರ್"

ವಿವೇಕ್ ತನ್ನ ಪತ್ನಿ ಸುನೀತಾ ಕೆಲಸ ಮಾಡುತ್ತಿದ್ದ ಸಂಶೋಧನಾ ಲ್ಯಾಬೋರೇಟರಿಯ ಹೆಸರು ಮತ್ತು ವಿಳಾಸವನ್ನು ಕೊಟ್ಟು ಹೇಳಿದ,

"ನೀವು ಮನೆಯವರೆಗೆ ಬರುವ ಅವಶ್ಯಕತೆ ಇರಲಿಲ್ಲ...ಫೋನ್ ಮಾಡಿದ್ದಾರೆ ನಾವೇ ಬರುತ್ತಿದ್ದು"

"ಕಳೆದ ಎರಡು ದಿವಸಗಳಿಂದ ನಾನು ಸುನೀತಾರಿಗೆ ಫೋನ್ ಮಾಡುತ್ತಲೇ ಇದ್ದೇವೆ, ಆದರೆ ಅವರು ಕಾಲ್ ರಿಸೀವ್ ಮಾಡುತ್ತಾ ಇಲ್ಲ..ಅವರಿಗೆ ಏನಾದರೂ ಅಪಾಯವಾಗಿರಬಹುದು ಎಂಬ ಅನುಮಾನದಿಂದ ವಿಚಾರಿಸೋಕೆ ಬಂದಿದ್ದು "

ಇನ್ಸ್ಪೆಕ್ಟರ್ ಭಾಸ್ಕರ್ ಮಾತು ವಿವೇಕನಿಗೆ ಆಶ್ಚರ್ಯವನ್ನುಂಟು ಮಾಡಿತು. ಸುನೀತಾ ಯಾವ ಫೋನ್ ಕಾಲನ್ನು ಉಪೇಕ್ಷೆ ಮಾಡುವುದಿಲ್ಲ. ಕೊನೆಗೆ ಮಾರ್ಕೆಟಿಂಗ್ ಕಾಲುಗಳನ್ನು ಕೂಡ ಸ್ವೀಕರಿಸುತ್ತಾಳೆ!! ಹಾಗಿರುವಾಗ ಭಾಸ್ಕರ್ ಮಾತಿಗೆ ವಿವೇಕ್ ಗಾಬರಿಯಾಯಿತು!

"ಬಹುಶಃ ಫೋನ್ ಎಲ್ಲೋ ಇಟ್ಟು ಮರೆತಿರಬಹುದು, ಆ ಸಮಯದಲ್ಲಿ ನೀವು ಕಾಲ್ ಮಾಡಿದ್ದರೆ ಅವಳ ಗಮನಕ್ಕೆ ಬಂದಿರುವುದಿಲ್ಲ. ನಾನು ಸಂಜೆ ಅವಳ ಬಳಿ ಮಾತನಾಡುತ್ತೇನೆ. ಸಮಯ ಸಿಕ್ಕರೆ ಅವಳನ್ನು ಕರೆದುಕೊಂಡು ನಾನೇ ಸ್ಟೇಷನ್ನಿಗೆ ಬರುತ್ತೇನೆ. ಆಕೆ ದೂರು ಕೊಟ್ಟಿರುವ ವಿಷಯ ನನಗೆ ಗೊತ್ತಿರಲಿಲ್ಲ ಸಾರಿ ಇನ್ಸ್ಪೆಕ್ಟರ್"

ವಿವೇಕ ಗೊಂದಲದಲ್ಲಿ ಸಿಕ್ಕಿದ್ದ. ಸುನೀತಾ ಮತ್ತು ತನ್ನ ನಡುವೆ ಯಾವುದೇ ಮುಚ್ಚುಮರೆ ಇಲ್ಲ ಎಂದುಕೊಂಡಿದ್ದ ವಿವೇಕನಿಗೆ ಇದೊಂದು ಶಾಕ್ ಆಗಿತ್ತು. ಪೊಲೀಸ್ ಕಂಪ್ಲೇಂಟ್ ವಿಷಯ ಸುನೀತಾ ಏಕೆ ತನ್ನಿಂದ ಮುಚ್ಚಿಟ್ಟಿದ್ದಾಳೆ!! ಯಾರೋ ತನ್ನ ಕಾರನ್ನು ಫಾಲೋ ಮಾಡುತ್ತಿರುವ ವಿಷಯ ತನಗೇಕೆ ಹೇಳಿಲ್ಲ?

"ನಾವು ಹೊರಡುತ್ತೇವೆ ಮಿಸ್ಟರ್ ವಿವೇಕ್, ಸುನೀತಾ ಅವರು ಬಂದರೆ ವಿಷಯ ಹೇಳಿ"

ಎಂದು ಹೇಳುತ್ತಾ ಇನ್ಸ್ಪೆಕ್ಟರ್ ತಮ್ಮ ಸಿಬ್ಬಂದಿಯೊಂದಿಗೆ ವಾಪಸ್ಸು ಹೊರಟರು.

ಕೆಲವು ನಿಮಿಷಗಳು ತೆರೆದ ಬಾಗಿಲಿನ ಹಿಂದೆ ಅನ್ಯಮನಸ್ಕನಾಗಿ ನಿಂತು ಯೋಚಿಸುತ್ತಿದ್ದ ವಿವೇಕ.

ಸುನೀತಾ ವಿಷಯ ಗಂಟೆಗಂಟೆಗೂ ಕ್ಲಿಷ್ಟವಾಗುತ್ತಿದೆ. ಮೊದಲಿಗೆ ಬೆಳಗಿನ ಜಾವ ಎದ್ದು ಹೋಗಿ, ಎಲ್ಲೋ ಇದ್ದು ಬರುವ ಆ ಒಂದು ಗಂಟೆ ಸಮಯದ ನಿಗೂಢತೆ! ಈಗ ನೋಡಿದರೆ ಆಕೆ ಕೊಟ್ಟಿರುವ ಒಂದು ಪೊಲೀಸ್ ಕಂಪ್ಲೇಂಟ್. ಬಹುಶಃ ಆಕೆ ಲ್ಯಾಬಿನಿಂದ ಹಿಂತಿರುಗುವಾಗ ಯಾರೋ ದುಷ್ಕರ್ಮಿಗಳು ಆಕೆಯನ್ನು ಹಿಂಬಾಲಿಸುತ್ತಿದ್ದಾರೆ. ಅವರು ಯಾರಿರಬಹುದು? ಬಹುಶಃ ಒಂದು ವರ್ಷದ ಹಿಂದೆ ತಾನು ಕಾರ್ಖಾನೆಯಿಂದ ಬರುತ್ತಿರುವಾಗ ಆಸ್ಪತ್ರೆಯ ಬಳಿ ಆಕೆಯನ್ನು ಬೆನ್ನಟ್ಟಿದ್ದ ಆ ರೌಡಿಗಳ ಪಡೆ ಇರಬಹುದು? ಅದು ನಡೆದು ಒಂದು ವರ್ಷವಾಗಿದೆ. ಅದೆಲ್ಲಾ ಮರೆತ ಘಟನೆ. ಆ ಘಟನೆಯ ನೆನಪು ನನಗೂ ಇಲ್ಲ ಬಹುಶಃ ಆ ರೌಡಿಗಳಿಗೂ ಇರಲಾರದು.

ಇದುವರೆಗೂ ಒಂದೇ ವಿಷಯದ ಬಗೆಗೆ ಯೋಚಿಸುತ್ತಿದ್ದೆ, ಈಗ ಆದರ ಜೊತೆಗೆ ಮತ್ತೊಂದು ವಿಷಯ ಜೋಡಣೆಯಾಗಿದೆ! ಏನಾಗುತ್ತಿದೆ ತನ್ನ ಜೀವನದಲ್ಲಿ?

ತಮ್ಮ ರಮ್ಯ, ಶೃಂಗಾರಮಯ, ಅನ್ಯೋನ್ಯ ದಾಂಪತ್ಯದಲ್ಲಿ ಇದೆಂತಹ ಬಿರುಗಾಳಿ? ವಿವೇಕ ಚಿಂತಿತನಾದ. ಕೆಲ ಕ್ಷಣಗಳು ತಾನೆಲ್ಲಿರುವೆ, ತಾನೇನು ಮಾಡಬೇಕು ಎನ್ನುವುದೆಲ್ಲಾ ಮರೆತಿತ್ತು!

ನಿಧಾನಕ್ಕೆ, ತಾನು ಮನೆಯ ತೆರೆದು ಬಾಗಿಲ್ಲಲ್ಲಿ ನಿಂತು ಯೋಚಿಸುತ್ತಿರುವುದು ಅರಿವಾಯಿತು. ತಾನು ಕಾರ್ಖಾನೆಗೆ ಹೋಗಬೇಕು ಎನ್ನುವುದನ್ನು ನೆನಪು ಮಾಡಿಕೊಂಡ ವಿವೇಕ.

ಮತ್ತೆ ಮನೆಯೊಳಗೆ ಹೋಗಿ ತನ್ನ ಬ್ರೀಫ್ ಕೇಸು ತೆಗೆದುಕೊಂಡು ಈಚೆ ಬಂದು ಬಾಗಿಲನ್ನು ಲಾಕ್ ಮಾಡಿ ಪೋರ್ಟಿಕೋದಲ್ಲಿದ್ದ ಕಾರಿನ ಕಡೆಗೆ ನಡೆದ.

ಕಾರಿನಲ್ಲಿ ಕಾರ್ಖಾನೆ ಕಡೆಗೆ ಹೋಗುತ್ತಿರುವಾಗ ಯೋಚನೆ ಬಂತು! ಸುನೀತಾ ಹೀಗೇಕೆ ಮಾಡುತ್ತಿದ್ದಾಳೆ? ಮನೆ ಬಾಗಿಲಿಗೆ ಪೋಲೀಸ್ ಬರುವಂತಾಯಿತಲ್ಲ? ಅಕ್ಕಪಕ್ಕದ ಮನೆಯವರೆಲ್ಲಾ ಇದನ್ನು ಗಮನಿಸಿರುತ್ತಾರೆ! ಸುನೀತಾಳಿಂದ ತಮ್ಮ ಮನೆಬಾಗಿಲಿಗೆ ಪೋಲೀಸರು ಬರುವಂತಾಯಿತಲ್ಲ? ಇದು ಒಳ್ಳೆ ಬೆಳವಣಿಗೆ ಅಲ್ಲ ಎಂಬ ಭಾವನೆ ಮೂಡಿತು.

ಸುನೀತಾಗೆ ಫೋನ್ ಮಾಡಲೆ? ಪೋಲೀಸರು ಬಂದಿದ್ದ ವಿಷಯ ತಿಳಿಸಲೆ? ಹೌದು, ವಿಷಯ ಗಂಭೀರವಾಗಿದೆ. ಆಕೆಯನ್ನು ಯಾರು ಫಾಲೋ ಮಾಡುತ್ತಿದ್ದಾರೆ ಎನ್ನುವುದು ತನಗೆ ತಿಳಿಯಬೇಕು! ಅಲ್ಲದೆ ಅವಳು ಕಂಪ್ಲೈಂಟ್ ಕೊಟ್ಟಿದ್ದನ್ನು ತನಗೇಕೆ ಹೇಳಿಲ್ಲ ಎನ್ನುವುದೂ ತಿಳಿಯಬೇಕು!

ವಿವೇಕ್ ಕಾರು ರಸ್ತೆ ಬದಿಯಲ್ಲಿ ನಿಲ್ಲಿಸಿ ಸುನೀತಾ ನಂಬರಿಗೆ ಕಾಲ್ ಮಾಡಿ ಆಕೆಯ ದನಿಗಾಗಿ ಕಾಯತೊಡಗಿದ. ಕಾಲ್ ಕಟ್ ಆಯಿತು! ಸುನೀತಾ ಉದ್ದೇಶಪೂರ್ವಕವಾಗಿ ಕಟ್ ಮಾಡಿದಳೆ?! ಕಾರಣ? ಕೆಲಸದಲ್ಲಿ ಬಿಜಿ ಇರಬಹುದು! ಆಕೆಯದು ಸಂಶೋಧನೆಯ ಕೆಲಸ. ಯಾವುದೋ ಮುಖ್ಯ ಕೆಲಸದಲ್ಲಿ ತೊಡಗಿರಬೇಕು. ಸ್ವಲ್ಪ ಸಮಯ ಬಿಟ್ಟು ಕಾಲ್ ಮಾಡೋಣ ಎಂದುಕೊಂಡ.

ಆದರೂ ಏನೋ ಕಿರಿಕಿರಿ ಎನ್ನಿಸಿತು. ಮೊದಲಿಗೆ ಆ ಒಂದು ಗಂಟೆ! ಇದೀಗ ಕಂಪ್ಲೈಂಟ್ ವಿಷಯ! ಅದಕ್ಕೆ ಕಾರಣ ಯಾರೋ ಆಕೆಯನ್ನು ಫಾಲೋ ಮಾಡುತ್ತಿರುವುದು! ಇವೆಲ್ಲಾ ತಮ್ಮ ಮಧುರ ಸಂಗೀತದಲ್ಲಿ ಅಪಸ್ವರದಂತೆ ಕೇಳಿಸಿತು!

ಸುನೀತಾ ವಿಷಯದಲ್ಲಿ ತನ್ನ ಮುಂದಿನ ನಡೆ ಏನು? ಈ ರಹಸ್ಯಗಳನ್ನು ಹೇಗೆ ಭೇದಿಸಲಿ? ಕಂಪ್ಲೈಂಟ್ ವಿಷಯವನ್ನೇನೋ ಸುನೀತಾಳನ್ನು ಕೇಳಬಹುದು, ಆದರೆ ಆ ಒಂದು ಗಂಟೆಯ ವಿಷಯ ಕೇಳಲಾದೀತೆ?

ಸುನೀತಾಳ ತಂದೆ-ತಾಯಿಯರ ಬಳಿ ಈ ವಿಷಯವನ್ನೇಕೆ ಮಾತಾಡಬಾರದು? ಸುನೀತಾಗೆ ಏನಾದರೂ ತೊಂದರೆ ಇರಬಹುದು! ಬಹುಶಃ ನಿದ್ರೆಯಲ್ಲಿ ಎದ್ದು ಓಡಾಡುವಂತ ತೊಂದರೆ ಇರಬಹುದು. ಅದನ್ನು ಸೈಕೋಲಜಿಸ್ಟ್ ಸ್ಲೀಪ್ ವಾಕಿಂಗ್ ಎನ್ನುತ್ತಾರೆ. ಅದಕ್ಕೆ ತಾಂತ್ರಿಕ ಪದ 'ಸೋಮ್ನಾಂಬುಲಿಸಂ'. ಆ ತೊಂದರೆ ಸುನೀತಾಗಿದೆಯೆ? ಅದು ಒಂದು ವರ್ಷದಿಂದ ಗೋಚರಿಸದೆ ಇದ್ದುದು ಇದೀಗ ಒಂದು ತಿಂಗಳಿಂದ ಕಾಣಿಸುತ್ತಿದೆ! ಅದಕ್ಕೇನು ಕಾರಣ? ಅಥವಾ ಇನ್ನೂ ಏನಾದರೂ ಸುನೀತಾ ಮತ್ತು ಆಕೆಯ ತಂದೆ-ತಾಯಿ ಮುಚ್ಚಿಟ್ಟಿರಬಹುದೆ? ಅಂತಾ ತೊಂದರೆ ಇದ್ದೂ ಆಕೆ ಮೆಡಿಕಲ್

ಡಿಗ್ರಿ ಪಡೆದಿರುವುದು ಅಚ್ಚರಿ!

ಎದುರಿಗೆ ಫ್ಯಾಕ್ಟ್ರಿ ಗೇಟು ಕಾಣಿಸುತ್ತಲೇ ವಿವೇಕನ ಯೋಚನೆಗಳಿಗೆ ಬ್ರೇಕ್ ಬಿತ್ತು!

ಗೇಟಿನಲ್ಲಿದ್ದ ಸೆಕ್ಯೂರಿಟಿಯವರ ಸೆಲ್ಯೂಟ್ ಸ್ವೀಕರಿಸಿ, ಫ್ಯಾಕ್ಟ್ರಿ ಒಳಗೆ ಸೇರಿ ತನ್ನ ಚೇಂಬರನ್ನು ಪ್ರವೇಶಿಸಿದಾಗ ವಿಸಿಟರ್ಸ್ ಚೇರಿನಲ್ಲಿ ಯಾರೋ ತನಗಾಗಿ ಕಾಯುತ್ತಿರುವುದು ನೋಡಿ ವಿವೇಕನಿಗೆ ಆಶ್ಚರ್ಯವಾಯಿತು!! ಆ ವ್ಯಕ್ತಿಯ ಬೆನ್ನಷ್ಟೇ ಕಾಣಿಸುತ್ತಿತ್ತು! ಯಾರಿರಬಹುದು? ವಿವೇಕ ಚಿಂತಿಸುತ್ತಾ ತನ್ನ ಚೇರಿನತ್ತ ನಡೆದ!

"ನನ್ನ ನೆನಪಿದೆಯೆ?"

ಆ ವ್ಯಕ್ತಿ ಹಿಂದೆ ತಿರುಗದೆಯೇ ಕೇಳಿದ! ಅಂದರೆ ತಾನು ಬಂದಿದ್ದು ಆ ವ್ಯಕ್ತಿಗೆ ಗೊತ್ತಾಗಿದೆ! ಯಾರಾತ? ಕುತೂಹಲದಿಂದ ವಿವೇಕ್ ಚೇರಿನ ಬಳಿ ನಿಂತು ಆ ವ್ಯಕ್ತಿಯ ಮುಖ ನೋಡಿ ಅಚ್ಚರಿಯಿಂದ ಉದ್ಗರಿಸಿದ!

"ನೀವು...ಇಲ್ಲಿಗೆ..?"

6

ಅಧ್ಯಾಯ

ಕುಳಿತಿದ್ದ ವ್ಯಕ್ತಿಯ ಗುರುತು ವಿವೇಕಣಿಗೆ ತಕ್ಷಣವೇ ಸಿಕ್ಕಿತು.

"ಅರೆ ಮಾವ ನೀವು? ಇಲ್ಲಿಗೆ"

ಅಲ್ಲಿ ವಿವೇಕನಿಗೆ ಕಾಯುತ್ತಾ ಕೂತಿದ್ದವರು ಸುನೀತಾಳ ತಂದೆ ಅನಂತಯ್ಯನವರು!

"ಹೇಗಿದ್ದೀಯಾ ವಿವೇಕ್? ಸುನೀತಾ ಹೇಗಿದ್ದಾಳೆ?"

"ನಾವು ಚೆನ್ನಾಗಿದ್ದೀವಿ ನೀವು ಇಲ್ಲಿವರೆಗೆ ಬರೋ ಶ್ರಮ ಯಾಕೆ ತಗೊಂಡ್ರಿ? ನಾವೇ ಬರುತ್ತಿದ್ದೋ"

"ಎಷ್ಟು ತಿಂಗಳುಗಳಾಯ್ತು ನೀವು ಬಂದು? ಸುನೀತಾ ಫೋನಿಗೂ ಸಿಕ್ತಾ ಇಲ್ಲ! ಯಾವಾಗ್ಲೂ ಅವಳ ನಂಬರ್ ಬ್ಯುಸಿಯಾಗಿ ಇರುತ್ತೆ.. ಸಂಜೆ ಹೊತ್ತು ಫೋನ್ ಎಲ್ಲೋ ಇಟ್ಟು ಬಿಟ್ಟಿರ್ತಾಳೇಂತ ಕಾಣ್ಸುತ್ತೆ, ಕಾಲ್ ರಿಸೀವ್ ಮಾಡೋದೇ ಇಲ್ಲ"

"ಸಾರಿ ಮಾವ ಇತ್ತೀಚಿಗೆ ಒಂದೊಂದು ಸಲ ಸುನೀತಾ ಆಬ್ಸೆಂಟ್ ಮೈಂಡೆಡ್ ಆಗಿರುತ್ತಾಳೆ, ಕಾರಣ ಏನೋ ಗೊತ್ತಾಗ್ತಾ ಇಲ್ಲ ನೀವು ಯೋಚನೆ ಮಾಡಬೇಡಿ ನಾನೇ ಒಂದೆರಡು ದಿನದಲ್ಲಿ ಸುನೀತಾ ಕರ್ಕೊಂಡು ಮನೆಗೆ ಬರ್ತೀನಿ"

ವಿವೇಕ ಅವರ ಮನಸ್ಸಿಗೆ ಸಮಾಧಾನವಾಗಲಿ ಎಂದು ಆಶ್ವಾಸನೆ ನೀಡಿದ.

"ವಿವೇಕ್, ನಿನ್ನ ಹತ್ತಿರ ಇನ್ನೊಂದು ವಿಷಯ ಮಾತಾಡಬೇಕು. ಬಹುಶಹ ಅದು ನಿನ್ನ ಗಮನಕ್ಕೆ ಬಂದಿದೆಯೋ ಇಲ್ಲವೋ ಗೊತ್ತಿಲ್ಲ ಸುನೀತಾ ಕೂಡ ಅದನ್ನು ನಿನಗೆ ಹೇಳಿರಲಾರಳು.."

ಕೆಲವು ಕ್ಷಣ ಅನಂತಯ್ಯ ಮೌನ ತಾಳಿದರು. ತಾವು ಹೇಳಲಿರುವ ವಿಷಯದ ಬಗೆಗೆ ಅವರಿಗೆ ಅನುಮಾನ ಇದ್ದಂತಿತ್ತು! ಹೇಳಲೋ ಬೇಡವೋ ಎಂಬ

ಜಿಜ್ಞಾಸೆಯಲ್ಲಿದ್ದಂತಿತ್ತು.

“ಹೇಳಿ, ನನ್ನ ಹತ್ರ ಸಂಕೋಚ ಏಕೆ? ಅದೇನಿದ್ದರೂ ಹೇಳಿ”

“ಎರಡು ತಿಂಗಳ ಹಿಂದೆ ಸುನೀತಾ ಮನೆಗೆ ಬಂದಿದ್ದಳು. ನಮ್ಮ ಜೊತೆ ಮಾತಾಡ್ತಾ ಇರುವಾಗ ಇದ್ದಕ್ಕಿದ್ದಾಗೆ ಕಣ್ಣೀರು ಹಾಕೋದಕ್ಕೆ ಶುರು ಮಾಡಿದ್ಲು. ಯಾಕೆ ಅಂತ ಎಷ್ಟು ಕೇಳಿದರೂ ಏನು ಹೇಳಲಿಲ್ಲ? ನನ್ನ ಮಾತನ್ನು ತಪ್ಪಾಗಿ ತಿಳಿಯಬೇಡ! ನಿಮ್ಮಿಬ್ಬರ ಜೀವನದಲ್ಲಿ ಎಲ್ಲಾ ಸರಿ ಇದೆ ತಾನೇ?"

ಅನಂತಯ್ಯ ವ್ಯಾಕುಲರಾಗಿದ್ದರು.

ಅವರ ಮಾತಿಗೆ ವಿವೇಕ ಅಪ್ರತಿಭನಾದ! ಆ ವಿಷಯ ಅವನಿಗೆ ಹೊಸದಾಗಿತ್ತು. ತಪ್ಪಿತಸ್ಥನ ಭಾವ ಅವನ ಮುಖವನ್ನು ಆವರಿಸಿತು..

"ಎಲ್ಲಾ ಚೆನ್ನಾಗಿದೆ. ನೀವು ಹೇಳ್ತಿರೋ ವಿಷಯ ನನಗೆ ಗೊತ್ತಿರಲಿಲ್ಲ. ಸುನೀತಾ ಯಾವತ್ತೂ ಅದರ ಬಗೆಗೆ ಹೇಳಲಿಲ್ಲ. ನಾನು ಇನ್ನು ಮೇಲೆ ಅವಳ ಕಡೆ ಹೆಚ್ಚು ಗಮನ ಕೊಡ್ತೀನಿ. ನೀವೆಲ್ಲ ಹೇಗಿದ್ದೀರಿ? ಅತ್ತೆ ಹೇಗಿದ್ದಾರೆ? ಮತ್ತೆ ಸುಮ? ನಾವು ಬರದೇ ಇದ್ರೆ ಏನಂತೆ? ನೀವೇ ಬರಬಹುದಿತ್ತಲ್ಲ ಬಂದು ಕೆಲವು ದಿವಸ ಇದ್ದು ಹೋಗಬಹುದಿತ್ತು"

ವಿವೇಕ್ ಮಾತಾಡ್ತಿರುವಂತೆ ಅವನ ಟೇಬಲ್ ಮೇಲಿದ್ದ ಇಂಟರ್ಕಾಂ ರಿಂಗ್ ಆಯ್ತು.

"ಹಲೋ..?"

"ಸರ್, ರೂಪ..." ವಿವೇಕ್ ಆಪ್ತ ಕಾರ್ಯದರ್ಶಿ ರೂಪಾ ದನಿ.

"ಏನು ರೂಪ?"

"ಹನ್ನೊಂದಕ್ಕೆ ಸ್ಟಾಫ್ ಮೀಟಿಂಗ್ ಇದೆ"

"ಅದನ್ನ ಅರ್ಧ ಗಂಟೆ ಪೋಸ್ಟ್ ಪೋನ್ ಮಾಡು... ಫೋನ್ ಮಾಡಿ ಎಲ್ಲರಿಗೂ ಹೇಳ್ಬಿಡು"

ವಿವೇಕ ಮಾತಾಡುತ್ತಿರುವಂತೆಯೇ ಆನಂತಯ್ಯ ಎದ್ದು ನಿಂತರು.

"ಅರೆ ನೀವೇಕೆ ಎದ್ದು ನಿಂತ್ರಿ? ಕೂತ್ಕೊಳ್ಳಿ ಟೀ ಕುಡಿದು ಹೋಗುವಿರಂತೆ"

"ಸಾರಿ, ಫ್ಯಾಕ್ಟರಿ ಟೈಮಲ್ಲಿ ಬಂದಿದ್ದಕ್ಕೆ ಕ್ಷಮಿಸು. ಈ ಟೈಮಲ್ಲಿ ನಾನು ಬರಬಾರದಿತ್ತು ನೀನು ಬ್ಯುಸಿಯಾಗಿರ್ತೀಯಾ. ನಾನು ಇಲ್ಲಿಗೆ ಬಂದಿದ್ದಕ್ಕೆ ಒಂದು ಕಾರಣ ಇದೆ. ಸುನೀತಾ ಕಣ್ಣೀರು ಹಾಕಿದ ವಿಷಯ ಅವಳ ಮುಂದೆ ಹೇಳಬಾರದು ಎಂದು ಇಲ್ಲಿಗೆ ಬಂದೆ"

"ಪರವಾಗಿಲ್ಲ, ಒಂದು ಹತ್ತು ನಿಮಿಷದಲ್ಲಿ ಏನು ಆಗಲ್ಲ ವಿವೇಕ್ ಮತ್ತೆ ಇಂಟರ್ಕಾಮ್ ನಲ್ಲಿ ಫೋನ್ ಮಾಡಿ ರೂಪಾಗೆ ಎರಡು ಕಪ್ ಟೀ ಕಳಿಸಲು

ಹೇಳಿದ.

"ಹಾಗೇ ನಾನೂ ಒಂದು ವಿಷಯ ನಿಮಗೆ ಹೇಳಬೇಕಿತ್ತು. ಸುನೀತಾ ವರ್ತನೆಯಲ್ಲಿ ಇತ್ತೀಚಿಗೆ ಸ್ವಲ್ಪ ಬದಲಾವಣೆ ಕಾಣಿಸ್ತಾ ಇದೆ ಅದಕ್ಕೆ ಕಾರಣ ಏನು ಗೊತ್ತಾಗ್ತಾ ಇಲ್ಲ. ಅವಳ ಕಾರನ್ನ ಯಾರೋ ಫಾಲೋ ಮಾಡ್ತಾ ಇದ್ದಾರಂತೆ. ಅದಕ್ಕೆ ಅವಳು ಪೊಲೀಸ್ ಕಂಪ್ಲೇಂಟ್ ಕೊಟ್ಟಿದ್ದಾಳೆ. ಆದರೆ ಆ ವಿಷಯ ನನಗೆ ಹೇಳಿಲ್ಲ! ಅದನ್ನ ವಿಚಾರಿಸೋಕೆ ಇವತ್ತು ಪೊಲೀಸ್ ಡಿಪಾರ್ಟ್ಮೆಂಟಿಂದ ಕೆಲವರು ಬಂದಿದ್ದರು. ಆದರೆ ಆ ಸಮಯದಲ್ಲಿ ಸುನೀತಾ ಲ್ಯಾಬಿಗೆ ಹೋಗಿದ್ದಳು. ಈ ವಿಷಯ ನಿಮಗೆ ಗೊತ್ತೇ?"

ವಿವೇಕ್ ಅನಂತಯ್ಯನವ ಮುಖವನ್ನು ಕುತೂಹಲದಿಂದ ನೋಡಿದ.

"ಇಲ್ಲ ಆ ವಿಷಯ ನನಗೆ ಗೊತ್ತೇ ಇಲ್ಲ.."

ಅನಂತಯ್ಯ ಗಾಬರಿಗೊಂಡಿದ್ದರು!

“ಅವರು ಯಾರಂತೆ? ಯಾವ ಸಮಯದಲ್ಲಿ ಫಾಲೋ ಮಾಡ್ತಿದ್ದಾರಂತೆ?”

“ಪೋಲೀಸರು ಸರಿಯಾಗಿ ಹೇಳಲಿಲ್ಲ. ಕಂಪ್ಲೈಂಟಲ್ಲಿ ಸುನೀತಾ ಏನು ಬರೆದಿದ್ದಾಳೋ ಗೊತ್ತಿಲ್ಲ..”

ವಿವೇಕನ ಮಾತುಗಳು ಚಿಂತೆಯಿಂದ ಭಾರವಾಗಿದ್ದವು.

"ಇನ್ನೊಂದು ವಿಷಯ ಮಾವ..ಸುನೀತಾಗೆ ರಾತ್ರಿ ಮಧ್ಯ ಮಧ್ಯ ನಿದ್ರೆಯಲ್ಲಿ ಅನೇಕ ಸಲ ಏಳುವ, ಮನೆಯಲ್ಲಿ ಓಡಾಡುವ ಅಭ್ಯಾಸ ಏನಾದ್ರೂ ಇದೆಯಾ?"

ವಿವೇಕನ ಮಾತಿಗೆ ಅನಂತಯ್ಯ ಆಶ್ಚರ್ಯಚಕಿತರಾದರು.

"ಮದುವೆಯಾಗಿ ಅವಳು ನಿಮ್ಮ ಮನೆಯ ಸೇರೋ ತನಕ ಅಂತ ಯಾವುದೇ ರೀತಿಯ ಅಭ್ಯಾಸಗಳು ಕಂಡಿರಲಿಲ್ಲ. ನೀವು ಹೇಳ್ತಿರೋದು ನನಗೆ ನಿಜಕ್ಕೂ ಆಶ್ಚರ್ಯ. ನಿಮ್ಮಿಬ್ಬರ ಮಧ್ಯೆ ಮನಸ್ತಾಪ ಉಂಟಾಗಿದೆಯೆ?"

"ಛೆ...ಛೆ.. ಆ ರೀತಿ ಏನೂ ಆಗಿಲ್ಲ....ಅದರ ಬಗ್ಗೆ ಯೋಚನೆ ಮಾಡಬೇಡಿ ಎಲ್ಲಾ ಚೆನ್ನಾಗೇ ಇದೆ"

ಆ ಸಮಯಕ್ಕೆ ಟ್ರೇಯಲ್ಲಿ ಎರಡು ಕಪ್ ಟೀಯನ್ನು ವಿವೇಕಾನಂದ ಆಪ್ತ ಸಹಾಯಕಿ ರೂಪ ಸ್ವತಃ ತಂದು ವಿವೇಕನ ಟೇಬಲ್ ಮೇಲಿಟ್ಟಳು.

"ಪ್ಲೀಸ್ ಟೀ ತಗೊಳ್ಳಿ"

ವಿವೇಕ ಮೃದುವಾಗಿ ಹೇಳಿದ.

ಅನಂತಯ್ಯ ಮುಖ ಬಾಡಿತ್ತು. ತಮ್ಮ ಮುದ್ದಿನ ಮಗಳು ಸುನೀತಾ ಬಗೆಗೆ ಇಂತಹ ಕಂಪ್ಲೇಂಟ್ ಕೇಳಲು ಅವರಿಗೆ ಕಷ್ಟವಾಗಿತ್ತು. ರೂಪಾ ತನ್ನ ಮುಂದೆ ಹಿಡಿದ ಟೀ ಕಪ್ಪನ್ನು ತೆಗೆದುಕ್ಕೊಳ್ಳಲೂ ಮನಸ್ಸಾಗಲಿಲ್ಲ. ತಮ್ಮ ಪ್ರೀತಿಯ

ಮಗಳು ಸುನೀತಾ ಬಗೆಗೆ ಯಾರೇ ಅಪಸ್ವರ ಎತ್ತಿದರೂ ಅದನ್ನು ಸಹಿಸುವುದು ಆನಂತಯ್ಯನವರಿಗೆ ಹಿಂಸೆಯಾಗಿತ್ತು.

"ನನ್ನ ಮಾತಿಂದ ಬೇಜಾರಾಗಿದ್ದರೆ ಕ್ಷಮಿಸಿ. ಇದು ಕಂಪ್ಲೈಂಟ್ ಅಲ್ಲ, ನಿಮಗೂ ತಿಳಿದಿರಲಿ ಎಂದು ಹೇಳುತ್ತಿದ್ದೇನೆ ಅಷ್ಟೆ. ಪ್ಲೀಸ್ ಟೀ ಕುಡಿಯಿರಿ"

ವಿವೇಕನ ಬಲವಂತಕ್ಕೆ ರೂಪಾ ಕೈಯಿಂದ ಟೀಕಪ್ಪು ತೆಗೆದುಕೊಂಡರು. ಸುನೀತಾ ಹೀಗೇಕೆ ಮಾಡುತ್ತಿದ್ದಾಳೆ ಎನ್ನುವುದು ಅವರಿಗೆ ಅರ್ಥವಾಗದ ವಿಷಯವಾಗಿತ್ತು. ಇದಕ್ಕೆಲ್ಲಾ ಕಾರಣ ವಿವೇಕ ಮತ್ತು ತಮ್ಮ ಮಗಳ ನಡುವೆ ಅನ್ಯೋನ್ಯ ಸಂಬಂಧ ಇಲ್ಲದಿರುವುದು. ಆದರೆ ಅವರಿಬ್ಬರೂ ಪರಸ್ಪರ ಮೆಚ್ಚಿ, ಪ್ರೀತಿಸಿ ಮದುವೆಯಾದವರು! ಅವರ ದಾಂಪತ್ಯದಲ್ಲಿ ಇಂತಾವೆಲ್ಲಾ ನಡೆದಿರಲು ಸಾಧ್ಯವೇ ಇಲ್ಲ. ಆದರೆ ಅಂದು ಸುನೀತಾ ತಮಗೆ ಹೇಳಿಕ್ಕೊಳ್ಳಲಾಗದ ವಿಷಯಕ್ಕೆ ಕಣ್ಣೀರು ಹಾಕಿದ್ದೇಕೆ? ಆ ಬಗ್ಗೆ ಎಷ್ಟು ಒತ್ತಾಯ ಮಾಡಿದರೂ ಚಕಾರ ಎತ್ತಲಿಲ್ಲವೇಕೆ? ಎರಡು ತಿಂಗಳಿಂದಲೂ ತವರಿಗೆ ಬಂದಿಲ್ಲವೇಕೆ? ಏಕೆ..ಏಕೆ..ಏಕೆ..ಹತ್ತಾರು ಪ್ರಶ್ನೆಗಳು ಅನಂತಯ್ಯನವರ ಮನಸ್ಸನ್ನು ಕೊರೆಯಲು ಶುರು ಮಾಡಿದ್ದವು.

ವಿವೇಕ ಒಂದು ಮೀಟಿಂಗಿಗೆ ಹೋಗಬೇಕೆನ್ನುವುದನ್ನು ನೆನಪು ಮಾಡಿಕೊಂಡು ಅನಂತಯ್ಯ ಬೇಗನೆ ಟೀ ಕುಡಿದು ಎದ್ದು ನಿಂತರು.

"ನಾನಿನ್ನು ಹೊರಡುತ್ತೇನೆ..ಸುನೀತಾಳ ಬಗೆಗೆ ಸ್ವಲ್ಪ ಸಂಯಮವಿರಲಿ..ಅವಳ ಕೆಲವು ವರ್ತನೆಗಳಿಗೆ ಕಾರಣ ತಿಳಿಯುತ್ತಿಲ್ಲ...."

ಅನಂತಯ್ಯನವರು ಕಣ್ಣುಗಳು ಮಂಜಾದುವು. ವಿವೇಕನ ಮುಂದೆ ಕಣ್ಣೊರೆಸಿಕ್ಕೊಳ್ಳಲು ಸಂಕೋಚವೆನಿಸಿ ಬಾಗಿಲತ್ತ ತಿರುಗಿದರು.

"ನಿಲ್ಲಿ, ಕಾರು ಕಳಿಸುತ್ತೇನೆ.."

ವಿವೇಕ ಅವರನ್ನು ತಡೆದ.

"ಬೇಡ..ಬೇಡ..ಆಟೋದವ ಕಾಯುತ್ತಿರುತ್ತಾನೆ..."

ಎನ್ನುತ್ತಾ ಭಾರವಾದ ಹೆಜ್ಜೆಯನ್ನು ಹಾಕುತ್ತಾ ವಿವೇಕನ ಚೇಂಬರಿನಿಂದಾಚೆ ನಡೆದರು.

ವಿವೇಕನಿಗೆ ಅವರ ಸ್ಥಿತಿ ನೆನೆದು ಬೇಸರವಾಯಿತು. ತಾನು ಹಾಗೆ ಮಾತಾಡಬಾರದಿತ್ತು! ಅದರಿಂದ ಅವರ ಮನಸ್ಸಿಗೆ ನೋವಾಗಿದೆ! ಯಾವ ತಂದೆಗಾದರೂ ತಮ್ಮ ಮಗಳ ಬಗೆಗೆ ಅಪಸ್ವರ ಕೇಳಲು ನೋವಾಗುತ್ತದೆ. ಆದರೆ ತನಗೆ ಸುನೀತಾ ವರ್ತನೆ ಬಗೆಗೆ ಏನಾದರೂ ಒಂದು ಸಣ್ಣ ಸುಳಿವಾದರೂ ಬೇಕಿತ್ತು. ಅದಕ್ಕಾಗೆ ಆ ರೀತಿ ಮಾತಾಡಿದ್ದು! ವಿವೇಕ ತನಗೆ ತಾನೇ

ಸಮಜಾಯಿಸಿ ಹೇಳಿಕೊಂಡ!

ಅನಂತಯ್ಯ ಕಾಲೆಳೆದುಕೊಂಡು ಹೋದದ್ದು ನೋಡಿ ವಿವೇಕನಿಗೆ ಚಿಂತೆಯಾಯಿತು. ಅವರು ಸರಿಯಾಗಿ ನಡೆದು ಆಟೋ ಹತ್ತುವುದನ್ನು ಖಾತ್ರಿ ಮಾಡಿಕ್ಕೊಳ್ಳಬೇಕೆನಿಸಿತು. ಎದ್ದು ಚೇಂಬರಿನಿಂದ ಈಚೆ ಬಂದು ಅನಂತಯ್ಯನವರನ್ನು ಹಿಂಬಾಲಿಸಿದ. ಫ್ಯಾಕ್ಟ್ರಿ ಗೇಟಿನ್ನು ದಾಟುತ್ತಿದ್ದ ಅನಂತಯ್ಯನವರು ಹಿಂತಿರುಗಿದರು. ವಿವೇಕ ತಮ್ಮ ಹಿಂದೆ ಬರುತ್ತಿರುವುದು ಕಾಣಿಸಿತು.

ಅವರೇಕೆ ಹಿಂದೆ ತಿರುಗಿದಕ್ಕೆ ಕಾರಣ ಏನಿರಬಹುದು ಎಂದು ವಿವೇಕ ಚಕಿತನಾದ.

ಆನಂತಯ್ಯ ಹಿಂದೆ ತಿರುಗಿ ವಿವೇಕನತ್ತ ನಡೆಯತೊಡಗಿದರು!! ವಿವೇಕ ಆಶ್ಚರ್ಯದಿಂದ ಅವರನ್ನು ನೋಡುತ್ತಾ ನಿಂತ!

7

ಅಧ್ಯಾಯ

ತಮ್ಮ ಕಡೆಗೆ ನಡೆದು ಬರುತ್ತಿದ್ದ ಅನಂತಯ್ಯನವರನ್ನು ನೋಡಿ ವಿವೇಕನಿಗೆ ಕ್ಷಣ ಕಾಲ ಅಚ್ಚರಿಯಾಯಿತು. ಮರುಗಳಿಗೆ ಎಚ್ಚೆತ್ತುಕೊಂಡು ಅವರಿಗೆ ಶ್ರಮವಾಗಗಬಾರದು ಎಂದು ತಾನೇ ಅವರತ್ತ ಬಿರುಸಾಗಿ ನಡೆದ.

ಅನಂತಯ್ಯ ವಿವೇಕನ ಎರಡು ಕೈಗಳನ್ನು ಹಿಡಿದು ಅವನ ಕಣ್ಣಲ್ಲಿ ಕಣ್ಣು ಬೆರೆಸಿ ಹೇಳಿದರು.

"ನನ್ನ ಮಾತು ತಪ್ಪು ತಿಳಿಯಬೇಡಪ್ಪ. ಸುನೀತಾ ಏನೇ ತಪ್ಪು ಮಾಡಿದರೂ ಅದನ್ನು ಹೊಟ್ಟೆಯಲ್ಲಿ ಹಾಕಿಕೋ... ಅವಳನ್ನು ಚೆನ್ನಾಗಿ ನೋಡಿಕೋ...ಇದು ನನ್ನ ರಿಕ್ವೆಸ್ಟ್"

ಅವರ ಮಾತಿನಲ್ಲಿದ್ದ ಧೈನ್ಯತೆ ವಿವೇಕನಿಗೆ ಕೆಟ್ಟದೆನಿಸಿತು

"ಇದನ್ನು ನೀವು ಹೇಳಬೇಕಾಗಿಲ್ಲ, ಅದು ನನ್ನ ಕರ್ತವ್ಯ ಕೂಡ. ಚಾಚೂ ತಪ್ಪದೆ ಅದನ್ನು ನಾನು ಮಾಡುತ್ತೇನೆ ಇದು ನನ್ನ ಪ್ರಾಮಿಸ್"

ವಿವೇಕ್ ಹೃದಯ ತುಂಬಿ ನುಡಿದ.

"ನನಗೆ ಗೊತ್ತಿತ್ತು ನಿನ್ನ ಬಗೆಗೆ ನನಗೆ ಸಂಪೂರ್ಣವಾದ ನಂಬಿಕೆ ಇದೆ. ಸುನೀತಾ ಬಗೆಗಿನ ನನ್ನ ವಾತ್ಸಲ್ಯ ಹೀಗೆ ನುಡಿಸಿತು"

ಇನ್ನು ಅನಂತಯ್ಯನವರಿಗೆ ಬೇರೆ ಮಾತಿನ ಅವಶ್ಯಕತೆ ಇರಲಿಲ್ಲ. ವಿವೇಕನ ಬಗೆಗೆ ನಂಬಿಕೆ ಗಟ್ಟಿಯಾಯಿತು.

***

ಎಂದಿನಂತೆ ಸಂಜೆಯಾಗಿತ್ತು. ಸಾಮಾನ್ಯವಾಗಿ ಸಂಜೆ ಏಳರ ಮೇಲೆ ಫ್ಯಾಕ್ಟರಿಯನ್ನು ಬಿಟ್ಟು ಹೊರಡುತ್ತಿದ್ದ ವಿವೇಕ ಇಂದು ಅರ್ಧ ಗಂಟೆ ಮುಂಚೆ

ಮನೆಯತ್ತ ಹೊರಟ. ಮಧ್ಯಾಹ್ನದ ಊಟದ ಬಿಡುವಿನ ಸಮಯದಲ್ಲಿ ಸುನೀತಾಗೆ ಫೋನ್ ಮಾಡಿದ್ದ. ಬೆಳಿಗ್ಗೆ ಸಂಪರ್ಕ ಸಿಗದೇ ಸುನೀತಾ ಜೊತೆ ಮಾತಾಡಲಾಗಿರಲಿಲ್ಲ. ಮಧ್ಯಾಹ್ನದ ಸಮಯದಲ್ಲಿ ಬಿಡುವಾಗಿ ಮಾತನಾಡಿದಳು. ನೆನ್ನೆಯ ದಿನ ನಾನು ಸ್ವಲ್ಪ ಬೇರೆಯಾಗಿಯೇ ವರ್ತಿಸಿದೆ ಅಲ್ಲವೇ ಎಂದು ಕೇಳಿದ್ದಳು. ಆಕೆಯ ಮೇಲಿನ ಪ್ರೇಮದಿಂದ ಅಂಧನಂತಾಗಿದ್ದ ವಿವೇಕ ಇಲ್ಲ ಇಲ್ಲ ಹಾಗೇನೂ ಇಲ್ಲ ಎಂದು ಮಾತು ತೇಲಿಸಿದ್ದ. ಆ ಕ್ಷಣಗಳಲ್ಲಿ ಎಲ್ಲವೂ ಸಹಜವಾಗಿರುವಂತೆ ತೋರಿತ್ತು. ಸುನೀತಾ ಮಾತಿನಲ್ಲಿ, ವರ್ತನೆಯಲ್ಲಿ, ಕಳೆದ ಕೆಲವು ದಿನಗಳ ಹಿಂದಿನಂತೆ ಕಾಣಲಿಲ್ಲ!

ಸುನೀತಾಳಲ್ಲಿ ಬದಲಾವಣೆ ಸ್ಪಷ್ಟವಾಗಿ ಗೋಚರವಾಗಿತ್ತು. ಸುನೀತಾ ಮೊದಲಿನಂತಾದಳು ಎಂದು ವಿವೇಕ ಖುಷಿಯಾಗಿದ್ದ. ಮತ್ತೆ ಎಲ್ಲವೂ ಮೊದಲಿನಂತೆ ಬದಲಾಗುವುದು ಎನ್ನುವ ಆಶಾಭಾವನೆಯಿಂದ ವಿವೇಕ ಕೆಲಸಗಳನ್ನು ಬೇಗನೆ ಮುಗಿಸಿದ. ಎರಡನೆಯ ಪಾಳಿಯಲ್ಲಿ ಮಾಡಬೇಕಾಗಿರುವ ಎಲ್ಲ ಕೆಲಸಗಳನ್ನು ವ್ಯವಸ್ಥಿತವಾಗಿ ಮೇಲ್ವಿಚಾರಕರಿಗೆ ಮನದಟ್ಟು ಮಾಡಿ ಮನೆಯತ್ತ ಹೊರಟಿದ್ದ.

ದಾರಿಯಲ್ಲಿ ಸುನೀತಾಳಿಗೆ ಪ್ರಿಯವಾಗಿದ್ದ ರಸಮಲೈ ಸ್ವೀಟನ್ನು ಕೊಂಡು, ಹೂದಂಡೆಯೊಂದಿಗೆ ಮನೆ ತಲುಪಿದ.

ಮನೆಯ ಗೇಟನ್ನು ರಿಮೋಟ್ ಕಂಟ್ರೋಲ್ ಮೂಲಕ ತೆರೆದು ಕಾರನ್ನು ಒಳಗೆ ಡ್ರೈವ್ ಮಾಡಿದಾಗ ಮನೆಯ ಕಿಟಕಿಯೊಂದು ತೆರೆಯಿತು. ತೆರೆದ ಕಿಟಕಿಯಲ್ಲಿ ಸುನೀತಾ ಕಾಣಿಸಿದಳು!

ವಿವೇಕನಲ್ಲಿ ಸಂತೋಷ ಕಾರಂಜಿಯಂತೆ ಚಿಮ್ಮಿತು! ಅಂದರೆ ಈಗ ಸುನೀತಾ ತನ್ನ ಮಾಮೂಲು ಸ್ಥಿತಿಗೆ ಬಂದಿದ್ದಾಳೆ. ಒಂದು ತಿಂಗಳಿಂದ ಕಾಣುತ್ತಿದ್ದ ಆಕೆಯಲ್ಲಿನ ಯಾಂತ್ರಿಕತೆ, ಅನ್ಯಮನಸ್ಕತೆ ಮಾಯವಾಗಿದೆ ಎನ್ನುವುದು ಸ್ಪಷ್ಟವಾಗಿತ್ತು.

ವಿವೇಕ ಮುಂಬಾಗಿಲಿನ ಬಳಿ ಬಂದಾಗ ಬಾಗಿಲು ತೆರೆಯಿತು! ಬಾಗಿಲ ಹಿಂದೆ ಮುಗುಳ್ನಗೆಯ ಸುನೀತಾ ಕಾಣಿಸಿದಳು! ಅವಳ ಕಣ್ಣುಗಳ ಹೊಳಪು ಇಂದು ಎಲ್ಲವೂ ಹಿಂದಿನಂತಿದೆ ಎನ್ನುವುದನ್ನು ಪ್ರಕಟಿಸಿತ್ತು!

ವಿವೇಕ ಮನೆಯೊಳಗೆ ಕಾಲಿಟ್ಟ ಅವನ ದೃಷ್ಟಿ ಸುನೀತಾಳ ಮೇಲೆ ಕೇಂದ್ರೀಕೃತವಾಗಿತ್ತು! ಅವರಿಬ್ಬರ ಕಣ್ನೋಟಗಳು ಒಂದಾಗಿದ್ದುವು. ವಿವೇಕ ಎರಡು ಹೆಜ್ಜೆ ಮನೆಯೊಳಗೆ ನಡೆದು ಮುಂಬಾಗಿಲನ್ನು ಮುಚ್ಚಿ, ಸುನೀತಾಳನ್ನು ಆಲಂಗಿಸಿಕೊಂಡು, ತುಟಿಗಳಮೇಲೆ ಪ್ರೇಮದ ಮುದ್ರೆಯೊತ್ತಿದ.

ಆಧಾರವಿಲ್ಲದೆ ಕೆಳಗೆ ಬೀಳುತ್ತಿದ್ದ ಬಳ್ಳಿಯಂತೆ ವಿವೇಕನನ್ನು ಬಳಸಿಕೊಂಡಳು ಸುನೀತ.

"ಸುನಿ, ಮೈ ಡಾರ್ಲಿಂಗ್ ಸುನಿ...ಯು ಆರ್ ಬ್ಯಾಕ್...ಯು ಆರ್ ಬ್ಯಾಕ್ ...ಐ ಲೌವ್ ಯೂ.."

ವಿವೇಕ ಉಸುರಿದ. ಅವನ ಬಿಸಿಯುಸಿರು ಮುಖವನ್ನು ಸ್ಪರ್ಷಿಸಿದಾಗ ಸುನೀತಾ ಕಂಪಿಸಿದಳು!

"ಬ್ಯಾಕ್ ಎನ್ನುವುದಕ್ಕೆ ನಾನೆಲ್ಲಿಗೆ ಹೋಗಿದ್ದೆ ವಿಕ್ಕಿ?"

ಅವನ ಆಲಿಂಗನದಿಂದ ಬಿಡಿಸಿಕೊಂಡ ಸುನೀತಾ ಹುಸಿಮುನಿಸು ತೋರಿದಳು.

"ಈಗ ಆ ಮಾತು ಬೇಡ..ಒಳಗೆ ಹೋಗೋಣ..ನಿನ್ನ ಕೈಯ್ಯಿನ ಟೀ ಕುಡಿಯಬೇಕು.."

ವಿವೇಕ ಆಕೆಯ ಭುಜದ ಮೇಲೆ ಕೈಹಾಕಿ ಒಳಗೆ ನಡೆಸಿಕೊಂಡು ಹೋದ.

"ನನಗಾಗಿ ಏನು ತಂದಿದ್ದೀರಿ..?"

ಸುನೀತಾ ಕೇಳಿದಳು.

"ಗೆಸ್ ಮಾಡು..?"

"ರಸ್ ಮಲೈ?"

"ಕರೆಕ್ಟ್! ನಿನಗೆ ಹೇಗೆ ತಿಳೀತು?"

"ನಿನ್ನ ಕಣ್ಣುಗಳು ಹೇಳಿದವು"

"ಹೌದೆ? ಕಣ್ಣುಗಳು ಮಾತಾಡುತ್ತವೆಯಾ? ಇದೊಂದು ಹೊಸ ವಿದ್ಯೆ! ಅದನ್ನು ನನಗೂ ಕಲಿಸು.."

ವಿವೇಕ ಹಾಸ್ಯ ಮಾಡಿದ.

"ಎಲ್ಲ ವಿದ್ಯೆಗಳನ್ನೂ ಕಲಿಸಿದವರು ನೀವೇ... ಬನ್ನಿ, ಫ್ರೆಶ್ ಆಗಿ ಬನ್ನಿ ಇವತ್ತು ನಿಮ್ಮ ಇಷ್ಟದ ಅಡಿಗೆ ಮಾಡಿದ್ದೇನೆ.."

ಸುನೀತಾ ಅವನಿಂದ ಬಿಡಿಸಿಕೊಂಡು ಕಿಚನ್ನಿನ ಕಡೆಗೆ ನಡೆದಳು.

ಸುನೀತಾಳ ಬದಲಾದ ವರ್ತನೆ ವಿವೇಕನಿಗೆ ಅರ್ಥವಾಗಲಿಲ್ಲ! ಕಳೆದ ಕೆಲವು ದಿನಗಳಿಂದ ತೀರ ಯಾಂತ್ರಿಕವಾಗಿ ವರ್ತಿಸುತ್ತಿದ್ದ ಸುನೀತಾಳಲ್ಲಿ ಭಾವನೆಗಳೇ ಮಾಯವಾಗಿದ್ದವು! ಆದರೆ ಇಂದು ಸುನೀತಾ ಬೇರೆಯೇ ಆಗಿದ್ದಾಳೆ. ಈಗ ಆಕೆ ಮೊದಲಿನ ಸುನೀತಾ, ತಾನು ಮೆಚ್ಚಿ ಮದುವೆಯಾದ ಸುನೀತ! ತಮ್ಮಿಬ್ಬರ ಪ್ರೇಮ ಗಂಗೆ ಪ್ರವಾಹವಾಗಿ ಮದುವೆಯಲ್ಲಿ ತಮ್ಮಿಬ್ಬರನ್ನು ಬಂಧಿಸಿತ್ತು!! ಆ ಮಧುರ ಕ್ಷಣಗಳು ಎಲ್ಲಿ ಕಳೆದು ಹೋದವು ಎನ್ನುವ ನಿರಾಶೆ ಮೂಡಿದಾಗ ಮತ್ತೆ

ಅಂತರಗಂಗೆಯಾಗಿ ಹರಿಯುವ ಲಕ್ಷಣಗಳು ಕಾಣಿಸುತ್ತಿದ್ದವು!

ಇಷ್ಟು ದಿನ ಸುನೀತಾಳಿಗೆ ಏನಾಗಿತ್ತು? ಆ ಬದಲಾವಣೆ ಏಕಾಗಿತ್ತು? ಈಗ ಈ ಬದಲಾವಣೆ ಹೇಗಾಯಿತು?

ಇಂದು ಒಂದು ಕ್ಲಿಷ್ಟವಾದ ಪರೀಕ್ಷೆಯನ್ನು ಸುನೀತಾ ಗೆಲ್ಲುತ್ತಾಳಾ ನೋಡಬೇಕು! ಅದೇ ಆ ಬೆಳಗಿನ ಒಂದು ಗಂಟೆ!!

ಇಂದು ಬೆಳಗಿನ ನಾಲ್ಕು ಗಂಟೆಗೆ ಸುನೀತಾ ಎದ್ದು ಹೋಗುವಳೋ ಇಲ್ಲವೋ..? ಆ ಒಂದು ಗಂಟೆಯ ಅವಳ ವರ್ತನೆ ಇಂದು ಪುನರಾವರ್ತನೆಯಾಗುವುದೇ? ಇಲ್ಲವೇ..? ಪುನರಾವರ್ತನೆಯಾದರೆ ಸುನೀತಾ ಮೊದಲಿನಂತಾಗಿಲ್ಲ ಎನ್ನುವುದು ಖಾತ್ರಿಯಾಗುತ್ತದೆ! ಆ ಒಂದು ಗಂಟೆಯ ಪರೀಕ್ಷೆಯಲ್ಲಿ ಸುನೀತಾ ಗೆದ್ದರೆ ಎಲ್ಲವೂ ಮೊದಲಿನಂತಾಗಿದೆ ಎನ್ನುವುದಕ್ಕೆ ಅನುಮಾನ ಉಳಿಯುವುದಿಲ್ಲ!

ವಿವೇಕನ ಮನಸ್ಸಿನಲ್ಲಿ ಪ್ರಶ್ನೆಗಳಿಗೆ, ಅನುಮಾನಗಳಿಗೆ ಅಡೆತಡೆಯೇ ಇರಲಿಲ್ಲ.

ಬಾತ್ರೂಮ್ ಹೊಕ್ಕು ಮುಖಮಾರ್ಜನೆ ಮುಗಿಸಿ ಈಚೆ ಬಂದಾಗ ವಿವೇಕ ತಂದಿದ್ದ ಹೂಮುಡಿದು, ಮುಖದಲ್ಲಿ ನಗೆಯರಳಿಸಿ ನಿಂತಿದ್ದಳು! ಅವಳ ತುಟಿಗಳು ಬಿರಿದ ಗುಲಾಬಿ ದಳಗಳಂತೆ ಕಾಣಿಸಿದವು! ಟೇಬಲ್ ಮೇಲ್ ಹಬೆಯಾಡುವ ಟೀ, ಅದರ ಪಕ್ಕದಲ್ಲೇ ರಸಮಲ್ಕೈ, ಕಟ್ಲೆಟ್ಟಿನ ಪ್ಲೇಟು ವಿವೇಕನನ್ನು ಆಹ್ವಾನಿಸಿದವು.

“ಚೇರ್ ಮೇಲೆ ಕೂರುತ್ತೀರೋ..ಇಲ್ಲಾ ಅಲ್ಲೇ ನಿಂತು ಕಣ್ಣಿನಲ್ಲೇ ಇವನ್ನೆಲ್ಲಾ ತಿನ್ನುತ್ತೀರೋ..?”

ಅಚ್ಚರಿಯಿಂದ ನೋಡುತ್ತಿದ್ದ ವಿವೇಕನನ್ನು ಕೀಟಲೆ ಮಾಡಿದಳೂ ಸುನೀತಾ!

“ಸುನೀ...ಡಾರ್ಲಿಂಗ್ ಕೆಲವು ದಿನಗಳ ಹಿಂದೆ ಎಲ್ಲಿ ಕಳೆದುಹೋಗಿದ್ದೆ..?”

ವಿವೇಕ ತನಗರಿವಿಲ್ಲದೆಯೇ ಕೇಳಿದ.

“ಈಗ ಅದೆಲ್ಲಾ ಏಕೆ..? ಸಮಯ ಬಂದಾಗ ನಾನೇ ಹೇಳುತ್ತೇನೆ..ಇತ್ತೀಚೆಗೆ ನನಗೆ ಮೂಡ್ ಸ್ವಿಂಗ್ ಆಗ್ತಿದೆ..ಕಾರಣ ಗೊತ್ತಾಗ್ತಿಲ್ಲ..ಈಗ ಆದೆಲ್ಲಾ ಬೇಡ..ಈ ಸಮಯ, ಈ ಸುಂದರ ಕ್ಷಣಗಳನ್ನ ಕಹಿ ಮಾಡುವುದು ಬೇಡ..”

ಸುನೀತಾ ಮೃದುವಾಗಿ ನುಡಿದಳು. ಅವಳ ಮಾತುಗಳಲ್ಲಿ ಏನೋ ನಿಗೂಢತೆ ಇತ್ತು! ಕೇಳಬೇಡ ಎಂದು ಪರೋಕ್ಷವಾಗಿ ಹೇಳಿದಂತಿತ್ತು!

ವಿವೇಕ ನಿಟ್ಟುಸಿರಿಟ್ಟು ಡೈನಿಂಗ್ ಚೇರ್ ಮೇಲೆ ಕೂತ. ಅವನ ಪಕ್ಕದಲ್ಲಿ ಕುಳಿತ ಸುನೀತಾ ಅವನ ಕೈಗಳನ್ನು ಮೃದುವಾಗಿ ಹಿಡಿದಳು.

“ಬೇಜಾರಾಯಿತಾ..?”

"ಇಲ್ಲ..ನೀನಿರುವಾಗ ಬೇಜಾರಿಗೆ ಜಾಗ ಇಲ್ಲ.."

ಎನ್ನುತ್ತಾ ವಿವೇಕ ಅವಳನ್ನು ತನ್ನೆಡೆಗೆ ಸೆಳೆದುಕೊಂಡ.

ಅವನ ಭುಜದ ಮೇಲೆ ತಲೆಯಿಟ್ಟು ಭಾವಪರವಶಳಾದಳು ಸುನೀತಾ.

ಇಂದು ಬೆಳಗಿನ ಪರೀಕ್ಷೆಯಲ್ಲಿ ಸುನೀತಾ ಗೆಲ್ಲುವಳೆ? ವಿವೇಕನ ಮನಸ್ಸಿನಲ್ಲಿ ಪ್ರಶ್ನೆ ಹೆಡೆಯಾಡಿತು! ಇಂತಾ ಮಧುರ ರಾತ್ರಿಯಲ್ಲಿ ತಾನು ಎಚ್ಚರವಾಗಿರಲೇಬೇಕು! ನಾಲ್ಕು ಗಂಟೆಯಲ್ಲಿ ಸುನೀತಾಳನ್ನು ಪರೀಕ್ಷಿಸಬೇಕು ಎಂಬ ಯೋಚನೆಗೆ ವಿವೇಕನ ಮನಸ್ಸು ಭಾರವಾಯಿತು!!

ಅವನ ಮುಂದಿರುವುದು ಒಂದೇ..ಆ ಸಮಯದಲ್ಲಿ ಎಚ್ಚರದಿಂದ ಇರುವುದು!!

8

ಅಧ್ಯಾಯ

ವಿವೇಕ ತನ್ನ ಇಲೆಕ್ಟ್ರಾನಿಕ್ ವಾಚಿನಲ್ಲಿ ಮೂರೂ ಮುಕ್ಕಾಲು ಗಂಟೆಗೆ ಅಲಾರಮ್ ಸೆಟ್ ಮಾಡಿದ್ದ. ಆ ಅಲಾರಮ್ ಅತಿ ಸೂಕ್ಷ್ಮವಾಗಿ ಕಂಪಿಸಿ ಅವನನ್ನು ಎಚ್ಚರಿಸಲಿತ್ತು. ಅದಕ್ಕಾಗಿಯೇ ಅದನ್ನು ಕೈಗೆ ಕಟ್ಟಿಕೊಂಡೇ ಮಲಗಿದ್ದ ವಿವೇಕ.

ಇಲೆಕ್ಟ್ರಾನಿಕ್ ಉಪಕರಣಗಳ ಕಾರ್ಯ ಕರಾರುವಾಕ್ಕು. ಮನುಷ್ಯರಂತೆ ಅವೆಂದಿಗೂ ತಪ್ಪು ಮಾಡುವುದಿಲ್ಲ. ವಿದ್ಯುತ್ ಪೂರೈಕೆಯಲ್ಲಿ ವ್ಯತ್ಯಾಸವಾದರೆ ಮಾತ್ರ ಕೆಡುತ್ತವೆ ಇಲ್ಲವೇ ತಪ್ಪು ಮಾಹಿತಿ ಕೊಡುತ್ತವೆ!

ವಿವೇಕ ಧರಿಸಿದ್ದ ಎಲೆಕ್ಟ್ರಾನಿಕ್ಸ್ ವಾಚ್ ತನಗೆ ಮಾತ್ರ ಅರಿವಾಗುವಂತೆ ಸೆಟ್ ಮಾಡಿದ್ದ. ಆ ಸಮಯಕ್ಕೆ ವಾಚು ಸೂಕ್ಷ್ಮವಾಗಿ ಕಂಪಿಸಿತು.

ಎಚ್ಚರವಾದರೂ ಸಮಯ ಬೆಳಗಿನ ಜಾವ ಮೂರೂ ಮುಕ್ಕಾಲು ಗಂಟೆ ಎನ್ನುವುದನ್ನು ಅರಿತುಕೊಂಡ. ಇನ್ನು ಕೇವಲ ಹದಿನೈದು ನಿಮಿಷಗಳು! ವಿವೇಕ ತನ್ನ ಪ್ರಜ್ಞೆಯನ್ನು ಜಾಗೃತಿಗೊಳಿಸಿಕ್ಕೊಳ್ಳಲು ಪ್ರಯತ್ನಿಸಿದ. ಪಕ್ಕಕ್ಕೆ ಸ್ವಲ್ಪ ಕತ್ತು ಹೊರಳಿಸಿ ನೋಡಿದ. ತನ್ನ ಬಲ ತೋಳಿನ ಮೇಲೆ ತಲೆಯಿಟ್ಟು ಸುನೀತಾ ಮಲಗಿದ್ದಳು. ಎಲ್ಲವೂ ಹಿಂದಿನ ದಿನಗಳಂತೆ ನಡೆಯುವುದಾದರೆ ಇನ್ನು ಹದಿನೈದು ನಿಮಿಷಗಳ ನಂತರ ಸುನೀತಾ ಏಳುತ್ತಾಳೆ! ಆ ಸಮಯದಲ್ಲಿ ತಾನು ಎಚ್ಚರವಾಗಿರುವೆನೋ ಇಲ್ಲವೋ ಎಂದು ಗಮನಿಸುತ್ತಾಳೆ. ನಂತರ ಯಾವ ಅನುಮಾನವೂ ಬಾರದಂತೆ ರೂಮಿನಿಂದ ಆಚೆ ಹೋಗುತ್ತಾಳೆ! ಅನುಮಾನ ಬರದಂತೆ ಅವಳನ್ನು ಹಿಂಬಾಲಿಸುವ ಪ್ರಯತ್ನದಲ್ಲಿ ತಾನು ಈವರೆಗೆ ಸಫಲವಾಗಿಲ್ಲ. ಅವಳ ಆ ಒಂದು ಗಂಟೆಯ ಗೈರು ಇಂದಿಗೂ, ಈ ಕ್ಷಣಕ್ಕೂ ನಿಗೂಢ ನಡೆಯಾಗಿದೆ.

ಇಂದು ಸಂಜೆ ತಾನು ಬಂದಾಗ ಸುನೀತಾ ಅಮೂಲಾಗ್ರವಾಗಿ ಬದಲಾಗಿರುವಂತ ಭಾವನೆ ಮೂಡಿತ್ತು. ಆಕೆ ಮೊದಲಿನಂತೆ ವರ್ತಿಸುತ್ತಿರುವುದನ್ನು ಗಮನಿಸಿದ್ದ ವಿವೇಕ್. ಆ ಬದಲಾವಣೆ ಶಾಶ್ವತವೋ ಇಲ್ಲ ತಾತ್ಕಾಲಿಕವೂ ಎಂದು ಪರೀಕ್ಷಿಸುವ ಸಮಯ ಈಗ ಎದುರಾಗಿತ್ತು.

ಇನ್ನು ಹದಿನೈದು ನಿಮಿಷಗಳು...ಅಷ್ಟರಲ್ಲಿ ಸುನೀತಾ ಏಳುತ್ತಾಳೆ! ವಿವೇಕ್ ಜಾಗೃತನಾಗಿದ್ದ! ತನ್ನ ಪ್ರಜ್ಞೆಯನ್ನು ತಿವಿದು ಎಚ್ಚರಿಸಿದ! ಪಕ್ಕದಲ್ಲಿ ಮಲಗಿರುವ ಸುನೀತಾಳ ಸಣ್ಣ ಚಲನೆಯನ್ನು ಕೂಡ ಗಮನಿಸಲು ಸಿದ್ಧನಾದ.

ಐದು ನಿಮಿಷಗಳು ಸರಿದಿದ್ದವು. ತನ್ನ ತೋಳಿನ ಮೇಲೆ ತಲೆಯನ್ನು ಹಾಕಿ ಮಲಗಿದ್ದ ಸುನೀತಾ ಪಕ್ಕಕ್ಕೆ ಹೊರಳಿ ದೂರ ಸರಿದಳು!

ಇನ್ನು ಮುಂದಿನ ಅವಳ ನಡೆಯನ್ನು ಎಚ್ಚರಿಕೆಯಿಂದ ಗಮನಿಸಬೇಕು. ಆಕೆ ತನ್ನಿಂದ ಇನ್ನಷ್ಟು ದೂರ ಸರಿದದ್ದು ಅರಿವಾಯಿತು. ಎಲ್ಲಾ ನಾನು ಊಹಿಸಿದಂತೆ ಆಗುತ್ತಿದೆ! ಇನ್ನು ಹತ್ತು ನಿಮಿಷಗಳು ಅಷ್ಟೆ! ಸುನೀತಾ ಏಳುತ್ತಾಳೆ. ಈ ಸಮಯ ಅತ್ಯಂತ ಸೂಕ್ಷ್ಮವಾದದ್ದು! ತಾನು ಗಾಢನಿದ್ರೆಯಲ್ಲಿರುವುದನ್ನು ಆಕೆಗೆ ಮನದಟ್ಟು ಮಾಡಬೇಕು. ಉಸಿರಾಟದ ಏರಿಳಿತ ಕ್ರಮಬದ್ಧವಾಗಿರಬೇಕು. ಇಲ್ಲವಾದರೆ ತಾನು ಎಚ್ಚರದಿಂದ ಇರುವುದು ಅವಳ ಗಮನಕ್ಕೆ ಬರುತ್ತದೆ! ಹಾಗಾಗಬಾರದು! ವಿವೇಕ ಆದಷ್ಟು ತನ್ನ ಉಸಿರಾಟದ ಗತಿಯಲ್ಲಿ ಏರುಪೇರಾಗದಂತೆ ಎಚ್ಚರ ವಹಿಸಿದ.

ಸೆಕೆಂಡುಗಳು, ನಿಮಿಷಗಳು ಸರಿಯುತ್ತಿದ್ದವು. ವಿವೇಕನ ಮೈಯೆಲ್ಲಾ ಕಿವಿಯಾಗಿತ್ತು, ಚರ್ಮವೆಲ್ಲ ಕಣ್ಣಾಗಿತ್ತು! ಚರ್ಮದಿಂದಲೇ ಸಂವೇದನೆಗಳನ್ನು ನೋಡಲು ಸಾಧ್ಯ ಎಂಬ ನಂಬಿಕೆಯಿಂದ ಕ್ಷಣಗಳನ್ನು ಕಾಯುತ್ತಿದ್ದ.

ಸಮಯ ನಾಲ್ಕಕ್ಕೆ ಮತ್ತೆ ವಿವೇಕನ ವಾಚು ಕಂಪಿಸಿತು! ಸುನೀತಾಳ ಕೆಲವು ದಿನಗಳ ಹಿಂದಿನ ವರ್ತನೆ ಈಗಲೇ ಕಾಣಿಸಬೇಕು. ಆಕೆ ಎದ್ದು ಕೆಲ ಕ್ಷಣ ಹಾಸಿಗೆಯ ಮೇಲೆ ಕುಳಿತಿದ್ದು, ನಂತರ ತಿರುಗಿ ನೋಡಿ, ತಾನು ಮಲಗಿರುವುದು ನಂಬಿಕೆ ಬಂದಮೇಲೆ ಮೆಲ್ಲನೆ ರೂಮಿನಿಂದ ಆಚೆ ಹೋಗಬೇಕು! ಆ ಕ್ಷಣಕ್ಕಾಗಿ ವಿವೇಕ್ ಕಾಯುತ್ತಿದ್ದ.

ನಿದ್ರೆಯಲ್ಲಿರುವಾಗ ಸಹಜವಾಗಿ ಪಕ್ಕಕ್ಕೆ ಹೊರಳುವಂತೆ ತಿರುಗಿ ವಾಚನ್ನು ನೋಡಿದ. ನಾಲಕ್ಕು ಸರಿದು ಮೇಲೆ ಮೂರು ನಿಮಿಷಗಳಾಗಿರುವುದು ಕಂಡಿತು! ಸುನೀತಾ ದೇಹದಲ್ಲಿ ಯಾವುದೇ ರೀತಿಯ ಚಲನ ಕಾಣಿಸಲಿಲ್ಲ. ಅಂದರೆ ಆಕೆ ಎಚ್ಚರ ತಪ್ಪಿ ಮಲಗಿಬಿಟ್ಟಳೆ? ಅಥವಾ ಸುನೀತಾ ಮತ್ತೆ ಮೊದಲಿನಂತಾದಳೆ?

ನಾಲ್ಕು ಗಂಟೆಯ ಮೇಲೆ ಮತ್ತೆ ಐದು ನಿಮಿಷ ಘಟಿಸಿತ್ತು!! ಆದರೂ ಸುನೀತಾ ಸ್ಥಬ್ಧಳಾಗಿದ್ದಳು! ಏನಾಗುತ್ತಿದೆ? ಚಡಪಡಿಸಿದ ವಿವೇಕ. ಈ ಸಲ ಕಣ್ಣು ತೆರೆದು ಸುನೀತಾಳತ್ತ ನೋಡಿದ. ಸುನೀತಾ ಏಳುವ ಯಾವ ಲಕ್ಷಣಗಳೂ ಕಾಣಿಸಲಿಲ್ಲ ಅಂದರೆ ಏನು? ಸುನೀತಾ ಮಾಮೂಲು ಸ್ಥಿತಿಗೆ ಬಂದಿಳೆ? ಆ ಒಂದು ಗಂಟೆಯ ಅನಿಷ್ಟ ಅಭ್ಯಾಸ ಬದಲಾಯಿತೆ? ಯಾವ ಕಾರಣಕ್ಕೋ ಒಂದು ಗಂಟೆಯ ಕಾಲ ಎಲ್ಲಿಗೂ ಹೋಗಿ ಮರಳಿ ಬರುತ್ತಿದ್ದ ಸುನೀತಾ ಎಲ್ಲವನ್ನೂ ಮರೆತಳೆ?

ಸಮಯ ನಾಲಕ್ಕೂ ಕಾಲು ಆಯಿತು ಆದರೂ ಸುನೀತಾ ಏಳಲಿಲ್ಲ! ಬದಲಿಗೆ ವಿವೇಕನತ್ತ ಸರಿದು ಮಲಗಿದಳು! ಆಕೆ ಎಚ್ಚರವಾಗಿರುವ ಯಾವ ಲಕ್ಷಣಗಳೂ ಇರಲಿಲ್ಲ ಸಹಜ! ನಿದ್ರೆಯಲ್ಲಿರುವಂತೆ ವರ್ತಿಸುತ್ತಿದ್ದಳು!

ವಿವೇಕನಿಗೆ ನಿದ್ರೆ ದೂರವಾಯಿತು. ಹಿಂದೆ ನಡೆದಿದ್ದು ಭ್ರಮೆ ಎನಿಸಿತು! ಕಳೆದ ಕೆಲವು ದಿನಗಳಂತೆ ಸುನೀತಾ ಬೆಳಗಿನ ಜಾವ ನಾಲ್ಕು ಗಂಟೆಗೆ ಎದ್ದು ಹೋಗಿರಲಿಲ್ಲ! ಐದು ಗಂಟೆಗೆ ವಾಪಸ್ಸು ಬಂದಿರಲಿಲ್ಲ! ಅದೆಲ್ಲಾ ತನ್ನ ಮನಸ್ಸಿನಲ್ಲಿ ಮೂಡಿದ ಕಲ್ಪನೆಯೆ? ಸುನೀತಾಳ ಪ್ರೀತಿಯನ್ನು ಅನುಮಾನಿಸುವುದೆಂದರೆ ತನ್ನನ್ನೇ ಅನುಮಾನಿಸಿದಂತೆ! ಅಂದರೆ...? ತಾನೇ ಮಾನಸಿಕ ವಿಕಲ್ಪಕ್ಕೆ ಒಳಗಾಗಿದ್ದೇನೆಯೆ? ತನ್ನ ಪ್ರೀತಿಯ ಪತ್ನಿಯನ್ನು ಅನುಮಾನಿಸಿದ್ದಕ್ಕೆ ತನ್ನ ಬಗೆಗೆ ವಿವೇಕನಿಗೆ ನಾಚಿಕೆಯಾಯಿತು. ವಿನಾಕಾರಣ ಸುನೀತಾಳ ತಪ್ಪು ಹುಡುಕಲು ಪ್ರಯತ್ನಿಸಿದೆ. ನನ್ನ ಎಲ್ಲಾ ಅನುಮಾನಗಳೂ ಅಪ್ಪಟ ಭ್ರಮೆ!!

ಗಂಟೆ ನಾಲ್ಕೂವರೆಯಾದಾಗ ವಿವೇಕನಿಗೆ ನಿರಾಳವಾಯಿತು! ಇನ್ನು ಸುನೀತಾ ಎದ್ದು ಹೋಗುವುದಿಲ್ಲ. ಬೆಳಗಾಗಲು ಇನ್ನೂ ಸಮಯವಿದೆ. ಇನ್ನಷ್ಟು ನಿದ್ರೆ ಮಾಡೋಣ ಎಂದು ಮನಸ್ಸನ್ನು ತಿಳಿ ಮಾಡಿಕೊಂಡು ನಿದ್ರಿಸಲು ಪ್ರಯತ್ನಿಸಿದ. ದೇಹ ಮಲಗಿತ್ತು, ಆದರೆ ಮನಸ್ಸು ಹಲವು ವಿಷಯಗಳನ್ನು ಚಿಂತಿಸಿ ಸಕ್ರಿಯವಾಗಿತ್ತು. ಸುನೀತಾ ಬಗೆಗೆ ಯೋಚನೆಗಳು ನಿಲ್ಲಲಿಲ್ಲ, ನಿಲ್ಲುವಂತೆಯೂ ಇರಲಿಲ್ಲ.

ಪೋಲೀಸ್ ಇನ್ಸ್ಪೆಕ್ಟರ್ ಮನೆಗೆ ಬಂದಿದ್ದು, ಅವರು ಸುನೀತಾ ಕೊಟ್ಟ ಕಂಪ್ಲೈಂಟ್ ಬಗೆಗೆ ತಿಳಿಸಿದ್ದರತ್ತ ಯೋಚನೆ ಹರಿಯಿತು. ಆಕೆಯ ಕಾರನ್ನು ಯಾರೋ ಫಾಲೋ ಮಾಡುತ್ತಿರುವ ವಿಷಯವನ್ನು ಸುನೀತಾ ತನಗೇಕೆ ತಿಳಿಸಿಲ್ಲ? ಅದಕ್ಕೇನೋ ಕಾರಣವಿರಬೇಕು! ತನ್ನನ್ನು ವಂಚಿಸುವ ಯಾವುದೇ ಉದ್ದೇಶವೂ ಆಕೆಗಿರುವುದು ಸಾಧ್ಯವೇ ಇಲ್ಲ!! ದೇಹ ಎರಡು, ಜೀವ ಒಂದು ಎನ್ನುವಂತಿರುವ ತಮ್ಮಿಬ್ಬರ ನಡುವೆ ಅನುಮಾನ ಬರಲು ಸಾಧ್ಯವೇ ಇಲ್ಲ! ಆದರೆ..ಆಕೆ ಈ ವಿಷಯ ತನ್ನಿಂದ ಮುಚ್ಚಿಟ್ಟಿರುವಳಲ್ಲ?

ಹಲವು ಪ್ರಶ್ನೆಗಳು ಕಾಡುತ್ತಿರುವಂತೆ ಸುನೀತಾಳ ತಂದೆ ಅನಂತಯ್ಯ ಹೇಳಿದ ವಿಷಯ ಕೂಡ ಮುನ್ನೆಲೆಗೆ ಬಂತು! ಆಕೆ ತನ್ನ ತಂದೆ-ತಾಯಿಯರ ಮುಂದೆ ಇದ್ದಕ್ಕಿದ್ದಂತೆ ಅತ್ತಿದ್ದೇಕೆ? ಆ ಅಳುವಿನ ಹಿಂದಿನ ಕಾರಣ ಏನು? ತನ್ನ ನಡತೆಯಲ್ಲಿ, ವಿಚಾರದಲ್ಲಿ ಯಾವುದಾದರೂ ಒಂದು ಅಂಶ ಅವಳನ್ನು ನೋಯಿಸಿರಬಹುದೆ? ಅದು ಆಕೆಗೆ ಇಷ್ಟವಾಗಿಲ್ಲವೆ? ಎಲ್ಲ ವಿಷಯಗಳನ್ನೂ ಮದುವೆಯಾದಾಗಿನಿಂದಲೂ ಮುಕ್ತವಾಗಿ ಮಾತಾಡುತ್ತಿದ್ದೇವೆ! ಇಷ್ಟ-ಕಷ್ಟಗಳನ್ನು ಮಾತಾಡಿ ಬಗೆಹರಿಸಿಕ್ಕೊಳ್ಳುತ್ತಿದ್ದೇವೆ..ಇಷ್ಟೆಲ್ಲಾ ಇದ್ದರೂ ಸುನೀತಾ ಅತ್ತಿದ್ದೇಕೆ? ತಾನು ಅವಳನ್ನು ಸರಿಯಾಗಿ ನೋಡಿಕ್ಕೊಳ್ಳುತ್ತಿಲ್ಲ ಎನ್ನುವ ಭಾವನೆ ಮಾವ ಅನಂತಯ್ಯನವರ ಮಾತಿನಲ್ಲಿ ಸೂಕ್ಷ್ಮವಾಗಿ ಸೇರಿದ್ದು ಈಗ ಗಮನಕ್ಕೆ ಬರುತ್ತಿದೆ! ಅಂತಾದ್ದೇನಾಗಿರಬಹುದು? ತನ್ನಿಂದೇನಾದರೂ ಸುನೀತಾಳ ಆತ್ಮಗೌರವಕ್ಕೆ ಅಪಚಾರವಾಗಿದ್ದರೆ ಮುಖತಃ ಹೇಳಿಬಿಡುತ್ತಿದ್ದಳು. ಒಂದು ವರ್ಷದ ದಾಂಪತ್ಯದಲ್ಲಿ ಅಂತ ಕೆಲವು ಘಟನೆಗಳು ನಡೆದಿವೆ. ಅಂತ ಎಲ್ಲ ಕಹಿ ಪ್ರಸಂಗಗಳನ್ನು ಪರಸ್ಪರ ಮಾತುಕತೆಗಳ ಮೂಲಕ ಸರಿಪಡಿಸಿಕೊಂಡಿದ್ದೇವೆ! ಆದರೂ ತನ್ನ ಅರಿವೇ ಇಲ್ಲದೆ ತಾನವಳ ಆತ್ಮಗೌರವಕ್ಕೆ ಕುಂದು ತಂದಿದ್ದೇನೆಯೆ? ಅಂತ ಯಾವ ಘಟನೆ ಇರಬಹುದು? ವಿವೇಕ್ ಗತ ಘಟನೆಗಳನ್ನು ನೆನಪು ಮಾಡಿಕ್ಕೊಳ್ಳಲು ಪ್ರಯತ್ನಿಸಿತ್ತಲೇ ಸಮಯವನ್ನು ಸವೆಸತೊಡಗಿದ.

ಯಾವ ಕಾರಣಕ್ಕೋ ಇದ್ದಕ್ಕಿದ್ದಂತೆ ಸುನೀತಾ ಹೊರಳಾಡಿ ಎಚ್ಚರಗೊಂಡಳು!! ಆಕೆ ಕಣ್ತೆರೆದು ನೋಡಿದಳು. ವಿವೇಕನಿಗೆ ಶಾಕ್! ತಡವಾಗಿ ಎದ್ದು ಈಗ ಆಚೆ ಹೋಗುತ್ತಾಳಾ..? ಕಣ್ಮುಚ್ಚಿದ್ದ ವಿವೇಕ ನಿಶ್ಚಲನಾಗಿ ನಿದ್ರೆಯ ನಟನೆ ಮಾಡಿದ. ಸುನೀತಾ ನಿಧಾನಕ್ಕೆ ಎದ್ದಳು. ವಿವೇಕನ ಕಡೆ ನೋಡಿದಳು. ವಿವೇಕ ಆಕೆಯ ಮುಂದಿನ ನಡೆ ಏನಿರಬಹುದೆಂದು ನಿರೀಕ್ಷಿಸುತ್ತಿದ್ದ!! ಆಕೆ ಹಾಸಿಗೆಯಿಂದ ಎದ್ದು ಏನೋ ಮರೆತವಳಂತೆ ಸುತ್ತ ನೋಡಿದಳು. ವಿವೇಕನ ಮಲಗಿದ್ದ ಮಂಚದ ತುದಿಗೆ ಬಂದು ನಿಂತು ಅವನನ್ನೇ ತದೇಕಚಿತ್ತಳಾಗಿ ನೋಡತೊಡಗಿದಳು!!

ಮುಂದೇನು? ಮುಂದೇನು ಮಾಡಬಹುದು ಸುನೀತಾ..? ವಿವೇಕನ ದೇಹ ನಿಶ್ಚಲವಾಗಿತ್ತು! ಮನಸ್ಸು ಮಾತ್ರ ಎಚ್ಚರವಾಗಿತ್ತು! ಅವನ ಸಕಲೇಂದ್ರಿಯಗಳೂ ಸುನೀತಾಳ ಮುಂದಿನ ನಡೆಯನ್ನು ನಿರೀಕ್ಷಿಸುತ್ತಿದ್ದವು!!

9

ಅಧ್ಯಾಯ

ಬೆಳಗಿನ ಜಾವ ನಾಲ್ಕೂವರೆಗೆ ಎದ್ದು ಮಂಚದಿಂದಿಳಿದು, ವಿವೇಕನ ಬಳಿಗೆ ಬಂದು ನಿಂತಿದ್ದಳು ಸುನೀತಾ! ಆಕೆ ಆಚೆ ಹೋಗುತ್ತಾಳೆ ಎಂದು ನಿರೀಕ್ಷಿಸಿದ್ದ ವಿವೇಕ ಆಕೆಯ ಚಲನಗಳನ್ನು ಎಚ್ಚರಿಕೆಯಿಂದ ಕಣ್ಮುಚ್ಚಿ, ನಿದ್ರೆಯ ನಟನೆ ಮಾಡುತ್ತಾ ಗಮನಿಸುತ್ತಿದ್ದ.

ಮುಂದೇನು? ಮುಂದೇನು ಮಾಡಬಹುದು ಸುನೀತಾ..? ವಿವೇಕನ ದೇಹ ನಿಶ್ಚಲವಾಗಿತ್ತು! ಮನಸ್ಸು ಮಾತ್ರ ಎಚ್ಚರವಾಗಿತ್ತು! ಅವನ ಸಕಲೇಂದ್ರಿಯಗಳೂ ಸುನೀತಾಳ ಮುಂದಿನ ನಡೆಯನ್ನು ನಿರೀಕ್ಷಿಸುತ್ತಿದ್ದವು!!

ಆಗಲೇ ಅವನು ಊಹಿಸದಿದ್ದ ಘಟನೆ ನಡೆಯಿತು! ಅವನು ಊಹಿಸಿದಂತೆ ಸುನೀತಾ ರೂಮಿನಿಂದ ಆಚೆ ಹೋಗುತ್ತಿಲ್ಲ ಎನ್ನುವುದು ವಿವೇಕನ ಗಮನದಲ್ಲಿತ್ತು!

ಪಕ್ಕದಲ್ಲೇಕೆ ನಿಂತಿದ್ದಾಳೆ? ಕಣ್ತೆರೆದು ಆಕೆಯನ್ನು ನೋಡುವ ಅಧಮ್ಯ ಬಯಕೆ ಮೂಡಿತು. ಹಾಗೆ ಮಾಡಿದರೆ ಅನರ್ಥವಾಗುತ್ತದೆ ಎಂದು ಅರಿವಾಗಿ ನಿಶ್ಚಲನಾಗಿ ಮಲಗಿದ್ದ.

ಸುನೀತಾಳ ಬಿಸಿಯುಸಿರು ಅವನ ಮುಖದ ತ್ವಚೆಯನ್ನು ಸ್ಪರ್ಶಿಸಿತು! ಆ ಅನುಭವಕ್ಕೆ ತನ್ನ ದೇಹ, ಮನಸ್ಸಿನಲ್ಲಿ ಉಂಟಾದ ಆ ನವಿರು ನವಿರಾದ ಶೃಂಗಾರ ಭಾವನೆಗೆ ಪ್ರತಿಕ್ರಿಯೆ ತೋರಿಸದಿರಲು ವಿವೇಕ ಸಾಹಸ ಮಾಡಿದ. ಆಕೆಯ ಬಿಸಿಯುಸಿರು ತನ್ನ ಮುಖದ ಮೇಲೆ ಹರಡಿದರೂ ಯಾವ ಪ್ರತಿಕ್ರಿಯೆಯನ್ನು ತೋರಿಸದೆ ಮಲಗುವುದು ಅವನಿಗೆ ಸವಾಲಾಗಿತ್ತು!! ಏನಾಗುತ್ತಿದೆ? ಸುನೀತಾ ಮುಂದೇನು ಮಾಡಬಹುದು? ಕೆಲವು ಕ್ಷಣ ಅವನ ಮನಸ್ಸಿನಲ್ಲಿ ಅಲ್ಲೋಲಕಲ್ಲೋಲ! ತಾನು ನೆನೆಸಿದ್ದೇ ಬೇರೆ, ಈಗ ಆಗುತ್ತಿರುವುದೇ ಬೇರೆ.!

ಸುನೀತಾಳ ಮನಸ್ಸಿನಲ್ಲಿ ಏನಿದೆ? ಆಕೆ ಯಾವ ಲೆಕ್ಕಾಚಾರದಲ್ಲಿ ಇದ್ದಾಳೆ?

ಹತ್ತಾರು ಯೋಚನೆಗಳು ಕ್ಷಣಮಾತ್ರದಲ್ಲಿ ಮಿಂಚಿ ಮರೆಯಾಗುತ್ತಿದ್ದವು!! ವಿವೇಕನ ತನ್ನ ಹಣೆಯನ್ನು ಸುನೀತಾಳ ಕುಸುಮದಂತೆ ಮೃದುವಾದ ತುಟಿಗಳು ಸ್ಪರ್ಶಿಸಿದ್ದು ಅರಿವಾಯಿತು! ಸುನೀತಾಳ ಶೃಂಗಾರಮಯವಾದ ಸುನೀತಾಳ ನಡೆಗೆ ವಿವೇಕ ರೋಮಾಂಚನಗೊಂಡ!! ಸುನೀತಾ ಬಗೆಗಿನ ಅವನ ಎಲ್ಲಾ ಕಲ್ಪನೆಗಳು, ಅನುಮಾನಗಳ ಬೆಟ್ಟ ಕರಗಿ ನೆಲಸಮವಾಗಿತ್ತು! ಆದರೆ ತಮ್ಮ ಪ್ರೇಮ ಜೀವನ ಮರಕಳಿಸಿದ ಅನುಭವವಾಯಿತು!

***

ಎಂದಿನಂತೆ ಬೆಳಗಾಗಿತ್ತು.

ದಿನಚರಿ ಸಾಮಾನ್ಯವಾಗಿ ಎಂದಿನಂತೆ ನಡೆಯುತ್ತಿತ್ತು. ಹಿಂದಿನ ರಾತ್ರಿಯ ನೆನಪು ದಂಪತಿಗಳಲ್ಲಿ ಇನ್ನು ಹಸಿರಾಗಿತ್ತು! ಇಬ್ಬರ ಮನಸ್ಸನ್ನು ಮುದಗೊಳಿಸಿತ್ತು ಬೆಳಗಿನ ಆ ಸಮಯ.

"ಸುನೀತಾ ಇವತ್ತು ನನ್ನ ಒಂದು ಬೇಡಿಕೆಯನ್ನು ನಡೆಸಿ ಕೊಡುತ್ತೀಯಾ?"

"ಖಂಡಿತವಾಗಿ ವಿಕಿ, ನೀನು ಕೇಳಿದ್ದನ್ನು ನಾನು ಯಾವತ್ತಾದರೂ ಇಲ್ಲ ಎಂದು ಹೇಳಿದ್ದೀನಾ? ಅದೇನು ಹೇಳು"

"ಏನಿಲ್ಲ, ಇವತ್ತು ನಾವಿಬ್ಬರು ಒಟ್ಟಿಗೆ ಒಂದೇ ಕಾರಿನಲ್ಲಿ ಹೋಗಬೇಕು. ನಿನ್ನನ್ನು ಒಂದು ಜಾಗಕ್ಕೆ ಕರೆದುಕೊಂಡು ಹೋಗುತ್ತೀನಿ. ಅಲ್ಲಿಯವರೆಗೂ ನೀನು ಮಾತನಾಡಬಾರದು, ಎಲ್ಲಿಗೆ ಎಂದು ಕೇಳಬಾರದು. ಅಲ್ಲಿಗೆ ಹೋದ ಮೇಲೆ ನೀನು ಮಾತಾಡಬಹುದು ಆಗುತ್ತಾ?"

"ಮತ್ತೆ ನನ್ನ ಲ್ಯಾಬಿಗೆ?"

"ನಾನು ಡ್ರಾಪ್ ಮಾಡ್ತೀನಿ?"

"ಸಂಜೆ ಬರುವಾಗ?"

"ನಾನು ಬಂದು ಪಿಕ್ ಮಾಡ್ತೀನಿ? ಆಗುತ್ತಾ?"

"ತುಂಬಾ ತಡವಾದರೆ?"

"ಪರವಾಗಿಲ್ಲ ನೀನು ಹೇಳಿದ ಸಮಯಕ್ಕೆ ಬರ್ತೀನಿ, ಆಗುತ್ತಾ ನನ್ನ ಮಾತು ನಡೆಸಿ ಕೊಡ್ತೀಯಾ?"

"ಆಗಲಿ ನಿನ್ನ ಇಚ್ಛೆಯೇ ನನ್ನ ಇಚ್ಛೆ. ಯಾವತ್ತೂ ನಿನ್ನ ಮಾತಿಗೆ ನಾನು ಇಲ್ಲ ಎಂದು ಹೇಳಿಲ್ಲ"

"ಥ್ಯಾಂಕ್ಯೂ ಡಾರ್ಲಿಂಗ್...ಥ್ಯಾಂಕ್ಸ್ ಎ ಲಾಟ್" ವಿವೇಕ ಮನದುಂಬಿ ಹೇಳಿದ.

"ಇದಕ್ಕೆ ಯಾಕೆ ಥ್ಯಾಂಕ್ಸ್? ನಿಮ್ಮ ಥ್ಯಾಂಕ್ಸ್ ನನಗೆ ಬೇಕಾಗಿಲ್ಲ"

"ಮತ್ತೇನು ಬೇಕು? ಧನ್ಯವಾದಗಳನ್ನು ಒಂದು ಮುತ್ತಿನ ಮೂಲಕ ಸಲ್ಲಿಸಲು?

"ಬೇಡ ಆ ಒಂದು ಮುತ್ತು ಮತ್ತೆಲ್ಲಿಗೊ ಎಳೆದುಕೊಂಡು ಹೋಗುತ್ತದೆ ಸದ್ಯಕ್ಕೆ ನಿಮ್ಮ ಮಾತಿನ ಥ್ಯಾಂಕ್ಸ್ ಅನ್ನು ಒಪ್ಪಿಕೊಳ್ಳುತ್ತೇನೆ"

"ಓ.ಕೆ ಹಾಗಾದರೆ ಹೊರಡೋಣ"

"ಎಲ್ಲಿಗೆ?" ತಕ್ಷಣ ಕೇಳಿದಳು ಸುನೀತಾ!

"ಕಂಡೀಶನ್ಸ್ ಮರೆತುಬಿಟ್ಯಾ..?"

"ಓ..ಸಾರಿ"

***

ವಿವೇಕನ ಕಾರಿನಲ್ಲಿ ಸುನೀತಾ ಕುಳಿತಿದ್ದಳು. ಮನೆಯಿಂದ ಕಾರು ಹೊರಟಿತು.

"ಈಗ ಹೋಗ್ತಿರೋದು ಎಲ್ಲಿದೆ?" ಸುನೀತಾ ಕೇಳಿದಳು.

"ಆ ಜಾಗ ತಲುಪುವವರೆಗೂ ಮಾತನಾಡಬಾರದು ಅನ್ನೋ ಶರತ್ತು ಒಪ್ಕೊಂಡಿದ್ದೀಯ" ವಿವೇಕ ಎಚ್ಚರಿಸಿದ.

"ಹಾಗಾದರೆ ನಾನು ಕೇಳೊಲ್ಲ..ನಿನಗೆ ಹೇಳಬೇಕೆಂದರೆ ಹೇಳು!"

"ಆಹಾ..ಜಾಣೆ ನೀನು! ಅಲ್ಲಿಗೆ ಹೋಗೋವರೆಗೂ ನಾನು ಹೇಳೋದಿಲ್ಲ"

"ಹಾಗೂ ಏನೋ ದೊಡ್ಡ ಗುಟ್ಟು ಇಟ್ಟುಕೊಂಡಿರುವ ಹಾಗೆ ಕಾಣಿಸುತ್ತಿದೆ! ಹೇಳೊಲ್ಲ ಎಂದಮೇಲೆ ನಾನು ಕೇಳೋದೂ ಇಲ್ಲ?

ಸುನೀತಾ ಹುಸಿ ಮುನಿಸು ತೋರಿದಳು!

"ನನಗೆ ಗೊತ್ತಿತ್ತು ನೀನು ಒಳ್ಳೆ ಹುಡುಗಿ ಅಂತ" ವಿವೇಕ ನಕ್ಕ.

ಸುನೀತಾ ಕೋಪವನ್ನು ಪ್ರದರ್ಶಿಸುತ್ತಾ ಮುಖವನ್ನು ಬಿಗಿದುಕೊಂಡು ಕೂತಿದ್ದಳು

ಅವಳ ಆ ಹುಸಿ ಕೋಪವನ್ನು, ಅವಳ ನಟನೆಯನ್ನು ಆಸ್ವಾದಿಸುತ್ತಾ ಮುಖದ ಮೇಲೆ ಮುಗುಳ್ನಗೆ ತಂದುಕೊಂಡು ವಿವೇಕ ಕಾರನ್ನು ಡ್ರೈವ್ ಮಾಡುತ್ತಿದ್ದ.

ಪೊಲೀಸ್ ಸ್ಟೇಷನ್ ಒಂದರ ಮುಂದೆ ವಿವೇಕ ಕಾರು ನಿಲ್ಲಿಸಿ, ಸುನೀತಾಳ ಮುಖ ನೋಡಿದ! ಆಕೆಯ ಮುಖದಲ್ಲಿ ಅಚ್ಚರಿ ಕಂಡಿತು!

"ಇದೇನು? ಇಲ್ಲಿಗೇಕೆ ಬಂದಿದ್ದೇವೆ?"

ಸುನೀತಾ ಅನುಮಾನದಿಂದ ಕೇಳಿದಳು.

"ಒಳಗೆ ಹೋಗುವ ತನಕ ನೀನು ಮಾತಾಡಬಾರದು ಎನ್ನುವ ಶರತ್ತು ನೆನಪಿದೆ ತಾನೆ?"

"ಸರಿ, ನಾನು ಮಾತಾಡೊಲ್ಲ"

ಇಬ್ಬರೂ ಸ್ಟೇಷನ್ ಪ್ರವೇಶ ಮಾಡಿದರು.

ವಿವೇಕ್ ನೇರ ಇನ್ಸ್ಪೆಕ್ಟರ್ ಟೇಬಲ್ ಬಳಿಗೆ ಬಂದು ಗುಡ್ ಮಾರ್ನಿಂಗ್ ಹೇಳಿದ.

"ಇನ್ಸ್ಪೆಕ್ಟರ್ ನೀವು ಮನೆಗೆ ಬಂದಾಗ ಸುನೀತಾ ಮನೆಯಲ್ಲಿ ಇರಲಿಲ್ಲ. ಆಕೆಯನ್ನು ನಾನೇ ಕರೆದುಕೊಂಡು ಬರುತ್ತೇನೆ ಎಂದು ಹೇಳಿದ್ದ. ಈಗ ಬಂದಿದ್ದೇವೆ"

ವಿವೇಕ ಬಂದ ಕೆಲಸವನ್ನು ವಿವರಿಸಿದ.

ಇನ್ಸ್ಪೆಕ್ಟರ್ ಮುಖದಲ್ಲಿ ಸ್ವಲ್ಪ ಗೊಂದಲ ಕಾಣಿಸಿತು. ಅವರು ತಮ್ಮ ದೃಷ್ಟಿಯನ್ನು ವಿವೇಕನಿಂದ ಸುನೀತಾಳತ್ತ ಬದಲಿಸಿದರು.

"ಹಾಗಾದರೆ ನಿಮಗೆ ಗೊತ್ತಿಲ್ಲವೇ?"

"ಏನು ಇನ್ಸ್ಪೆಕ್ಟರ್? ಏನು ಗೊತ್ತಾಗಬೇಕಾಗಿರೋದು?" ವಿವೇಕ ಚಕಿತನಾದ.

"ನಿಮ್ಮ ಪತ್ನಿ ಹೇಳಿಲ್ಲವೇ?"

ವಿವೇಕ ಆಶ್ಚರ್ಯದಿಂದ ಸುನೀತಾ ಕಡೆ ತಿರುಗಿ ನೋಡಿದ.

"ಐಯಾಮ್ ಸಾರಿ ವಿಕಿ, ನಾನು ಕಂಪ್ಲೇಂಟ್ ವಾಪಸ್ ತಗೊಂಡಿದೀನಿ!"

ಸುನೀತಾ ತಣ್ಣಗೆ ದನಿ ತಗ್ಗಿಸಿ ಹೇಳಿದಳು!

"ಏನು?" ವಿವೇಕನಿಗೆ ಶಾಕ್ ಆಗಿತ್ತು! ಸುನೀತಾ ಮಾತುಗಳನ್ನು ಅರಗಿಸಿಕೊಳ್ಳಲಾಗಲಿಲ್ಲ.

"ಏನೆಂದೇ...ಇನ್ನೊಂದ್ಸಲ ಹೇಳು?"

"ನಾನು ಕೊಟ್ಟಿದ್ದ ಕಂಪ್ಲೇಂಟನ್ನು ವಾಪಸ್ಸು ತಗೊಂಡಿದೀನಿ"

"ಬಟ್ ವೈ?"

"ಕಾರಣ ಆಮೇಲೆ ಹೇಳ್ತೀನಿ! ಈಗ ನನ್ನ ಲ್ಯಾಬಿಗೆ ಡ್ರಾಪ್ ಮಾಡು ಪ್ಲೀಸ್"

ವಿವೇಕನಿಗೆ ಕೋಪ ಬಂದಿತ್ತು! ಸುನೀತಾಳ ಕಾರನ್ನು ಯಾರೋ ಫಾಲೋ ಮಾಡುತ್ತಿರುವುದು ಗಂಭೀರವಾದ ವಿಷಯ! ಅಲ್ಲದೆ ಅದನ್ನು ನೆಗ್ಲೆಟ್ ಮಾಡಿದರೆ ಅವಳ ಜೀವಕ್ಕೆ ಅಪಾಯ! ಹೀಗಿರುವಾಗ ಹೀಗೆ ಕಂಪ್ಲೇಂಟ್ ಏಕೆ ವಾಪಸ್ಸು ಪಡೆದಳು? ಮೊಟ್ಟಮೊದಲ ಬಾರಿಗೆ ಸುನೀತಾಳ ಮೇಲೆ ಅತೀವವಾದ ಕೋಪ ಬಂತು!

"ಆರ್ ಯು ಮ್ಯಾಡ್?" ವಿವೇಕ ದನಿ ಗಡುಸಾಗಿತ್ತು!

"ನೋಡಿ, ನಿಮ್ಮಿಬ್ಬರ ಭಿನ್ನಾಭಿಪ್ರಾಯಗಳನ್ನು ದಯವಿಟ್ಟು ಸ್ಟೇಷನ್ನಿಂದ ಹೊರಗೆ ಬಗೆಹರಿಸಿಕೊಳ್ಳಿ. ನಿಮ್ಮ ಪತ್ನಿ ಕಂಪ್ಲೇಂಟ್ ವಾಪಸ್ ತೆಗೆದುಕೊಂಡಿರುವುದರಿಂದ ನಿಮ್ಮ ಅವಶ್ಯಕತೆ ಇಲ್ಲ. ನೀವು ಹೋಗಬಹುದು"

ಇನ್ಸ್ಪೆಕ್ಟರ್ ಖಡಕ್ಕಾಗಿ ಹೇಳಿದರು.

"ಸಾರಿ ಇನ್ಸ್ಪೆಕ್ಟರ್, ನನ್ನ ಪತ್ನಿ ಸರಿಯಾಗಿ ಯೋಚನೆ ಮಾಡಿಲ್ಲ, ಅವಳ ಜೀವಕ್ಕೆ ಅಪಾಯ ಇದೆ! ದಯವಿಟ್ಟು ಇನ್ವೆಸ್ಟಿಗೇಟ್ ಮಾಡಿ ಅಪರಾಧಿಗಳಿಗೆ ಶಿಕ್ಷೆ ಕೊಡಿಸಿ ಅಂತ ನಾನು ಕಂಪ್ಲೇಂಟ್ ಕೊಡ್ತೀನಿ"

ವಿವೇಕ ರಿಕ್ವೆಸ್ಟ್ ಮಾಡಿದ.

"ಸಾರಿ ,ಮಿಸ್ಟರ್ ವಿವೇಕ್. ನಿಮ್ಮಿಬ್ಬರ ನಡುವೆ ಏನೋ ಮಿಸ್ ಅಂಡಸ್ಟ್ಯಾಂಡಿಂಗ್ ಇದೆ. ಅದನ್ನ ಬಗೆಹರಿಸಿಕೊಳ್ಳಿ. ಒಬ್ಬರು ಕಂಪ್ಲೇಂಟ್ ಕೊಟ್ಟು ವಾಪಸ್ ತಗೊಂಡಿದ್ದಾರೆ. ನೀವು ಮತ್ತೆ ಕಂಪ್ಲೆಂಟ್ ಕೊಡ್ತೀನಿ ಅಂತ ಹೇಳಿದರೆ ಇದೊಂತರ ಮಕ್ಕಳ ಆಟ ತರ ಕಾಣಿಸ್ತಾ ಇದೆ! ನೀವು ಸಾಕಷ್ಟು ಪ್ರಬುದ್ಧರು. ನಿಮ್ಮಲ್ಲಿ ಅದನ್ನು ಬಗೆಹರಿಸಿಕೊಳ್ಳಿ"

ಇನ್ಸ್ಪೆಕ್ಟರ್ ಮಾತಿಗೆ ವಿವೇಕನ ಮುಖ ಕಪ್ಪಿಟ್ಟಿತು!! ಇಂಥದೊಂದು ಘಟನೆಯನ್ನು ನಿರೀಕ್ಷಿಸಿರಲಿಲ್ಲ ಮೊದಲ ಬಾರಿಗೆ ಸುನೀತಾ ಮೇಲೆ ಅಗಾಧವಾದ ಕೋಪ ಬಂತು!! ಇನ್ಸ್ಪೆಕ್ಟರ್ ಮುಂದೆ ತನ್ನ ಮರ್ಯಾದೆಗೆ ಕುಂದು ಉಂಟಾಯಿತು ಎನ್ನಿಸಿತು!

ಸುನೀತಾ ಕೂಡ ಪೆಚ್ಚಾಗಿದ್ದಳು. ಇನ್ಸ್ಪೆಕ್ಟರ್ ಮುಂದೆ ತಮ್ಮಿಬ್ಬರ ಡಿಫರೆನ್ಸ್ ಗಳು ಪ್ರದರ್ಶನವಾಗಿದಕ್ಕೆ ಆಕೆಗೆ ಬೇಸರವಾಗಿತ್ತು ಇದಕ್ಕೆ ಕಾರಣನಾದ ವಿಕ್ಕಿಯ ಮೇಲೂ ಬೇಸರವಾಗಿತ್ತು!

ಬೇರೆ ದಾರಿ ಕಾಣದೆ ಇಬ್ಬರೂ ಇನ್ಸ್ಪೆಕ್ಟರ್ ಮುಂದೆ ಕೂತಿದ್ದ ಕುರ್ಚಿಗಳಿಂದ ಎದ್ದರು!

ವಿವೇಕ ಪತ್ನಿಯನ್ನು ದುರುಗುಟ್ಟಿ ನೋಡಿದ. ಸುನೀತಾ ಅವನ ನೋಟ ಎದುರಿಸಲಾರದೆ ಹಿಂದೆ ತಿರುಗಿ ಸ್ಟೇಶನ್ನಿನಿಂದಾಚೆ ನಡೆದಳು!!

ತನ್ನ ಮುಂದಿನ ನಡೆಯನ್ನು ವಿವೇಕ್ ಆಗಲೇ ರೂಪಿಸಿಕೊಂಡಿದ್ದ! ಸುನೀತಾಳ ಎಲ್ಲ ನಿಗೂಢತೆಯನ್ನೂ ಭೇದಿಸುವ ಯೋಜನೆ ಮನಸ್ಸಿನಲ್ಲಿ ಮೂಡಿತ್ತು!!

10

ಅಧ್ಯಾಯ

ಸುನೀತಾಳನ್ನು ಲ್ಯಾಬಿಗೆ ಡ್ರಾಪ್ ಮಾಡುವ ದಾರಿಯಲ್ಲಿ ವಿವೇಕ ಒಂದೇ ಒಂದು ಮಾತನ್ನೂ ಆಡಿರಲಿಲ್ಲ. ಆದರೆ ಸುನೀತಾಗೆ ಸುಮ್ಮನಿರಲಾಗಿರಲಿಲ್ಲ! ಪೊಲೀಸ್ ಸ್ಟೇಷನ್ನಿನಲ್ಲಿ ಅಷ್ಟೆಲ್ಲ ನಡೆದ ನಂತರ ಸುಮ್ಮನಿರುವುದು ಆಕೆಗೆ ಸಾಧ್ಯವಾಗಲಿಲ್ಲ. ತನ್ನ ತಪ್ಪು ಸ್ಪಷ್ಟವಾಗಿ ಅರಿವಾಗಿತ್ತು. ತಮ್ಮಿಬ್ಬರ ನಡುವೆ ಸೃಷ್ಟಿಯಾಗಿರುವ ಬಿಗಿ ವಾತಾವರಣ ಒಂದಿಷ್ಟಾದರೂ ಸಡಿಲವಾಗಬೇಕು ಎನ್ನುವ ಮನಸ್ಸು ಇತ್ತು. ಸುನೀತಾ ಮಾತುಗಳಿಗೆ ಹುಡುಕುತ್ತಿದ್ದಳು. ಹೇಗೆ ಪ್ರಾರಂಭಿಸಲಿ? ವಿವೇಕನ ಕೋಪ ಕಮ್ಮಿಯಾಗಬೇಕು ಹಾಗೆ ಏನು ಮಾತಾಡಲಿ?

ಪೊಲೀಸ್ ಸ್ಟೇಷನ್ ನಿಂದ ಹೊರಟು ಹತ್ತು ನಿಮಿಷಗಳಾಗಿದ್ದರೂ ಇಬ್ಬರ ನಡುವೆ ಮೌನ ಹೆಪ್ಪುಗಟ್ಟಿತ್ತು.

"ವಿಕ್ಕಿ, ಐ ಯಾಮ್ ಸಾರಿ! ಕಂಪ್ಲೈಂಟ್ ವಾಪಸ್ಸು ಪಡೆದ ವಿಷಯ ನಿನಗೆ ಮೊದಲೇ ಹೇಳಬೇಕಾಗಿತ್ತು. ನನಗೆ ಗೊತ್ತು, ನಿನಗೆ ತುಂಬಾ ಬೇಸರವಾಗಿದೆ, ನನ್ನ ಮೇಲೆ ಕೋಪ ಕೂಡ ಬಂದಿದೆ! ಆದರೆ ಪರಿಸ್ಥಿತಿ ಅರ್ಥ ಮಾಡಿಕೋ. ಲ್ಯಾಬಿನಲ್ಲಿ ನಾನು ಇನ್ವಾಲ್ವ್ ಆಗಿರೋವಂತ ಒಂದು ಪ್ರಾಜೆಕ್ಟ್ ತುಂಬಾ ಇಂಪಾರ್ಟೆಂಟ್, ಅದು ಟಾಪ್ ಸೀಕ್ರೆಟ್ ಕೂಡ. ಅದರ ಬಗೆಗೆ ಯಾರಿಗೂ ಒಂದು ತುಣುಕು ಸುಳಿವೂ ಸಿಗಬಾರದು. ಅದಕ್ಕೆ ನನ್ನ ಕಾರನ್ನು ಫಾಲೋ ಮಾಡುತ್ತಿದ್ದವರ ಬಗೆಗೆ ಅನುಮಾನಿಸಿ ಸ್ವಲ್ಪ ಹೆಚ್ಚಿನ ಕಾಳಜಿವಹಿಸಿದ್ದೆ. ನಿನಗೆ ಗಾಬರಿಯಾಗುತ್ತೆ ಅನ್ನೋ ವಿಷಯಕ್ಕೆ ಅದನ್ನು ನಿನಗೆ ಹೇಳಿರಲಿಲ್ಲ. ಇನ್ನು ಕಂಪ್ಲೇಂಟ್ ವಾಪಸ್ಸು ಹೇಗೆ ತೆಗೆದುಕೊಂಡೆ ಎನ್ನುವ ಬಗ್ಗೆ ನಾನು ವಿವರಣೆ ಕೊಡಲು ಸಾಧ್ಯವಿಲ್ಲ. ಅದು ಲ್ಯಾಬಿನವರ ಸೂಚನೆ ಮೇಲೆ ಮಾಡಿದ್ದೇನೆ.

ಅವರೇಕೆ ಕಂಪ್ಲೈಂಟ್ ವಾಪಸ್ಸು ಪಡೆಯಲು ಹೇಳಿದರು ನನಗೆ ಗೊತ್ತಿಲ್ಲ! ಅವರನ್ನು ನಾನು ಕೇಳಲು ಸಾಧ್ಯವೂ ಇಲ್ಲ. ಕಂಪೆನಿ ಪಾಲಿಸಿ ಆ ರೀತಿ ಇದೆ. ಪ್ಲೀಸ್, ನನ್ನ ಸ್ಥಿತಿ ಅರ್ಥ ಮಾಡಿಕೋ"

"ಇಟ್ ಈಸ್ ಓಕೆ ಸುನಿ, ನನಗೆ ಕೋಪ ಬಂದಿದ್ದು ನಿಜ...ಆದರೆ ಇಟ್ಸ್ ಓಕೆ. ಅದನ್ನೆಲ್ಲ ಮರೆತು ಬಿಡು, ಈಗ ನೆಮ್ಮದಿಯಾಗಿ ಲ್ಯಾಬಲ್ಲಿ ಕೆಲಸ ಮಾಡು. ತುಂಬಾ ಕ್ರಿಟಿಕಲ್ ಪ್ರಾಜೆಕ್ಟ್ ಬೇರೆ ಅಂತ ಹೇಳಿದ್ದೀಯಾ.."

ವಿವೇಕ ತನ್ನ ಕೋಪವನ್ನು ಹತ್ತಿಕ್ಕಿಕೊಂಡು ಹೇಳಿದ.

"ಥ್ಯಾಂಕ್ಯೂ ವಿಕ್ಕಿ, ನೀನು ಅರ್ಥಮಾಡ್ಕೋತೀಯ ಅನ್ನೋ ವಿಶ್ವಾಸ ಇತ್ತು. ನಿಜಕ್ಕೂ ನಾನು ನಿನ್ನಂತ ಪತಿಯನ್ನು ಪಡೆಯೊದಕ್ಕೆ ನಾನು ತುಂಬಾ ಪುಣ್ಯ ಮಾಡಿದ್ದೆ"

ಸುನೀತಾ ಮಾತಿನಲ್ಲಿ ಕೃತಿಮತೆ ಕಾಣಲ್ಲಿಲ್ಲ ವಿವೇಕನಿಗೆ.

"ಡೋಂಟ್ ಬಿಕಮ್ ಎಮೋಷನಲ್"

ವಿವೇಕ ಮಾತು ತೇಲಿಸಿದ.

***

ಕಾರ್ಖಾನೆಗೆ ಕಾಲಿಡುತ್ತಲೇ ವಿವೇಕ ಬ್ಯುಸಿಯಾದ. ಹತ್ತಾರು ತಾಂತ್ರಿಕ ಸಮಸ್ಯೆಗಳು ಅವನಿಗಾಗಿ ಕಾಯುತ್ತಿದ್ದವು ಅವುಗಳನ್ನೆಲ್ಲ ವಿಶ್ಲೇಷಣೆ ಮಾಡಿ, ಎಲ್ಲಕ್ಕೂ ಪರಿಹಾರ ಸೂಚಿಸುವಲ್ಲಿ ಸುಮಾರು ಲಂಚ್ ಸಮಯವೇ ಆಗಿತ್ತು.

ಊಟದ ಸಮಯದವರೆಗೂ ಮನಸ್ಸಿನಿಂದ ಮರೆಯಾಗಿದ್ದ ಸುನೀತಾಳ ಎರಡು ಸಮಸ್ಯೆಗಳು ಮತ್ತೆ ಬೃಹದಾಕಾರದ ಪ್ರಶ್ನೆಗಳಾಗಿ ವಿವೇಕನ ಮುಂದೆ ನಿಂತಿದ್ದವು.

ಮೊದಲನೆ ಪ್ರಶ್ನೆ ಈವರೆಗೂ ಯಾವುದೇ ಒಂದು ಸಣ್ಣ ಸುಳಿವೂ ಕೂಡ ಸಿಗದಂತ ಅವಳ ಒಂದು ಗಂಟೆಯ ಗೈರಿನ ವಿಷಯ. ಎರಡನೆಯದು ತನ್ನನ್ನು ಫಾಲೋ ಮಾಡುತ್ತಿದ್ದವರ ಬಗೆಗೆ ಕೊಟ್ಟಿದ್ದ ಕಂಪ್ಲೇಂಟನ್ನು ಸುನೀತಾ ವಾಪಸ್ಸು ಪಡೆದ ವಿಷಯ. ಅದು ಲ್ಯಾಬಿನವರ ಸೂಚನೆ ಮೇರೆಗೆ ಎಂದರೂ ಕೂಡ, ಅಪಾಯ ಇರುವುದು ಸುನೀತಾಗೆ. ಲ್ಯಾಬಿನವರೇಕೆ ಕಂಪ್ಲೈಂಟ್ ವಾಪಸ್ಸು ಪಡೆಯಲು ಸೂಚಿಸಿದರು ಎನ್ನುವುದೂ ಒಂದು ರಹಸ್ಯವೇ! ಸುನೀತಾ ಅದರ ಬಗ್ಗೆ ಹೆಚ್ಚಿಗೆ ಹೇಳಲು ಇಷ್ಟಪಡದೇ ಇರುವುದು ಕೂಡ ಮತ್ತೊಂದು ಅನುಮಾನಕ್ಕೆ ಎಡೆ ಮಾಡಿದೆ.

ಲಂಚ್ ಸಮಯ ಸಮೀಪಿಸುತ್ತಲೇ ಕ್ಯಾಂಟೀನಿನಿಂದ ಬಂದ ವಿವೇಕನ ಊಟದ ಟೇಬಲ್ ಅಲಂಕರಿಸಿತ್ತು. ಸಾಮಾನ್ಯವಾಗಿ ವಿಕ್ಕಿ ಒಬ್ಬನೇ ತನ್ನ ಚೇಂಬರಿನಲ್ಲಿ ಊಟ ಮಾಡುತ್ತಿರಲಿಲ್ಲ. ಪ್ರತಿದಿನವೂ ಕಾರ್ಖಾನೆಯ ಒಂದಿಬ್ಬರು

ಸೂಪರ್ವೈಸರ್ಗಳು ಅಥವಾ ಒಂದಿಬ್ಬರು ಕೆಲಸಗಾರರನ್ನು ತನ್ನೊಂದಿಗೆ ಊಟ ಮಾಡುವಂತೆ ಆಹ್ವಾನ ಕಳಿಸುತ್ತಿದ್ದ. ಅವನ ಈ ಏರ್ಪಾಡು ಸೂಪರ್ವೈಸರ್ಗಳು ಮತ್ತು ಕೆಲಸಗಾರರು ಜೊತೆ ಆತ್ಮೀಯತೆ ಬೆಳೆಸಿಕೊಳ್ಳಲು ಸಹಾಯಕವಾಗಿತ್ತು.

ಇಂದು ಅವನ ಜೊತೆ ಊಟ ಮಾಡಲಿದ್ದವರು ಇಬ್ಬರೂ ಕಾರ್ಖಾನೆಯ ಕೆಲಸಗಾರರು.

ತನ್ನ ಸ್ಥಾನದ ಅಂತರವನ್ನು ಅವರು ಗಣನೆಗೆ ತೆಗೆದುಕೊಳ್ಳಬಾರದು ಎನ್ನುವ ಉದ್ದೇಶದಿಂದ ಕಾರ್ಖಾನೆಯ ವಿಷಯವನ್ನು ಬಿಟ್ಟು ಇತರೆ ಸಾಮಾನ್ಯವಾಗಿ ವಿಷಯಗಳ ಬಗ್ಗೆ ಮಾತನಾಡುತ್ತಾ, ಅವರ ಸಂಸಾರದ ಬಗೆಗೆ ಕೆಲವು ಮಾತುಗಳನ್ನು ಕೇಳುತ್ತಾ ವಿವೇಕ ಊಟ ಮುಗಿಸಿದ. ಊಟದ ಸಮಯದಲ್ಲಿ ಸುನೀತಾ ಇನ್ನಷ್ಟು ಕಾಲ ನೆನಪಿಂದ ಮರೆಯಾಗಿದ್ದಳು!

ಊಟ ಮುಗಿದು ಕೆಲಸಗಾರರಲ್ಲ ತೆರಳಿದ ಮೇಲೆ ವಿವೇಕ ಒಂದು ಸುತ್ತು ಕಾರ್ಖಾನೆಯಲ್ಲಿ ಅಡ್ಡಾಡಿ ಬಂದ. ಊಟದ ನಂತರದ ಸಮಯವಾದುದರಿಂದ ಕೆಲಸಗಾರರೆಲ್ಲ ವರ್ಕ್ಷಾಪ್ ಆಚೆಯ ಹುಲ್ಲುಗಾವಲಿನ ಮೇಲೆ ಕುಳಿತು ವಿಶ್ರಾಂತಿ ಪಡೆಯುತ್ತಿದ್ದರು. ವಿವೇಕ ಆ ಸಮಯದಲ್ಲಿ ವರ್ಕ್ಷಾಪಿನಲ್ಲಿರುವ ಎಲ್ಲಾ ಮಿಷನ್ಗಳ ಹತ್ತಿರ ಹೋಗಿ ಅಲ್ಲಿ ಯಾವ ಕೆಲಸ ನಡೆಯುತ್ತಿದೆ, ಗುಣಮಟ್ಟ ಹೇಗಿದೆ ಎನ್ನುವುದನ್ನು ಗಮನಿಸುತ್ತಿದ್ದ. ಸುಮಾರು ಇಪ್ಪತ್ತು ನಿಮಿಷ ವರ್ಕ್ಷಾಪು ಸುತ್ತಿ ಬರುತ್ತಿರುವಾಗ ಕೆಲಸಗಾರರೆಲ್ಲ ಒಬ್ಬೊಬ್ಬರಾಗಿ ವರ್ಕ್ಷಾಪಿನ ಒಳಕ್ಕೆ ಬರುತ್ತಿದ್ದರು.

ವಿವೇಕ ರೌಂಡ್ ಮುಗಿಸಿ ಸ್ವಸ್ಥಾನಕ್ಕೆ ಮರಳಿದ.

ಕುರ್ಚಿಯಲ್ಲಿ ಕೂತೊಡನೆ ಸುನೀತಾ ನೆನಪಿನಲ್ಲಿ ಇಣುಕಿದಳು. ಮೊದಲಿಗೆ ಸುನೀತಾಳದು ಒಂದೇ ಸಮಸ್ಯೆ ಇತ್ತು. ಈಗ ಅದರ ಜೊತೆಗೆ ಇನ್ನೊಂದು ಸಮಸ್ಯೆ ಸೇರಿಕೊಂಡಿದೆ!! ಸುನೀತಾ ಬೆಳಗಿನ ಜಾವ ನಾಲ್ಕು ಗಂಟೆ ಸಮಯದಲ್ಲಿ ಹಾಸಿಗೆಯನ್ನು ಬಿಟ್ಟು ಎಲ್ಲಿಯೋ ಹೋಗಿ, ಒಂದು ಗಂಟೆಯ ನಂತರ ವಾಪಸ್ಸಾಗುತ್ತಿದ್ದಳು. ಬೆಳಗಾದಾಗ ಏನು ಆಗಿಲ್ಲದಂತೆ ವರ್ತಿಸುತ್ತಿದ್ದಳು. ಆ ಒಂದು ಗಂಟೆಯ ಗೈರಿನ ಬಗೆಗೆ ಆಕೆ ಚಕಾರವನ್ನು ಎತ್ತುತ್ತಿರಲಿಲ್ಲ. ತಾನು ಅದನ್ನೆಲ್ಲಾ ಗಮನಿಸಿಲ್ಲ...ತನಗೆ ಅದರ ಬಗೆಗೆ ಅರಿವೇ ಇಲ್ಲ ಎನ್ನುವಂತೆ ಇರುತ್ತಿದ್ದಳು. ಕಳೆದ ಒಂದು ದಿನದ ಹೊರತಾಗಿ, ಹಿಂದಿನ ಲೆಕ್ಕಕ್ಕೆ ಸಿಗದ ದಿನಗಳಲ್ಲಿ ಆಕೆಯ ಈ ವರ್ತನೆ ನಡೆದಿತ್ತು. ಇಂದು ಬೆಳಗ್ಗೆ ಮಾತ್ರ ಆಕೆ ಆ ಒಂದು ಗಂಟೆಯ ಗೈರನ್ನು ಪುನರಾವರ್ತಿಸಿರಲಿಲ್ಲ. ಅದೇಕೆ ಎನ್ನುವುದೂ ಕೂಡ ನಿಗೂಢವೇ!!

ಕಳೆದ ಒಂದು ರಾತ್ರಿ ಮಾತ್ರ ಆಕೆ ಹಿಂದಿನಂತೆ, ಎಲ್ಲ ರೀತಿಯಿಂದಲೂ ಮೊದಲಿನ ಸುನೀತಾ ಆಗಿದ್ದಳು. ಅದಕ್ಕೂ ಹಿಂದೆ ಅವಳು ತೀರಾ ಯಾಂತ್ರಿಕವಾಗಿ ವ್ಯವಹರಿಸಿದ್ದಳು. ವ್ಯವಹಾರಿಕವಾಗಿ ತಮ್ಮ ಮಾತು ಕಥೆಗಳು ನಡೆಯುತ್ತಿದ್ದವು. ಅದರ ಬಗೆಗೆ ತಲೆಕೆಡಿಸಿಕೊಂಡಿರುವಾಗಲೇ ಪೊಲೀಸ್ ಇನ್ಸ್ಪೆಕ್ಟರ್ ಬಂದು ಕಂಪ್ಲೇಂಟ್ ಬಗೆಗೆ ಹೇಳಿದ್ದರು. ಇಂದು ಸುನೀತಾಳನ್ನೇ ಕರೆದುಕೊಂಡು ಪೊಲೀಸ್ ಸ್ಟೇಷನ್ ಗೆ ಹೋದಾಗ ಆಕೆ ಕಂಪ್ಲೇಂಟನ್ನು ವಾಪಸ್ಸು ಪಡೆದಿರುವ ವಿಷಯ ತಿಳಿದದ್ದು!! ತನಗೆ ಆಘಾತವಾಗಿತ್ತು!! ಆಗಲೇ ಈ ವಿಷಯವನ್ನು ಇಷ್ಟಕ್ಕೆ ಬಿಡಬಾರದು ಇದನ್ನು ಅಮೂಲಾಗ್ರಹವಾಗಿ ಶೋಧಿಸಲೇಬೇಕು ಎನ್ನುವ ನಿರ್ಧಾರ ಮಾಡಿದ್ದ ವಿವೇಕ. ಇಂದು ಅದನ್ನು ಕಾರ್ಯರೂಪಕ್ಕೆ ತರಲೇಬೇಕು ಎಂಬ ದೃಢ ನಿರ್ಧಾರ ಮಾಡಿದ್ದ.

ವಿವೇಕ ಸಂಜೆಯಾಗುವುದನ್ನೇ ಎದುರು ನೋಡುತ್ತಿದ್ದ! ಯಾವಾಗ ಸುನೀತಾ ಲ್ಯಾಬಿನಿಂದ ಹೊರಡುತ್ತಾಳೆ ಎನ್ನುವುದನ್ನೇ ಕಾಯುತ್ತಿದ್ದ. ಇಂದು ತಾವಿಬ್ಬರು ಒಂದೇ ಕಾರಿನಲ್ಲಿ ಬಂದಿದ್ದೇವೆ. ಸುನೀತಾ ಹೊರಡುವ ಸಮಯಕ್ಕೆ ಫೋನ್ ಮಾಡುತ್ತಾಳೆ.

ಆಗ ತಾನು ಹೋಗಿ ಅವಳನ್ನು ಮನೆಗೆ ಕರೆದುಕೊಂಡು ಹೋಗಬೇಕು. ಹಾಗೆ ಮಾಡಿದರೆ ಅವಳನ್ನು ಹಿಂಬಾಲಿಸುವ ವ್ಯಕ್ತಿ ಅಥವಾ ವ್ಯಕ್ತಿಗಳ ಬಗೆಗೆ ತಿಳಿಯುವುದು ಸಾಧ್ಯವಿಲ್ಲ. ಅದಕ್ಕೆ ಬೇರೆಯದೇ ಪ್ಲಾನ್ ಮಾಡಬೇಕು. ಅದನ್ನು ಹೇಗೆ ನಿರ್ವಹಿಸಲಿ? ಆ ಪ್ಲಾನಿನ ಸ್ವರೂಪ ಹೇಗಿರಬೇಕು? ವಿವೇಕ ಗಾಢವಾಗಿ ಚಿಂತಿಸತೊಡಗಿದ.

11

ಅಧ್ಯಾಯ

ಸುನೀತಾಳನ್ನು ಫಾಲೋ ಮಾಡುತ್ತಿರುವವರು ಯಾರು? ಅವರ ಉದ್ದೇಶವೇನು ಎಂದು ತಿಳಿದುಕ್ಕೊಳ್ಳಲು ಹೇಗೆ ಪ್ಲಾನ್ ಮಾಡಲಿ? ವಿವೇಕ ಯೋಚಿಸುತ್ತಿದ್ದ..

ಸುನೀತಾಳನ್ನೂ ಮನೆಗೂ ಕರೆದೊಯ್ಯಬೇಕು, ಆಕೆಯನ್ನು ಫಾಲೋ ಮಾಡುತ್ತಿರುವವರ ಜಾಡನ್ನೂ ಹಿಡಿಯಬೇಕು! ಯಾರು ಅವಳನ್ನು ಫಾಲೋ ಮಾಡುತ್ತಿದ್ದಾರೆ? ಯಾವ ವಾಹನದಲ್ಲಿ ಫಾಲೋ ಮಾಡುತ್ತಿದ್ದಾರೆ? ಬೈಕ್? ಕಾರ್? ಅವರು ಎಷ್ಟು ಜನ ಇದ್ದಾರೆ? ಯಾವ ಕಾರಣಕ್ಕಾಗಿ ಫಾಲೋ ಮಾಡುತ್ತಿದ್ದಾರೆ? ಲ್ಯಾಬಿನವರು ಕಂಪ್ಲೈಂಟ್ ವಾಪಸ್ಸು ಪಡೇಯಲು ಸುನೀತಾಗೆ ಏಕೆ ಆದೇಶಿಸಿದರು? ಅದರಿಂದ ಸುನೀತಾಳ ಜೀವಕ್ಕೆ ಅಪಾಯ ಇದ್ದರೂ ಇಂತಾ ಕ್ರಮವೇಕೆ? ಇಷ್ಟೆಲ್ಲಾ ವಿಷಯ ತಿಳಿದುಕೊಳ್ಳಲೇಬೇಕು! ಅಲ್ಲಿಗೆ, ಒಂದಾದರೂ ಅನುಮಾನ ಬಗೆಹರಿಯುತ್ತದೆ. ಆದರೆ ಇನ್ನೂ ನಿಗೂಢವಾದ ಮೂಲಭೂತ ಸಮಸ್ಯೆ ಹಾಗೆಯೇ ಉಳಿಯುತ್ತದೆ. ಆ ಮೂಲಭೂತ ಸಮಸ್ಯೆ ಆಕೆಯ ಒಂದು ಗಂಟೆಯ ಗೈರಿನ ಬಗೆಗೆ! ಅದು ಸಧ್ಯಕ್ಕೆ ಬೇಧಿಸಲಾರದ ರಹಸ್ಯ! ಆದರೆ ಇಂದು ಆಕೆಯನ್ನು ಫಾಲೋ ಮಾಡುತ್ತಿರುವವರು ರಹಸ್ಯ ತಿಳಿಯಲೇಬೇಕು! ಅದಕ್ಕೆ ಎಲ್ಲ ರೀತಿಯ ಮಾನಸಿಕ ಮತ್ತು ದೈಹಿಕ ಸಿದ್ಧತೆಯನ್ನು ಮಾಡಿಕೊಳ್ಳಬೇಕು.!

ವಿವೇಕ ದೀರ್ಘವಾಗಿ ಉಸಿರೆಳೆದುಕೊಂಡ! ಇಂತಹ ಗಂಭೀರ ಸಮಸ್ಯೆ ಅವನು ಜೀವನದಲ್ಲಿ ಎಂದೂ ಎದುರಿಸಿರಲೇ ಇಲ್ಲ. ಸುಲಿದ ಬಾಳೆಹಣ್ಣಿನ ರೀತಿಯಲ್ಲಿ ಅವನ ಇಡೀ ಜೀವನ ಸಾಗಿತ್ತು.

ಮೂಲತಃ ಪ್ರತಿಭಾವಂತ ವಿದ್ಯಾರ್ಥಿ ವಿವೇಕನಿಗೆ ಎಂಜಿನಿಯರಿಂಗ್ ಸೀಟು ಸುಲಭದಲ್ಲಿ ಸಿಕ್ಕಿತು ವ್ಯಾಸಂಗ ಕೂಡ ತುಂಬಾ ಚೆನ್ನಾಗಿ ಮುಗಿದಿತ್ತು. ಕೆಲಸಕ್ಕಾಗಿ

ಅವನು ಹುಡುಕಬೇಕಾಗಿರಲಿಲ್ಲ. ಅಪ್ಪನ ಫ್ಯಾಕ್ಟರಿಯಲ್ಲಿ ಎರಡು ವರ್ಷ ಕೆಲಸಗಾರನಂತೆ ದುಡಿದು ಎಲ್ಲ ರೀತಿಯ ಅನುಭವಗಳನ್ನು ಪಡೆದುಕೊಂಡಿದ್ದ. ಮಗನ ಬಗೆಗೆ ವಿಶ್ವಾಸ ಮೂಡುತ್ತಲೇ ತಂದೆ ಫ್ಯಾಕ್ಟ್ರಿಯನ್ನು ವಿವೇಕನಿಗೆ ಬಿಟ್ಟು ಕೊಟ್ಟಿದ್ದರು. ತಾವು ವಿಶ್ರಾಂತ ಜೀವನ ನಡೆಸಲು ಅನುವಾಗಿದ್ದರು.

ವಿವೇಕನ ಪ್ರೇಮ ಪ್ರಕರಣ ಅರಿವಾದಾಗ ತುಂಬಾ ಸಂತೋಷದಿಂದ ವಿವಾಹ ನೆರವೇರಿಸಿದ್ದರು. ಜೊತೆಗೆ ಎಲ್ಲಾ ರೀತಿಯಲ್ಲಿ ಸ್ವತಂತ್ರನಾಗಲು ವಿವೇಕನಿಗೆ ಅವಕಾಶ ಮಾಡಿಕೊಟ್ಟಿದ್ದರು. ತಾನು ಯಾವುದೇ ರೀತಿಯಿಂದಲೂ ಅವನ ಸ್ವಾತಂತ್ರ್ಯಕ್ಕೆ ಅಡ್ಡಿ ಮಾಡುವುದಿಲ್ಲ ಎಂದು ನಿರ್ಧರಿಸಿದ್ದರು. ಅದರಂತೆಯೇ ತಂದೆ ಮಗನ ಜೀವನ ಸಾಗಿತ್ತು.

ಸುನೀತಾಳ ವಿಷಯವನ್ನು ತಲೆಯಲ್ಲಿ ತುಂಬಿಕೊಂಡೇ ವಿವೇಕ ಮಧ್ಯಾಹ್ನ ಮೂರು ಗಂಟೆ ಸಮಯದಲ್ಲಿ ಒಂದು ಮೀಟಿಂಗ್ ನಡೆಸಿದ್ದ, ಆನಂತರ ಒಂದು ಸುತ್ತು ವರ್ಕ್ಷಾಪು ಸುತ್ತಿ ಬಂದಿದ್ದ. ಇಬ್ಬರು ಗ್ರಾಹಕರೊಂದಿಗೆ ಚರ್ಚೆಗಳನ್ನು ನಡೆಸಿದ್ದ.

ಸಂಜೆ ಏಳರ ಸಮೀಪದಲ್ಲಿ ಅವನ ಮೊಬೈಲು ರಿಂಗ್ ಆಯಿತು. ಸುನೀತಾಳ ದನಿ ಕೇಳಿತು.

"ನನ್ನ ಕೆಲಸ ಮುಗಿದಿದೆ ನಾನು ಹೊರಟಿದ್ದೇನೆ ಬರ್ತಿಯಲ್ಲ?"

"ಶೂರ್ ಬರ್ತೀನಿ...ಆದ್ರೆ ಫ್ಯಾಕ್ಟ್ರಿಯಲ್ಲಿ ಸ್ವಲ್ಪ ತೊಂದರೆ ಇದೆ. ಅದಕ್ಕೆ ನಾನು ಸ್ವಲ್ಪ ತಡವಾಗಿ ಬರ್ತೀನಿ. ಆದ್ರೆ ನಿನಗೆ ಕಾರ್ ಕಳಿಸ್ತೀನಿ ನನ್ನ ಪಿಎ ಗೊತ್ತಲ್ಲ? ಸದಾನಂದ? ಅವರ ಬಂದು ನಿನ್ನನ್ನು ಪಿಕ್ ಅಪ್ ಮಾಡಿ ಮನೆಗೆ ಡ್ರಾಪ್ ಮಾಡುತ್ತಾರೆ. ನಾನು ಸ್ವಲ್ಪ ತಡವಾಗಿ ಬರ್ತೀನಿ ಆಗುತ್ತಾ?"

"ಆಗ್ಲಿ ವಿವೇಕ್, ನಿನ್ನ ಕೆಲಸ ಮುಗಿಸಿಕೊಂಡು ಬಾ. ನೀನು ಬರೋದ್ರಲ್ಲಿ ಊಟಕ್ಕೆ ರೆಡಿ ಮಾಡಿರ್ತೀನಿ"

"ಥ್ಯಾಂಕ್ ಯು ಡಾರ್ಲಿಂಗ್, ಯು ವೆರಿ ಕೋ ಆಪರೇಟಿವ್"

"ಅದನ್ನೆಲ್ಲ ಹೇಳಬೇಕಾದ ಅವಶ್ಯಕತೆ ಇಲ್ಲ"

ವಿವೇಕ್ ಇದ್ದಕ್ಕಿದ್ದಂತೆ ಕಾರ್ಯಪ್ರವರ್ತನಾದ. ತನ್ನ ಪರ್ಸನಲ್ ಅಸಿಸ್ಟೆಂಟ್ ಸದಾನಂದನನ್ನು ಕರೆದು ಅವನಿಗೆ ತನ್ನ ಕಾರನ್ನು ತೆಗೆದುಕೊಂಡು ಸುನೀತಾಳನ್ನು ಮನೆಗೆ ಡ್ರಾಪ್ ಮಾಡಲು ಹೇಳಿದ. ಸದಾನಂದ ತಲೆಯಾಡಿಸಿ ಹೊರಟ. ಅವನ ಹಿಂದೆಯೇ ವಿವೇಕ್ ಫ್ಯಾಕ್ಟ್ರಿಯ ಕಾರಿನಲ್ಲಿ ಹೊರಟ.

ಸದಾನಂದನ ಕಾರು ಹೊರಟ ಐದು ನಿಮಿಷಗಳ ನಂತರ, ತಾನು ಆ ಕಾರನ್ನು ಹಿಂಬಾಲಿಸಿದ.

ಬಹಳ ಎಚ್ಚರಿಕೆಯಿಂದ ಸದಾನಂದನಿಗೆ ಅನುಮಾನ ಬರದ ರೀತಿಯಲ್ಲಿ ಅವನ ಕಾರನ್ನು ಹಿಂಬಾಲಿಸುತ್ತಿದ್ದ ವಿವೇಕ್. ಲ್ಯಾಬಿನ ಸದಾನಂದ ಗೇಟಿಗೆ ಸರಿಯಾಗಿ ಕಾರು ತಂದು ನಿಲ್ಲಿಸಿದಾಗ ಸುನೀತಾ ಲ್ಯಾಬಿನಿಂದ ಈಚೆ ಬಂದು ಕಾರಿನಲ್ಲಿ ಕೂತಳು. ಕಾರು ಹೊರಟಿತು. ಸ್ವಲ್ಪ ದೂರದಲ್ಲೇ ಕಾರು ನಿಲ್ಲಿಸಿ ಕಾಯುತ್ತಿದ್ದ ವಿವೇಕ್ ಮತ್ತೆ ಸುನೀತಾ ಇದ್ದ ಕಾರನ್ನು ಹಿಂಬಾಲಿಸತೊಡಗಿದ. ಮೂರನೆಯ ಕ್ರಾಸನ್ನು ಕಾರು ದಾಟಿ ಮುಂದೆ ಸಾಗಿದಾಗ ಎದುರಿನ ಕ್ರಾಸಿನಲ್ಲಿದ್ದ ಎರಡು ಮೋಟಾರ್ ಬೈಕುಗಳು ರಸ್ತೆಗಳಿದವು! ಅವು ಸುನೀತ ಇದ್ದ ಕಾರನ್ನು ಹಿಂಬಾಲಿಸತೊಡಗಿದವು!

ವಿವೇಕ್ ಚುರುಕಾದ! ಕಪ್ಪು ಹೆಲ್ಮೆಟ್, ಕಪ್ಪು ಜಾಕೆಟ್ ಧರಿಸಿದ್ದ ಯುವಕರು ಕಾರನ್ನು ಹಿಂಬಾಲಿಸುತ್ತಿದ್ದರು. ಎಚ್ಚರಿಕೆಯಿಂದ ಎರಡು ಮೋಟಾರ್ ಬೈಕುಗಳನ್ನು ಫಾಲೋ ಮಾಡುತ್ತಾ ವಿವೇಕ್ ಯೋಚಿಸತೊಡಗಿದ. ಆ ಮೋಟಾರ್ ಬೈಕ್ ಗಳು ಸುನೀತಾಳನ್ನೇ ಫಾಲೋ ಮಾಡುತ್ತಿದ್ದಾರೆ ಎಂದು ಖಾತ್ರಿಯಾಗಲು ಇನ್ನೂ ಸ್ವಲ್ಪ ಸಮಯ ನೋಡಬೇಕಿತ್ತು. ಮತ್ತೆ ಹತ್ತು ನಿಮಿಷಗಳ ನಂತರವೂ ಸುನೀತಾಳ ಕಾರಿನ ಹಿಂದೆಯೇ ಆ ಬೈಕುಗಳು ಓಡುತ್ತಿದ್ದವು! ಅಲ್ಲಿಗೆ ಆ ಬೈಕಿಗಳು ಸುನೀತಾಳನ್ನು ಫಾಲೋ ಮಾಡುತ್ತಿದ್ದಾರೆ

ಎನ್ನುವುದು ಖಾತ್ರಿಯಾಯಿತು. ಅವರಿಬ್ಬರ ಜಾಡ ಎಡಬಿಡದೆ ವಿವೇಕ ಅವರನ್ನು ಹಿಂಬಾಲಿಸಿದ.

ತನ್ನ ಮನೆ ಹತ್ತಿರವಾಗುತ್ತಿತ್ತು! ಈಗ ಸುನೀತಾಳ ಕಾರನ್ನು ಫಾಲೋ ಮಾಡುತ್ತಿರುವವರು ಏನು ಮಾಡುತ್ತಾರೆ? ಆಕೆ ಕಾರಿಂದ ಇಳಿದ ತಕ್ಷಣ ಅಟ್ಯಾಕ್ ಮಾಡಬಹುದೆ? ಅದನ್ನು ಎದುರಿಸಲು ತಾನು ಸಿದ್ಧನಾಗಬೇಕು, ಎಂದು ವಿವೇಕ ಲೆಕ್ಕಾಚಾರ ಮಾಡಿದ! ಕುತೂಹಲ ಮತ್ತು ಭಯದಿಂದ ವಿವೇಕ್ ಆ ಬೈಕಿಗಳನ್ನು ಗಮನಿಸಿದ.

ಮನೆಯ ಮುಂದೆ ಕಾರು ನಿಂತಿತು! ಬೈಕಿಗಳು ಸುಮಾರು ಇನ್ನೂರು ಅಡಿ ದೂರದಲ್ಲೇ ನಿಂತರು! ಮನೆ ಹತ್ತಿರವಾಗುವ ಮೊದಲೇ ಅವರು ಬೈಕ್ ಎಂಜಿನ್ ಆಫ್ ಮಾಡಿದ್ದರು. ನಿಶ್ಯಬ್ದವಾಗಿ ಕಾರು ನಿಂತು ಸುನೀತಾ ಇಳಿಯುವುದನ್ನು ಕಾಯುತ್ತಿದ್ದರು! ಸುನೀತಾ ಕಾಂಪೌಂಡ್ ಒಳಗೆ ಪ್ರವೇಶಿದಳು! ಬೈಕಿಗಳು ಯಾವ ಚಲನೆಯನ್ನೂ ತೋರಿಸಲಿಲ್ಲ. ಬದಲಿಗೆ ಬೈಕ್ ಸ್ಟಾರ್ಟ್ ಮಾಡಿಕೊಂಡು ಹೊರಟರು!

ವಿವೇಕನಿಗೆ ಇದು ವಿಚಿತ್ರವೆನಿಸಿತು! ಸುನೀತಾಳನ್ನು ಅಟ್ಯಾಕ್ ಮಾಡಿ ಅವಳಿಗೆ ಅಪಾಯ ಮಾಡಬಹುದೆನ್ನುವ ನಿರೀಕ್ಷೆ ಹುಸಿಯಾಗಿತ್ತು!! ಹಾಗಾದರೆ

ಅವರು ಸುನೀತಾಳನ್ನು ಮನೆಯವರೆಗೂ ಫಾಲೋ ಮಾಡಿದ್ದಾದರೂ ಏಕೆ? ಈಗ ತನ್ನ ಪಿ.ಎ ಸದಾನಂದ ಕಾರು ರಿವರ್ಸ್ ತೆಗೆದುಕೊಂಡು ವಾಪಸ್ಸು ಕಾರ್ಖಾನೆಗೆ ಹೋಗುತ್ತಾನೆ! ತಾನು ಅವನ ಕಣ್ಣಿಗೆ ಕಾಣಿಸಬಾರದು! ವಿವೇಕ ಕಾರು ಹಿಂದೆ ತಿರುಗಿಸಿದ. ಬೈಕಿಗಳು ಅವನ ಮುಂದೆಯೇ ಹಾದು ಹೋದರು!! ಅವರನ್ನು ಫಾಲೋ ಮಾಡಿದರೆ ಕಾರಣ ತಿಳಿಯಬಹುದೆಂದು ವಿವೇಕ ಅವರನ್ನು ಫಾಲೋ ಮಾಡಿದ. ಅವರಲ್ಲಿ ಒಬ್ಬ ಹಿಂದೆ ತಿರುಗಿ ನೋಡಿದ. ಕಾರು ತಮ್ಮನ್ನು ಫಾಲೋ ಮಾಡುತ್ತಿರುವುದು ಗಮನಿಸಿದ. ಪಕ್ಕದವನಿಗೆ ಕೈಯಲ್ಲಿ ಏನೋ ಸನ್ನೆ ಮಾಡಿದ!!

ಅದೆಲ್ಲವನ್ನೂ ವಿವೇಕ ನೋಡಿದ. ಇನ್ನು ಅಪಾಯ ಎನಿಸಿತು! ಅವರ ಗಮನಕ್ಕೆ ತಾನು ಬಂದಿರುವುದು ಸ್ಪಷ್ಟ! ಅವರ ಮುಂದಿನ ನಡೆ ಏನು? ಒಂದು ವೇಳೆ ಅವರು ತನ್ನ ಮೇಲೆ ಆಕ್ರಮಣ ಮಾಡಿದರೆ ತಾನು ಹೇಗೆ ರಕ್ಷಣೆ ಮಾಡಿಕ್ಕೊಳ್ಳಬೇಕು? ವಿವೇಕ ಚಿಂತಿಸಿದ. ಕಾರಿನ ಗ್ಲೋವ್ ಕಂಪಾರ್ಟ್ಮೆಂಟಿನಲ್ಲಿ ಆತ್ಮರಕ್ಷಣೆಗೆಂದು ಇಟ್ಟುಕೊಂಡಿದ್ದ ಗನ್ ಅಲ್ಲಿರುವುದನ್ನು ಗ್ಯಾರಂಟಿ ಮಾಡಿಕೊಂಡ. ಅಪಾಯದ ಸೂಚನೆ ಕಂಡರೆ ಅದನ್ನು ಉಪಯೋಗಿಸಲು ಅನುಮಾನಿಸಬಾರದು! ವಿವೇಕ ಮಾನಸಿಕ ಸಿದ್ಧತೆಯೊಂದಿಗೆ ಬೈಕಿಗಳ ಜಾಡು ಬಿಡದೆ ಹಿಂಬಾಲಿಸಿದ.

ಅಚ್ಚರಿಯೆನ್ನುವಂತೆ ಆ ಬೈಕಿಗಳು ವೇಗ ಹೆಚ್ಚಿಸಲಿಲ್ಲ! ಇಲ್ಲ ಕಡಿಮೆ ಮಾಡಲೂ ಇಲ್ಲ! ಅಥವಾ ಒಂದೆಡೆ ನಿಲ್ಲಿಸಿ ವಿವೇಕನಿಗಾಗಿ ಕಾಯಲೂ ಇಲ್ಲ. ಒಂದೇ ವೇಗದಲ್ಲಿ ಹೋಗುತ್ತಿದ್ದರು. ಆಗಾಗ್ಗೆ ಅವರಿಬ್ಬರಲ್ಲಿ ಒಬ್ಬರು ಹಿಂದೆ ತಿರುಗಿ ವಿವೇಕನನ್ನು ನೋಡುತ್ತಿದ್ದರು!

ಅಪಾಯ ಗ್ಯಾರಂಟಿ! ಅವರನ್ನು ಹಿಂಬಾಲಿಸುವುದು ಬಿಟ್ಟು ಬಿಡಲೆ? ವಿವೇಕ ಯೋಚಿಸಿದ. ಹೆದರಿ ಕೆಲಸ ಕೈಬಿಟ್ಟರೆ ತನ್ನಲ್ಲಿನ ಅನುಮಾನ ಹಾಗೇ ಉಳಿಯುತ್ತದೆ! ಇಲ್ಲ..ಇದನ್ನು ಎದುರಿಸಲೇಬೇಕು! ಸುನೀತಾಳ ಎರಡು ರಹಸ್ಯಗಳಲ್ಲಿ ಒಂದಾದರೂ ಇಂದು ಸ್ಫೋಟಗೊಳ್ಳಲೇಬೇಕು! ಇದರಿಂದ ತನಗೆ ಅಪಾಯವಿದ್ದರೂ ಸರಿಯೇ!

ಬೈಕಿಗಳು ಸ್ವಲ್ಪ ಜನ ಸಂಚಾರ ಕಡಿಮೆಯಿದ್ದ ಕಡೆ ಬೈಕಿನ ವೇಗ ಕಡಿಮೆ ಮಾಡಿದರು. ಎದುರಿನ ಬಿಲ್ಡಿಂಗಿನ ಮುಂದೆ ನಿಲ್ಲಿಸಿದರು. ವಿವೇಕ ಅವರ ಮುಂದಿನ ನಡೆ ಏನಿರಬಹುದೆಂದು ಯೋಚಿಸಿದ. ಅವರು ಬೈಕ್ ಸ್ಟ್ಯಾಂಡ್ ಹಾಕಿ ಹಿಂದೆ ತಿರುಗಿ ವಿವೇಕನತ್ತ ನೋಡುತ್ತಿದ್ದರು!

ವಿವೇಕನ ಗುಂಡಿಗೆ ಹೊಡೆದುಕೊಂಡಿತು! ಅಪಾಯ!! ಅವರು ತನ್ನ ಮೇಲೆ ಆಕ್ರಮಣ ಮಾಡಲು ಸಿದ್ಧರಾಗಿದ್ದಾರೆ! ಪ್ರಜ್ಞೆ ಎಚ್ಚರಿಸಿತು. ವಿವೇಕ ಕಾರನ್ನು

ಬೈಕುಗಳು ನಿಂತಿದ್ದ ಜಾಗಕ್ಕೆ ನೂರು ಅಡಿ ದೂರದಲ್ಲಿ ನಿಲ್ಲಿಸಿದ. ಕಾರಿನ ಗ್ಲೋವ್ ಕಂಪಾರ್ಟ್‌ಮೆಂಟಿನಿಂದ ಗನ್ ತೆಗೆದು ತನ್ನ ಸೊಂಟಕ್ಕೆ ಸಿಕ್ಕಿಸಿಕೊಂಡು, ಮೇಲೆ ಜರ್ಕಿನ್ ಎಳೆದು ಮರೆ ಮಾಡಿಕೊಂಡು ಕಾರಿಂದ ಇಳಿದ!

12

ಅಧ್ಯಾಯ

ಒಂದೊಂದೇ ಹೆಜ್ಜೆಯನ್ನೂ ಎಚ್ಚರದಿಂದ ಇಡುತ್ತಾ, ಎದುರಾಳಿಯ ನಡೆಯನ್ನು ಗಮನಿಸುತ್ತಾ ವಿವೇಕ್ ಅವರತ್ತ ನಡೆದ. ಆ ಇಬ್ಬರು ಬೈಕಿಗಳು ಯಾವುದೇ ರೀತಿಯ ಪ್ರತಿಕ್ರಿಯೆ ತೋರಿಸದೆ ನಿರ್ಲಿಪ್ತರಾಗಿ ನಿಂತಿದ್ದರು! ಅವರ ನಡೆ ವಿವೇಕನಿಗೆ ಆಶ್ಚರ್ಯವಾಗಿ ಕಂಡಿತು. ಅವರು ಉದ್ದೇಶ ತನ್ನ ಮೇಲೆ ಆಕ್ರಮಣ ಮಾಡುವಂತೆ ಕಾಣಿಸಲಿಲ್ಲ! ಅವರಿಂದ ತನಗೆ ತೊಂದರೆಯಾಗುತ್ತದೆ ಎಂದುಕೊಂಡಿದ್ದ ವಿವೇಕನಿಗೆ ನಿರಾಶೆಯಾಗಿತ್ತು! ಆದರೂ ಹೇಳಲು ಸಾಧ್ಯವಿಲ್ಲ! ಯಾವ ಕ್ಷಣದಲ್ಲಾದರೂ ಅವರು ಆಕ್ರಮಣ ಮಾಡಬಹುದು ಎನ್ನುವ ನಿರೀಕ್ಷೆಯಲ್ಲೇ ಮತ್ತಷ್ಟು ಎಚ್ಚರಿಕೆಯಿಂದಲೇ ಅವರತ್ತ ನಡೆದ. ಅವರ ಮತ್ತು ತನ್ನ ನಡುವಿನ ಅಂತರ ಕೇವಲ ಮೂವತ್ತು ಅಡಿ ಇದೆ ಎನ್ನುವಾಗ ವಿವೇಕ ಅವರನ್ನು ದಿಟ್ಟಿಸಿ ನೋಡಿದ. ಬೈಕಿಗಳು ಮತ್ತು ವಿವೇಕನ ಕಣ್ಣಿನ ನೋಟ ಬೆರೆತವು. ಅವರ ಕಣ್ಣುಗಳಲ್ಲಿ ಯಾವುದೇ ಆತಂಕ ಇರಲಿಲ್ಲ ಆದರೆ ಅನುಮಾನವಿತ್ತು! ಆದರೂ ವಿವೇಕ ಸೊಂಟಕ್ಕೆ ಸಿಕ್ಕಿಸಿಕೊಂಡಿದ್ದ ಗನ್ ಮೇಲಿನ ಹಿಡಿತ ಹೆಚ್ಚಿಸಿದ. ಯಾವುದೇ ಕ್ಷಣದಲ್ಲಿ ಅದನ್ನು ಈಚೆ ಎಳೆದು ಉಪಯೋಗಿಸಲು ಸಿದ್ಧನಾಗಿದ್ದ.

ವಿವೇಕನನ್ನೇ ನೋಡುತ್ತಾ ನಿಂತಿದ್ದ ಆ ಇಬ್ಬರ ಬೈಕಿಗಳು ಅಚ್ಚರಿಯೆನ್ನುವಂತೆ ವಿವೇಕನ ಕಡೆಗೆ ನಡೆದು ಬರತೊಡಗಿದರು. ಆಕ್ರಮಣದ ಮುನ್ಸೂಚನೆ ಎದು ವಿವೇಕ ಈಗ ಇನ್ನಷ್ಟು ಎಚ್ಚರಿಕೆಯಿಂದ ಅವರ ಕಡೆಗೆ ನೋಡಿದ. ಅವರ ಕಣ್ಣುಗಳಲ್ಲಿ ಆತಂಕ ಇರಲಿಲ್ಲ ಬದಲಿಗೆ ಕುತೂಹಲ ಇತ್ತು. ಅವರು ಇನ್ನಷ್ಟು ಹತ್ತಿರವಾದಾಗ ವಿವೇಕ ಎರಡು ಹೆಜ್ಜೆ ಹಿಂದೆ ಸರಿದ.

ವಿವೇಕನ ಚಲನೆ ಅವರಿಗೆ ಸ್ಪಷ್ಟ ಸಂದೇಶವನ್ನು ನೀಡಿತು. ನಾವು ಮುಂದೆ ನಡೆದಿದ್ದರಿಂದ ವಿವೇಕನಿಗೆ ಹೆದರಿಕೆಯಾಗಿದೆ ಎನ್ನುವುದು ಅವರಿಗೆ ಅರಿವಾದಂತೆ ಇತ್ತು.

ಮೂವರ ಮುಖದಲ್ಲೂ ಕುತೂಹಲದ ಭಾವವಿತ್ತು. ಯಾರು ಏನು ಮಾಡುತ್ತಾರೆ ಎನ್ನುವುದರ ಸ್ಪಷ್ಟತೆ ಇರಲಿಲ್ಲ; ನಿರೀಕ್ಷೆಯಿತ್ತು

"ನೀವು ನಮ್ಮನ್ನು ಫಾಲೋ ಮಾಡ್ತಿದ್ದೀರಿ..."

ಬೈಕಿಗಳಲ್ಲಿ ಒಬ್ಬ ಮಾತನಾಡಿದ.

"ಹೌದು" ವಿವೇಕ ಭಯಪಡಲಿಲ್ಲ.

"ಆದರೆ ಏಕೆ?" ಇನ್ನೊಬ್ಬ ಬೈಕಿ ಕೇಳಿದ.

"ನೀವೇಕೆ ಡಾಕ್ಟರ್ ಸುನೀತಾರನ್ನು ಫಾಲೋ ಮಾಡ್ತಿದ್ದೀರಿ?"

ವಿವೇಕ ದನಿ ಗಡುಸಾಗಿತ್ತು!

"ಅದಕ್ಕೂ ನಿಮಗೂ ಏನು ಸಂಬಂಧ?"

"ಡಾಕ್ಟರ್ ಸುನೀತಾ ನನ್ನ ಪತ್ನಿ, ಅವಳ ಸುರಕ್ಷತೆ ನನ್ನ ಕರ್ತವ್ಯ"

"ಅವರ ಸುರಕ್ಷತೆ ನಮ್ಮ ಕರ್ತವ್ಯ ಕೂಡ ಮಿಸ್ಟರ್....?"

"ವಿವೇಕ್..ಇಂಡ್ರುಸ್ಟಿಯಲಿಸ್ಟ್. ಆಕೆ ನನ್ನ ಪತ್ನಿ ಹಾಗಾಗಿ ಅವಳ ಸುರಕ್ಷತೆ ನನಗೆ ಮುಖ್ಯ. ನಿಮಗೇಕೆ ಆಕೆಯ ಸುರಕ್ಷತೆ ಬಗೆಗೆ ಕಾಳಜಿ?" ವಿವೇಕ್ ದನಿಯಲ್ಲಿ ಆತ್ಮವಿಶ್ವಾಸವಿತ್ತು!

"ನಮ್ಮ ಕೆಲಸವೇ ಅದು.." ಅವರಲ್ಲೊಬ್ಬ ಹೇಳಿದ.

"ಅಂದರೇನು? ನನಗೆ ಅರ್ಥವಾಗಲಿಲ್ಲ..?"

"ನಾವು ಸೆಕ್ಯೂರಿಟಿ ಏಜೆಂಟುಗಳು...ಡಾಕ್ಟರ್ ಸುನೀತಾ ಅವರನ್ನು ಸುರಕ್ಷಿತವಾಗಿ ಮನೆ ತಲುಪುವವರೆಗೂ ನೋಡಿಕೊಳ್ಳುವ ಕರ್ತವ್ಯ ನಮ್ಮದು"

ತಕ್ಷಣ ವಿವೇಕನಿಗೆ ಸುನೀತಾ ಹೇಳಿದ್ದ ಮಾತುಗಳು ನೆನಪಾದವು. 'ನಾನು ಒಂದು ಅತ್ಯಂತ ಮಹತ್ತರವಾದ ಪ್ರಾಜೆಕ್ಟ್ನಲ್ಲಿ ಕೆಲಸ ಮಾಡುತ್ತಿದ್ದೇನೆ...ಪ್ರಾಜೆಕ್ಟ್ ಅತ್ಯಂತ ಗೌಪ್ಯವಾದದ್ದು'

ಬಹುಶಃ ಈ ಕಾರಣಕ್ಕಾಗಿಯೇ ಲ್ಯಾಬಿನವರು ಸುನೀತಾಗೆ ಸೆಕ್ಯೂರಿಟಿ ಒದಗಿಸಿದ್ದಾರೆ ಎನ್ನುವುದು ಅರಿವಾಯಿತು.

"ಕೇವಲ ರಾತ್ರಿ ಮಾತ್ರ ನೀವು ಆಕೆಯ ರಕ್ಷಣೆಯ ಹೊಣೆ ಹೊತ್ತಿದ್ದೀರಿ...ಆದರೆ ಬೆಳಗಿನಲ್ಲಿ? ಆಕೆ ಲ್ಯಾಬಿಗೆ ಬರುವಾಗ?"

"ಆಗಲೂ ಫಾಲೋ ಮಾಡುತ್ತೇವೆ ನಿಮ್ಮ ಗಮನಕ್ಕೆ ಬಂದಿಲ್ಲ ಅಷ್ಟೆ"

"ಸಾರಿ, ಸುನೀತಾಗೆ ಅಪಾಯವಾಗಬಹುದು ಎಂಬ ಅನುಮಾನದಿಂದ ನಿಮ್ಮನ್ನು ಫಾಲೋ ಮಾಡಿದೆ"

ವಿವೇಕ್ ಕ್ಷಮೆ ಯಾಚಿಸಿದ.

"ತಾವು ಯಾರು ಎನ್ನುವುದು ನಮಗೂ ಗೊತ್ತಿರಲಿಲ್ಲ! ತಾವು ಡಾಕ್ಟರ್ ಸುನೀತಾ ಅವರ ಪತಿ ಎಂದು ಗೊತ್ತಾಗಿ ನಮ್ಮ ಆತಂಕ ಕೂಡ ಕಮ್ಮಿಯಾಯಿತು. ತಮ್ಮನ್ನು ಭೇಟಿ ಮಾಡಿದ್ದು ತುಂಬಾ ಸಂತೋಷ ಸರ್"

ಅವರಿಬ್ಬರು ಮುಂದೆ ಬಂದು ವಿವೇಕನ ಕೈ ಕುಲುಕಿದರು

ಗನ್ ಮೇಲಿದ್ದ ಕೈಯನ್ನು ವಿವೇಕ ಈಚೆ ತೆಗೆದು, ಅವರಿಬ್ಬರ ಕೈಕುಲುಕಿದ.

"ಸಾರಿ, ತಪ್ಪು ತಿಳುವಳಿಕೆಗಾಗಿ ವಿಷಾದಿಸುತ್ತೇನೆ"

"ಡಾಕ್ಟರ್ ಸುನೀತಾ ಅವರಿಗೆ ತಾವು ಒಳ್ಳೆಯ ಸಂಗಾತಿ"

"ಥ್ಯಾಂಕ್ಯು, ತಮ್ಮಗಳ ಪರಿಚಯ?"

"ಸಾರಿ ಸರ್, ನಾವು ನಮ್ಮ ವೈಯಕ್ತಿಕ ವಿವರಗಳನ್ನು ಹೇಳಲು ಸಾಧ್ಯವಿಲ್ಲ..ನಮ್ಮ ಸಂಸ್ಥೆಯ ನಿಯಮಗಳು ಹಾಗಿವೆ..ಇನ್ನು ನಿಮ್ಮ ಪತ್ನಿಯ ಸುರಕ್ಷತೆಯ ಬಗ್ಗೆ ನೀವು ಯೋಚನೆ ಮಾಡುವ ಅವಶ್ಯಕತೆ ಇಲ್ಲ. ಅದನ್ನು ನಾವು ನೋಡಿಕೊಳ್ಳುತ್ತೇವೆ. ಎಂತ ಪರಿಸ್ಥಿತಿಯಲ್ಲೂ ಅವರಿಗೆ ಅಪಾಯವಾಗದಂತೆ ನಾವು ನೋಡಿಕ್ಕೊಳ್ಳುತ್ತೇವೆ..."

ವಿವೇಕನ ಮುಖದ ಬಿಗಿ ಸಡಿಲವಾಗಿತ್ತು. ಮೂವರೂ ಮುಗುಳ್ನಗೆಯನ್ನು ಪ್ರದರ್ಶಿಸುತ್ತ ನಿಂತಿದ್ದರು.

***

ವಿವೇಕ ಮನೆಯನ್ನು ಪ್ರವೇಶಿಸಿದಾಗ ಆಗ ತಾನೆ ಉಡುಪು ಬದಲಿಸಿ ಮಹಡಿಯ ಮೆಟ್ಟಿಲುಗಳನ್ನು ಇಳಿದು ಕೆಳಗೆ ಬರುತ್ತಿದ್ದ ಸುನೀತಾಳನ್ನು ನೋಡಿದ.

ಅವಳನ್ನು ನೋಡುತ್ತಲೇ ರಮ್ಯಭಾವವೊಂದು ಅವನನ್ನು ಆವರಿಸಿತು. ಆಕೆಯ ಸಮೀಪಿಸಿ ಅವಳನ್ನು ಬರಸೆಳೆದು ಅಪ್ಪಿದ. ಆ ಅನಿರೀಕ್ಷಿತ ಅಪ್ಪುಗೆಗೆ ಸುನೀತಾ ಸಾಮಾನ್ಯವಾಗಿ ಬೆಣ್ಣೆಯಂತೆ ಕರಗಿ ಹೋಗುತ್ತಿದ್ದಳು. ಲಜ್ಜೆಯಿಂದ ತಲೆಯೆತ್ತಿ ಅವನ ಮುಖ ನೋಡುತ್ತಿರಲಿಲ್ಲ. ಅವನಾಗಿಯೇ ಅವಳ ಮುಖವನ್ನು ಮೇಲೆತ್ತಿ ಅವಳ ಕಣ್ಣುಗಳಲ್ಲಿನ ಮಿಂಚು ನೋಡಬೇಕಿತ್ತು. ಆದರೆ ಇಂದು ಅವನ ಬಾಹುಗಳಲ್ಲಿ ಬಂಧಿತಳಾದ ಸುನೀತಾ ತಲೆಯೆತ್ತಿ ವಿವೇಕನನ್ನು ನೋಡಿದಳು. ಅಲ್ಲಿ ನಾಚಿಕೆಯನ್ನು ವಿವೇಕ ನಿರೀಕ್ಷಿಸಿದ್ದ. ಆದರೆ ಅಲ್ಲಿ ಲಜ್ಜೆಯಾಗಲಿ, ಕಣ್ಣುಗಳಲ್ಲಿ ನಿರೀಕ್ಷೆಯ ಹೊಳಪಾಗಲಿ ಕಾಣಿಸಲಿಲ್ಲ! ಹಿಂದೆ ಅಂತಹ ಶೃಂಗಾರಮಯ ಸನ್ನಿವೇಶಗಳಲ್ಲಿ ಆಕೆಯ ಕಣ್ಣುಗಳಲ್ಲಿ ಹೊಳಪಿರುತ್ತಿತ್ತು! ವಿವೇಕನ ಮುಂದಿನ ಕ್ರಿಯೆಯನ್ನು ನೆನೆದು ಆಕೆಯ ಮನಸ್ಸು ಲಜ್ಜೆಗೆ ಒಳಗಾಗುತ್ತಿತ್ತು ಆದರೆ ಇಂದು

ಹಾಗೇನೂ ಆಗಲಿಲ್ಲ!

ವಿವೇಕ ಅವಳ ಕೆನ್ನೆಯ ಮೇಲೆ ಪ್ರೇಮದ ಮುದ್ರೆಯನ್ನುತ್ತಿ ಅವಳ ಮುಖ ನೋಡಿದ. ಅದಕ್ಕೆ ಅವಳಿಂದ ಯಾವುದೇ ಪ್ರತಿಕ್ರಿಯೆ ಇರಲಿಲ್ಲ. ವಿವೇಕನಿಗೆ ನಿರಾಶೆಯಾಯಿತು. ತನ್ನ ಭಾವನೆಯನ್ನು ಹತ್ತಿಕ್ಕಿಕೊಂಡ.

"ನಾನು ತುಂಬಾ ತಡವಾಗಿ ಬರ್ತೀನಿ ಅಂತ ನಿರೀಕ್ಷಿಸಿದ್ದೆಯಲ್ಲ?"

ವಿವೇಕ ತಾನಾಗಿಯೇ ಸುನೀತಾಳನ್ನು ಕೇಳಿದ.

"ಇಲ್ಲ ಹಾಗೇನೂ ನಿರೀಕ್ಷಿಸಿರಲಿಲ್ಲ"

ಸುನೀತಾ ಯಾಂತ್ರಿಕವಾಗಿ ಹೇಳಿದಳು. ಮಾತಿನಲ್ಲಿ ಯಾವುದೇ ಭಾವನೆ ಇರಲಿಲ್ಲ.

"ಮತ್ತೆ ಏನು ನಿರೀಕ್ಷಿಸಿದ್ದೆ?"

"ಏನೂ ಇಲ್ಲ?"

"ಅಂದರೆ ಏನೂ ನಿರೀಕ್ಷಿಸಿರಲಿಲ್ಲವೇ?"

ವಿವೇಕ ಮನಸ್ಸು ಮುದುಡಿ ಕೇಳಿದ.

"ಇಲ್ಲ, ಯಾವುದನ್ನು ನಿರೀಕ್ಷಿಸಲಿಲ್ಲ. ನನ್ನನ್ನು ಬಿಡಿ. ಅಡಿಗೆ ಮಾಡಬೇಕು"

ವಿವೇಕ ಆಕೆಯನ್ನು ತನ್ನ ಭಾಹುಬಂಧದಿಂದ ಬಿಡಿಸಿದ. ಆಕೆ ಯಾಂತ್ರಿಕವಾಗಿ ಕಿಚನಿನ್ನ ಕಡೆಗೆ ನಡೆದಳು.

ವಿವೇಕನಿಗೆ ನಿರಾಶೆಯ ಜೊತೆಗೆ ಕೋಪ ಕೂಡ ಬಂದಿತ್ತು!

ನೆನ್ನೆ ರಾತ್ರಿ ಎಲ್ಲಾ ರೀತಿಯಲ್ಲೂ ಚೆನ್ನಾಗಿದ್ದ ಸುನೀತಾ ಮತ್ತೆ ಬದಲಾದಳೆ? ಇದಕ್ಕೇನು ಕಾರಣ ಬಹುಶಃ ಅವಳು ಮಾನಸಿಕವಾಗಿ ಅಸ್ವಸ್ಥಳಾಗಿದ್ದಾಳೆ! ಅದಕ್ಕೆ ಏನೋ ಕಾರಣ ಇರಲೇಬೇಕು! ಎಲ್ಲಾ ರೀತಿಯ ಮಾನಸಿಕ ತೊಂದರೆಗಳಿಗೆ ಯಾವುದೋ ಒಂದು ಅಥವಾ ಹಲವು ಘಟನೆಗಳ ಹಿನ್ನೆಲೆ ಇರುತ್ತದೆ. ಆ ಹಿನ್ನಲೆ ಯಾವುದು ಎನ್ನುವುದನ್ನು ತಾನು ತಿಳಿದುಕೊಳ್ಳಬೇಕು! ಸುನೀತಾ ಪೂರ್ಣ ಪ್ರಜ್ಞೆಯಿಂದ ಹೀಗೆ ಮಾಡುತ್ತಿಲ್ಲ. ಅವಳ ಬಗೆಗೆ ತಾನು ಕನಿಕರ ತೋರಿಸಬೇಕಾದ ಅವಶ್ಯಕತೆ ಇದೆ. ಈಗ ಸುನೀತಾ ಸಮಸ್ಯೆಯ ಪರಿಹಾರಕ್ಕೆ ಮಾನಸಿಕ ತಜ್ಞರ ಸಲಹೆ ಪಡೆಯಬೇಕು. ಕೆಲವು ಸಲ ಅವಳನ್ನು ಕೌನ್ಸಿಲಿಂಗಿಗೆ ಕರೆದುಕೊಂಡು ಹೋಗಬೇಕು! ಮಾನಸಿಕ ತಜ್ಞರು ಮಾತ್ರ ಅವಳನ್ನು ಮೂಲ ಸ್ಥಿತಿಗೆ ತರಬಲ್ಲರು.

ಸುನೀತಾಳ ಅಸ್ತಿತ್ವ ತನ್ನ ಪಾಲಿಗೆ ಅಗತ್ಯ. ಅವಳಿಲ್ಲದೆ ನನ್ನ ಬದುಕು ಬರಡು! ದೇಹ ಎರಡು ಜೀವ ಒಂದು ಎನ್ನುವಂತೆ ಒಂದು ವರ್ಷ ಕಳೆದ ತಮ್ಮ ಬದುಕು ಒಮ್ಮೆಲೇ ಇಂತಾ ಸ್ಥಿತಿ ತಲುಪಿದ್ದೇಕೆ? ಸುನೀತಾಳನ್ನು ಮತ್ತೆ ಮೊದಲಿನ ಸುನೀತಾಳನ್ನು ಪಡೆಯಲು ತಾನು ಏನು ಮಾಡಬೇಕು? ಇಂತಾ ಹತ್ತು ಹಲವು

ಯೋಚನೆಗಳೊಂದಿಗೆ ವಿವೇಕ ಕಾಲೆಳೆಯುತ್ತಾ ರೂಮಿಗೆ ತೆರಳುವಾಗ, ಸುನೀತಾ ಅವನತ್ತ ನೋಡಿ ನಕ್ಕಳು!!.

13

ಅಧ್ಯಾಯ

ಬಟ್ಟೆ ಬದಲಿಸಿ, ಫ್ರೆಶ್ ಆಗಿ ವಿವೇಕ ಈಚೆ ಬಂದು ನೇರ ಡೈನಿಂಗ್ ಹಾಲಿಗೆ ಬಂದು ಕುಳಿತ. ಕಿಚ್ಚನ್ನಿನಲ್ಲಿ ಸುನೀತಾ ಏನೋ ಮಾಡುತ್ತಿದ್ದಳು. ವಿವೇಕ ಬಂದುದನ್ನು ಗಮನಿಸಿ ಕೇಳಿದಳು.

"ಕಾಫಿ ಕುಡೀತೀಯಾ?"

"ನೀನು ಕುಡಿದೆಯಾ?"

"ಇಲ್ಲ"

"ಹಾಗಾದರೆ ಇಬ್ಬರಿಗೂ ಮಾಡಿಕೊಂಡು ಬಾ.. ಜೊತೆಯಾಗಿ ಕಾಫಿ ಕುಡಿಯೋಣ"

ವಿವೇಕ ಆತ್ಮೀಯತೆಯಿಂದ ಹೇಳಿದ ಹೇಳಿದ.

ಸುನೀತಾ ಲ್ಯಾಬಿನಲ್ಲಿ ತುಂಬಾ ಮುಖ್ಯವಾದ ಪ್ರಾಜೆಕ್ಟಲ್ಲಿ ಕೆಲಸ ಮಾಡುತ್ತಿದ್ದಾಳೆ. ಅವಳ ಒಂದು ಗಂಟೆಯ ರಹಸ್ಯ ಭೇಧಿಸಲು ಸೈಕಾಲಜಿಸ್ಟ್ ಹತ್ರ ಹೋಗಬೇಕಗುತ್ತದೆ. ಆದರೆ ಆ ಪ್ರಯತ್ನದಲ್ಲಿ ಆಕೆಯ ವೃತ್ತಿಗೆ ಸಂಬಂಧಿಸಿದ ಹಲವಾರು ಪ್ರಶ್ನೆಗಳನ್ನು ಸೈಕೋಲಜಿಸ್ಟ್ ಕೇಳಬಹುದು. ಆ ಪ್ರಶ್ನೆಗಳು ಲ್ಯಾಬಿನ ಪ್ರಾಜೆಕ್ಟಿಗೆ ನಿಯಮಗಳಿಗೆ, ಗೌಪ್ಯತೆಗೆ ವಿರುದ್ಧವಾಗಿರಬಹುದು. ಹಾಗಾದರೆ ಏನು ಮಾಡಬೇಕು? ಆಕೆಯ ಅನ್ಯಮನಸ್ಕತೆ, ನಿರಾಸಕ್ತಿ-ಎಲ್ಲ ಸುಧಾರಿಸಲು ಏನು ಮಾಡಬೇಕು?

ಒಂದು ವೇಳೆ ಲ್ಯಾಬಿನ ಕೆಲಸದಿಂದಲೇ ಇಂತಹ ತೊಂದರೆ ಆಗುತ್ತಿರುವುದಾದರೆ ಆ ಕೆಲಸವನ್ನೇ ಅವಳು ಬಿಡುವುದು ಒಳ್ಳೆಯದು. ಹಾಗೆ ನೋಡಿದರೆ ಸುನೀತಾ ಕೆಲಸ ಮಾಡಿ ಸಂಪಾದನೆ ಮಾಡಬೇಕಾದ ಅವಶ್ಯಕತೆ

ಇಲ್ಲ. ತನ್ನ ಇಂಡಸ್ಟ್ರಿಯಿಂದ ಬರುವ ಆದಾಯ ಚೆನ್ನಾಗೇ ಇದೆ. ಐಷಾರಾಮಿ ಜೀವನ ನಡೆಸಲು ಅಗತ್ಯಕ್ಕಿಂತ ಹೆಚ್ಚಿನ ಸಂಪಾದನೆ ಇದೆ. ಹಾಗಿದ್ದರೆ ಸುನೀತಾ ತನ್ನ ಕೆಲಸಕ್ಕೆ ರಾಜೀನಾಮೆ ಸಲ್ಲಿಸುವುದು ಒಳಿತು.

ಹೌದು, ಆಕೆಯನ್ನು ಕೆಲಸ ಬಿಡುವಂತೆ ಮನವೊಲಿಸಬೇಕು ಇಲ್ಲದಿದ್ದರೆ ತಾನು ಸುನೀತಾಳನ್ನು ಕಳೆದುಕೊಳ್ಳುತ್ತೇನೆ. ಈಗಾಗಲೇ ಅವಳ ಬೆಳಗಿನ ಜಾವದ ಆ ಒಂದು ಗಂಟೆಯ ರಹಸ್ಯ ಇನ್ನು ಭೇದಿಸಲಾಗಿಲ್ಲ. ಆಕೆಯ ಎಲ್ಲಾ ಭಾವನೆಗಳು ಬತ್ತಿ ಹೋಗಿವೆ ರೋಬೋಟಿನಂತೆ ಆಕೆ ವ್ಯವಹರಿಸುತ್ತಿದ್ದಾಳೆ. ಎಲ್ಲೋ ಒಮ್ಮೆ ಅಥವಾ ಒಂದು ದಿನ ಆಕೆ ತನ್ನ ಮೂಲ ಸ್ಥಿತಿಗೆ ಮರಳುತ್ತಾಳೆ. ನೆನ್ನೆ ಇದ್ದ ಅವಳ ವ್ಯಕ್ತಿತ್ವ ಇಂದು ಇಲ್ಲ. ಇನ್ನೂ ಕೆಲ ಸಮಯದ ನಂತರ ಆಕೆಯ ಮೂಲ ವ್ಯಕ್ತಿತ್ವವೇ ನಾಶವಾಗಿಬಿಟ್ಟರೆ? ವಿವೇಕನ ಶರೀರಕ್ಕೆ ಚಳುಕು ಹೊಡೆದಂತಾಗಿ ನಡುಗಿದ! ಹಾಗೇನಾದರೂ ಆಗಿಬಿಟ್ಟರೆ ತನ್ನ ಜೀವನ ಬರಡಾಗಿಬಿಡುತ್ತದೆ! ಇಲ್ಲ, ಹಾಗಾಗಲು ಬಿಡಬಾರದು! ಸುನೀತಾ ತನ್ನ ಕೆಲಸಕ್ಕೆ ರಾಜೀನಾಮೆ ಕೊಡುವುದೇ ಇದಕ್ಕೆ ಪರಿಹಾರ!

ಸುನೀತಾ ಕಾಫಿಯ ಟ್ರೇಯೊಂದಿಗೆ ನಡೆದು ಬಂದು ವಿವೇಕನ ಪಕ್ಕದ ಕುರ್ಚಿಯಲ್ಲಿ ಕುಳಿತಳು. ವಿವೇಕ ಆಕೆಯ ಮುಖ ನೋಡಿ, ನಂತರ ಕಾಫಿ ಇದ್ದ ಟ್ರೇ ಕಡೆಗೆ ನೋಡಿದ.

ಎಂದೂ ಸುನೀತಾ ಕಾಫಿಯೊಂದನ್ನೇ ತರುತ್ತಿರಲಿಲ್ಲ, ಜೊತೆಗೆ ಏನಾದರೂ ಸ್ನಾಕ್ಸ್ ತರುತ್ತಿದ್ದಳು. ಇಂದು ಟ್ರೇನಲ್ಲಿ ಸ್ನಾಕ್ಸ್ ಇರಲಿಲ್ಲ. ಸುನೀತಾಳ ವರ್ತನೆ ಮತ್ತೆ ಯಾಂತ್ರಿಕವಾಯಿತೆ?

"ಸುನಿ ಡಾರ್ಲಿಂಗ್ ಏನಾದರೂ ಮರೆತಿದ್ದೀಯಾ?"

"ಇಲ್ಲವಲ್ಲ? ಏನು ಮರೆತಿಲ್ಲ"

ಸುನೀತಾ ನಿರ್ಲಿಪ್ತಳಾಗಿ ಹೇಳಿದಳು.

"ನೆನಪು ಮಾಡ್ಕೋ?" ವಿವೇಕ ಪ್ರಯತ್ನಿಸಿದ.

"ಇಲ್ಲ ಏನು ನೆನಪಾಗುತ್ತಿಲ್ಲ"

ಆಕೆಯ ಮಾತಿಗೆ ಮತ್ತೆ ವಿವೇಕನಿಗೆ ನಿರಾಶೆ.

“ಪ್ರತಿದಿನ ಕಾಫಿ ಜೊತೆಗೆ ಸ್ನ್ಯಾಕ್ಸ್ ತರ್ತಿದ್ದೆ”

ನಿಟ್ಟುಸಿರಿಟ್ಟು ಕಾಫಿ ಕಪ್ ಕೈಗೆ ತೆಗೆದುಕೊಂಡ.

“ಓ..ಹೌದು..ಸಾರಿ..ಈ ತರ್ತೀನಿ..”

ಸುನೀತಾ ಎದ್ದು ಕಿಚ್ಚಿನ್ ಕಡೆಗೆ ನಡೆದಳು.

'ನಿನ್ನ ಅಸಲಿ ಬಣ್ಣ ಬೆಳಿಗ್ಗೆ ಗೊತ್ತಾಗುತ್ತೆ' ವಿವೇಕ ಮನಸ್ಸಿನಲ್ಲೇ ಹೇಳಿಕೊಂಡ.

ಇಂದು ಬೆಳಗಿನ ಜಾವ ನಾಲ್ಕು ಗಂಟೆಗೆ ಸುನೀತಾಳನ್ನು ಪರೀಕ್ಷಿಸಬೇಕು.. ಎಂಬ ನಿರ್ಧಾರದೊಂದಿಗೆ ಕಾಫಿಯನ್ನು ಸವಿಯತೊಡಗಿದ ವಿವೇಕ.

***

ಬೆಳಗಿನ ಜಾವ ಮೂರು ಮುಕ್ಕಾಲು ಗಂಟೆಗೆ ಸರಿಯಾಗಿ ವಿವೇಕನ ಅಲಾರಂ ಗಡಿಯಾರ ವೈಬ್ರೇಟ್ ಮಾಡಿತು! ಆ ಕಂಪನಕ್ಕೆ ವಿವೇಕ ಎಚ್ಚರಗೊಂಡ! ಇನ್ನು ಹದಿನೈದು ನಿಮಿಷಗಳಲ್ಲಿ ನಡೆಯುವ ನಾಟಕ ನೋಡಲು ಸಿದ್ಧನಾದ! ಇನ್ನು ಸರಿಯಾಗಿ ಹದಿನೈದು ನಿಮಿಷಕ್ಕೆ ಸುನೀತಾ ಏಳುತ್ತಾಳೆ. ಕೆಲವು ನಿಮಿಷ ತನ್ನ ಕಡೆಗೆ ನೋಡಿ, ತಾನು ನಿದ್ರಿಸುತ್ತಿರುವುದನ್ನು ಖಾತ್ರಿ ಮಾಡಿಕೊಂಡು ರೂಮಿನಿಂದ ಆಚೆ ಹೋಗುತ್ತಾಳೆ! ಹೋಗುವಾಗ ಸದ್ದಾಗದಂತೆ ಬಾಗಿಲನ್ನು ಮುಚ್ಚಿ ಹೋಗುತ್ತಾಳೆ! ತಾನು ಹತ್ತು ನಿಮಿಷ ತಡವಾಗಿ ಎದ್ದು ಮನೆಯ ಎಲ್ಲಾ ಕಡೆ ಹುಡುಕುತ್ತೇನೆ. ಆದರೂ ಆಕೆ ಎಲ್ಲಿಯೂ ಕಾಣುವುದಿಲ್ಲ! ಹೊರಗೆ ಹೋದ ಯಾವುದೇ ಸುಳಿವೂ ಇರುವುದಿಲ್ಲ! ಒಳಗೆ ಇರುವ ಸುಳಿವೂ ಕಾಣುವುದಿಲ್ಲ! ಅಂದರೆ ಏನು? ಸುನೀತ ಅದೃಶವಾಗಲು ಸಾಧ್ಯವೇ? ಅದು ಅಸಾಧ್ಯ!! ವೈಜ್ಞಾನಿಕವಾಗಿ ಅದು ಸಾಧ್ಯವೇ ಇಲ್ಲ! ಅದೃಶ್ಯವಾಗಿ ಮತ್ತೆ ಒಂದು ಗಂಟೆಯ ಸಮಯದ ನಂತರ ಆಕೆ ಮತ್ತೆ ರೂಮನ್ನು ಪ್ರವೇಶಿಸುತ್ತಾಳೆ! ಇದೆಂತಹ ಸೋಜಿಗ ಇಲ್ಲಿಯವರೆಗೂ ತಾನು ಭೇದಿಸಲಾಗದ ರಹಸ್ಯ! ಹೀಗೇ ಪುನರಾವರ್ತನೆ ಆಗುತ್ತಿದೆ. ಹೀಗೆ ಆಕೆ ಎದ್ದು ಹೋಗುವ ಮುನ್ನಾ ದಿನ ಅವಳ ವ್ಯಕ್ತಿತ್ವವೇ ಬದಲಾಗಿರುತ್ತದೆ!!

ಸುನೀತಾ ತನ್ನ ಮೂಲ ಸ್ವರೂಪದಲ್ಲಿ ಇದ್ದುದು ತಿಂಗಳಲ್ಲಿ ಒಂದೇ ಒಂದು ದಿನ! ಅದೂ ನೆನ್ನೆಯ ದಿನ ಮಾತ್ರ! ಇಂದು ಸಂಜೆ ಲ್ಯಾಬಿನಿಂದ ಮರಳಿದ ಸುನೀತಾ ಬೇರೆ ವ್ಯಕ್ತಿತ್ವ ಧಾರಣೆ ಮಾಡಿಕೊಂಡಿದ್ದಾಳೆ ಅಂದರೆ ಈ ದಿನ ಆಕೆ ಎಂದಿನಂತೆ ಒಂದು ಗಂಟೆ ಅದೃಶ್ಯಳಾಗುತ್ತಾಳೆ ಕಳೆದ ಕೆಲವು ದಿನಗಳ ಹಿಂದೆ ತಾನು ಮಾಡಿದ ಪ್ರಯತ್ನ ಫಲಕಾರಿಯಾಗಿಲ್ಲ. ಇಂದು ಬೇರೆಯ ರೀತಿಯಲ್ಲೇ ಸುನೀತಾಳ ರಹಸ್ಯ ಅನಾವರಣ ಮಾಡಬೇಕು.

ಇದುವರೆಗೂ ಆಕೆ ರೂಮಿನಿಂದ ಹೋದ ಹತ್ತು ನಿಮಿಷಗಳ ನಂತರ ತಾನವಳನ್ನು ಹಿಂಬಾಲಿಸುತ್ತಿದ್ದೆ! ಆಕೆ ತನ್ನ ಮೇಲೆ ಅನುಮಾನ ಬರಬಾರದು ಎನ್ನುವ ಕಾರಣಕ್ಕೆ! ಇಂದು ಮಾತ್ರ ಆಕೆ ಹೋಗುತ್ತಲೇ ಅವಳನ್ನು ಹಿಂಬಾಲಿಸಬೇಕು ಬಹುಶಃ ಆಕೆ ಒಂದು ರೀತಿಯ ಸಮ್ಮೋಹನ ಸ್ಥಿತಿಯಲ್ಲಿ ಇರಬಹುದೆ? ಯಾರೋ ಆಕೆಯನ್ನು ಸಂಮೋಹನ ಸ್ಥಿತಿಗೆ ಎಳೆದಿರಬಹುದೇ? ಹಿಪ್ನೋಟಿಕ್ ಸ್ಥಿತಿಯಲ್ಲಿ ವ್ಯಕ್ತಿತ್ವಗಳನ್ನು ತಮಗೆ ಬೇಕಾದರೆ ಪರಿವರ್ತಿಸಬಹುದಂತೆ! ಹಾಗೆ ಸುನೀತಾಳ ಮೇಲೆ ಹಿಪ್ನೋಟಿಸಂ ಪ್ರಯೋಗ

ಆಗಿರಬಹುದು! ಅರೆ, ಇದುವರೆಗೂ ತನಗೇಕೆ ಈ ವಿಷಯ ಹೊಳೆದಿರಲಿಲ್ಲ! ಹಿಪ್ನೋಟಿಸಮ್ ಸಾಧ್ಯತೆಯನ್ನು ತಳ್ಳಿಹಾಕಲಾಗದು! ಹೀಗೆ ಸುನೀತಾಳನ್ನು ತನ್ನ ಹಿಪ್ನೋಟಿಕ್ ಬಂಧನದಲ್ಲಿ ಸಿಕ್ಕಿಸಿಕೊಂಡಿರುವನು ಯಾರು? ಯಾವ ಕಾರಣಕ್ಕೆ ಆಕೆಯ ಮೇಲೆ ಹಿಪ್ನೋಟಿಸಮ್ ಪ್ರಯೋಗ ಮಾಡಿದ್ದಾರೆ?

ಪ್ರತಿ ಸೆಕೆಂಡು, ಪ್ರತಿ ನಿಮಿಷವನ್ನೂ ವಿವೇಕ ಎಚ್ಚರಿಕೆಯಿಂದ ಕಾಯುತ್ತಿದ್ದ! ಸುನೀತಾ ಎದ್ದು ಹೋಗುವುದಕ್ಕೆ ಕ್ಷಣಗಣನೆ ಶುರುವಾಗಿತ್ತು! ವಿವೇಕ ಮೈಯೆಲ್ಲಾ ಎಚ್ಚರವಾಗಿದ್ದ! ಎಂದಿನಂತೆ ಕಣ್ಮುಚ್ಚಿರಲಿಲ್ಲ...ಬದಲಿಗೆ ಅರೆ ಕಣ್ತೆರೆದು ನೋಡುತ್ತಿದ್ದ! ಸುನೀತಾ ತನ್ನ ಕಡೆಗೆ ತಿರುಗಿ ನೋಡಿದಾಗ ಕಣ್ಣನ್ನು ಪೂರಾ ಮುಚ್ಚಿಕೊಂಡು ನಿದ್ರೆಯ ನಟನೆ ಮಾಡಬೇಕು ಎಂದು ನಿರ್ಧರಿಸಿದ್ದ. ಎಲ್ಲಾ ಅವನ ಲೆಕ್ಕಾಚಾರದಂತೆ ನಡೆದಿತ್ತು.

ನಾಲ್ಕು ಗಂಟೆ ಸಮೀಪಿಸಿತು!! ಸುನೀತಾ ನಿಧಾನಕ್ಕೆ ಎದ್ದು ಕುಳಿತಳು...ಒಂದು ನಿಮಿಷ ಕುಳಿತಿದ್ದು, ನಂತರ ತಿರುಗಿ ವಿವೇಕನ ಕಡೆಗೆ ನೋಡಿದಳು. ಅದುವರೆಗೂ ಅರೆ ತೆರೆದ ಕಣ್ಣುಗಳಿಂದ ನೋಡುತ್ತಿದ್ದ ವಿವೇಕ ತಕ್ಷಣ ಕಣ್ಣು ಮುಚ್ಚಿಕೊಂಡ. ಸುನೀತಾ ನೋಡಿದಾಗ ಗಾಢ ನಿದ್ರೆಯಲ್ಲಿರುವಂತೆ ನಟಿಸಿದ.

ವಿವೇಕನ ಸ್ಥಿತಿಗೆ ತೃಪ್ತಿಯಾಗಿರುವಂತೆ, ಸುನೀತಾ ಎದ್ದು ಒಂದಿನಿತೂ ಶಬ್ದ ಬಾರದಂತೆ ರೂಮಿನಿಂದ ಆಚೆ ನಡೆದಳು. ಕೆಲವೇ ಸೆಕೆಂಡುಗಳು ಕಾದಿದ್ದು ವಿವೇಕ ಎದ್ದು, ಆಕೆಯಷ್ಟೇ ಸೂಕ್ಷ್ಮವಾಗಿ, ಶಬ್ದವಾಗದಂತೆ ರೂಮಿನ ಬಾಗಿಲು ತೆರೆದು ಆಕೆಯ ಹಿಂದೆ ನಡೆದ. ವಿವೇಕ ರೂಮಿನಿಂದಾಚೆ ಬಂದಾಗ, ಸುನೀತ ಆಗತಾನೆ ಮಹಡಿಯ ಮೆಟ್ಟಿಲುಗಳನ್ನು ಇಳಿಯಲು ಶುರು ಮಾಡಿದ್ದಳು. 'ಇಂದು ನಿನ್ನ ಒಂದು ಗಂಟೆಯ ರಹಸ್ಯವನ್ನು ನಾನು ಕಂಡುಹಿಡಿದೇ ತೀರುತ್ತೇನೆ' ಎಂದುಕೊಂಡು ವಿವೇಕ ಆಕೆ ಮೆಟ್ಟಿಲುಗಳನ್ನು ಪೂರ ಇಳಿಯುವವರೆಗೆ ಕಾದಿದ್ದು, ನಂತರ ಅವಳನ್ನು ಹಿಂಬಾಲಿಸಿದ.

ಮೆಟ್ಟಿಲುಗಳನ್ನು ಇಳಿದ ತಕ್ಷಣವೇ ಲಿವಿಂಗ್ ರೂಮ್ ಸಿಗುತ್ತದೆ ಅಲ್ಲಿಂದ ಮೂರು ಕಡೆಗೆ ಪ್ರವೇಶವಿತ್ತು. ಒಂದು ಡೈನಿಂಗ್ ಮತ್ತು ಕಿಚನ್ ಕಡೆಗೆ, ಇನ್ನೊಂದು ನೆಲ ಅಂತಸ್ತಿನ ರೂಮುಗಳಿಗೆ ಮತ್ತು ಒಂದು ಪ್ರವೇಶ ವರಾಂಡಕ್ಕೆ. ಸುನೀತಾ ಯಾವ ಕಡೆ ಹೋಗುತ್ತಿದ್ದಾಳೆ ಎಂದು ವಿವೇಕ ಮೆಟ್ಟಿಲಿನ ಮೂರನೆಯ ಹಂತದಲ್ಲಿ ನಿಂತು ನೋಡಿದ್ದ. ಆಕೆ ನೇರ ವರಂಡದ ಕಡೆಗೆ ನಡೆದಿದ್ದಳು.

ಆಕೆ ಬಾಗಿಲಿಂದ ಮರೆಯಾಗುವವರೆಗೂ ಕಾದಿದ್ದು ನಂತರ ವಿವೇಕ ಆಕೆಯನ್ನು ಹಿಂಬಾಲಿಸಿದ. ಇದುವರೆಗೂ ಅವನು ಗಮನಿಸಿದಂತೆ ಆಕೆ

ಸಮೂಹನ ಸ್ಥಿತಿಯಲ್ಲಿ ಇರುವಂತೆ ಗೋಚರಿಸುತ್ತಿತ್ತು. ಒಂದು ವೇಳೆ ತಾನು ನೇರ ಅವಳ ಮುಂದೆ ನಿಂತರೂ ಸಹ ಆಕೆ ತನ್ನನ್ನು ಗಮನಿಸುವ ಸ್ಥಿತಿಯಲ್ಲಿ ಇರುವುದಿಲ್ಲ ಎನ್ನುವುದನ್ನು ಹಿಪ್ನೋಸಿಸ್ ಅಧ್ಯಯನ ಮಾಡುವಾಗ ವಿವೇಕ ತಿಳಿದುಕೊಂಡಿದ್ದ. ಹಾಗಾಗಿ ಒಂದು ವೇಳೆ ಸುನೀತಾ ತಿರುಗಿ ತನ್ನನ್ನು ನೋಡಿದರೂ ಕೂಡ ಆಕೆ ತನ್ನನ್ನು ಗುರುತಿಸಲಾರದ ಹಿಪ್ನೋಟಿಕ್ ಸ್ಥಿತಿಯಲ್ಲಿ ಇರುವಳು ಎಂದುಕೊಂಡಿದ್ದ.

ಕೆಲವೇ ಕ್ಷಣಗಳ ಅಂತರದಲ್ಲಿ ವಿವೇಕ ವರಾಂಡ ಪ್ರವೇಶಿಸಿದ. ಅಲ್ಲಿ ಕಾದಿತ್ತು ಅವನಿಗೆ ಆಶ್ಚರ್ಯ! ಸುನೀತಾ ಅಲ್ಲಿರಲೇ ಇಲ್ಲ!! ಇಪ್ಪತ್ತಡಿ ಅಡಿ ಉದ್ದ ಇಪ್ಪತ್ತು ಅಡಿ ಅಗಲದ ವರಾಂಡದ ಯಾವ ಮೂಲೆಯಲ್ಲೂ ಸುನೀತಾ ಇರಲಿಲ್ಲ!

14

ಅಧ್ಯಾಯ

ಕೆಲವೇ ಕ್ಷಣಗಳ ಅಂತರದಲ್ಲಿ ಸುನೀತಾ ಹಿಂದೆಯೇ ವಿವೇಕ ವರಾಂಡ ಪ್ರವೇಶಿಸಿದ್ದ.

ಸುನೀತಾ ಅದೃಶ್ಯಳಾಗಿದ್ದಳು! ಖಾಲಿ ವರಾಂಡ ನೋಡಿ ವಿವೇಕ ಬೆಚ್ಚಿಬಿದ್ದ!!

ಇದ್ಯಾವ ಜಾದು? ಮಾಯಾ ಮಂತ್ರ?

ಹೀಗಾಗಲು ಸಾಧ್ಯವೇ? ಇದ್ದಕ್ಕಿದ್ದಂತೆ ಒಬ್ಬ ವ್ಯಕ್ತಿ ಅದೃಶ್ಯವಾಗಲು ಸಾಧ್ಯವೇ? ಅಂತವೆಲ್ಲ ಸಿನಿಮಾಗಳಲ್ಲಿ ಸಾಧ್ಯವೇ ಹೊರತು ನಿಜ ಜೀವನದಲ್ಲಿ ಸಾಧ್ಯವಿಲ್ಲ! ಹೇಗೆ ಅದೃಶ್ಯಳಾದಳು? ಹಾಗಾದರೆ ಸುನೀತಾ ಹೋಗಿದ್ದಾದರೂ ಎಲ್ಲಿಗೆ? ತಾನು ಅವಳನ್ನು ಹಿಂಬಾಲಿಸುವ ಸಮಯದಲ್ಲಿನ ವ್ಯತ್ಯಾಸ ಕೇವಲ ಒಂದು ಅಥವಾ ಒಂದೂವರೆ ನಿಮಿಷ! ಒಂದುವರೆ ನಿಮಿಷದ ಹಿಂದೆ ವರಾಂಡ ಪ್ರವೇಶಿಸಿದ ಸುನೀತ ಏನಾದಳು? ವಿವೇಕ ದಿಗ್ಭ್ರಮೆಯಿಂದ ವರಾಂಡದ ಸುತ್ತ ಕಣ್ಣು ಹಾಯಿಸಿದ. ವರಾಂಡದಲ್ಲಿ ಇದ್ದಿದ್ದು ಕೆಲವು ಕುರ್ಚಿಗಳು, ಒಂದು ಟೀಪಾಯ್ ಮತ್ತೊಂದು ಕಡೆ ಒಂದು ಮೂರಡಿ ಎತ್ತರ, ಐದಡಿ ಉದ್ದದ ಷೂಗಳನ್ನು ಇಡುವ ಒಂದು ಬಾಕ್ಸ್. ಬಲಭಾಗದಲ್ಲಿ ಒಂದು ಬಾಗಿಲು, ಎದುರಿಗೆ ಒಂದು ಬಾಗಿಲು. ಎದುರಿನ ಬಾಗಿಲು ಮನೆಯಿಂದ ಆಚೆ ಹೋಗಲು. ಆದರೆ ಆ ಬಾಗಿಲು ಲಾಕ್ ಮಾಡಿತ್ತು. ತಾನೇ ರಾತ್ರಿ ಮಲಗುವ ಮುನ್ನ ಲಾಕ್ ಮಾಡಿದ್ದೆ! ಇನ್ನು ಉಳಿದಿದ್ದು ಬಲಭಾಗದ ಬಾಗಿಲು. ಅದರಿಂದ ನೇರ ಗ್ಯಾರೇಜನ್ನು ಪ್ರವೇಶಿಸಬಹುದಾಗಿತ್ತು. ಆ ಬಾಗಿಲು ಕೂಡ ಹಾಕಿತ್ತು. ಆದರೆ ಸೂಕ್ಷ್ಮವಾಗಿ ನೋಡಿದಾಗ ವಿವೇಕನಿಗೆ ಒಂದು ವಿಚಿತ್ರ ಕಾಣಿಸಿತು. ಬಾಗಿಲಿನ ಕೆಳಗಿನ ಒಂದು ಮೂಲೆಯಲ್ಲಿ ಒಂದಿಷ್ಟು ಸುಮಾರು ಒಂದೂವರೆ ಇಂಚು ವ್ಯಾಸದ ರಂಧ್ರ ಇತ್ತು! ಬಹುಶಃ ಇಲಿ ಕೊರೆದಿರಿಬಹುದಾದ

ರಂಧ್ರ! ಆ ರಂಧ್ರದಲ್ಲಿ ಏನೋ ಚಲಿಸಿದಂತೆ ಕಾಣಿಸಿತು!! ದಿಟ್ಟಿಸಿ ನೋಡಿ, ಅದೇನೆಂದು ತಿಳಿದಾಗ ವಿವೇಕ ಭಯದಿಂದ ನಡುಗಿದ! ಅದೊಂದು ಹಾವಿನ ಬಾಲ!! ಕೆಲವೇ ಕ್ಷಣಗಳಲ್ಲಿ ಆ ಬಾಲ ಬಾಗಿಲಿನ ತುದಿಯ ರಂಧ್ರದಿಂದ ಗ್ಯಾರೇಜಿನ ಕಡೆಗೆ ಸರಿದು ಮರೆಯಾಯಿತು! ಸ್ಪಷ್ಟವಾಗಿ ತಾನು ಹಾವು ವರಾಂಡದ ಬಾಗಿಲ ರಂಧ್ರದಿಂದ ಗ್ಯಾರೇಜನ್ನು ಪ್ರವೇಶಿಸಿದ್ದು ನೋಡಿದೆ!! ಆದರೆ ತನಗೆ ಕಂಡಿದ್ದು ಅದರ ಬಾಲ ಮಾತ್ರ ಬಹುಶಃ ಅದು ನಾಗರ ಹಾವೇ ಇರಬಹುದು. ಅಂದರೆ ಅದು ತನ್ನ ಮನೆಯಲ್ಲಿ ವಾಸವಾಗಿತ್ತೆ? ಅಥವಾ ಮತ್ತೊಂದು ಪರ್ಯಾಯವನ್ನು ಯೋಚಿಸಿ ವಿವೇಕ ನಿಂತಲ್ಲಿಯೇ ನಡುಗಿದ! ಭಯ ವಿಸ್ಮಯಗೊಂಡ! ಕೈಮೇಲಿನ ರೋಮಗಳೆಲ್ಲ ನಿಮಿರಿ ನಿಂತಿದ್ದವು!! ಅದು ಸುನೀತಾ..? ಕೆಲವೇ ನಿಮಿಷಗಳ ಹಿಂದೆ, ವರಂಡ ಪ್ರವೇಶಿಸಿದ್ದ ಸುನೀತಾ ಹಾವಾಗಿ ರೂಪಾಂತರಗೊಂಡು ಗ್ಯಾರೇಜನ್ನು ಪ್ರವೇಶಿಸಬೇಕು! ಆ ಒಂದು ಯೋಚನೆಗೆ ವಿವೇಕ ವಿಸ್ಮಯಗೊಂಡ! ಹೀಗಾಗಿರಬಹುದು ಎನ್ನುವುದು ಅವನ ಕಲ್ಪನೆಗೆ ಮೀರಿದ ವಿಷಯವಾಗಿತ್ತು! ಇದು ಸಾಧ್ಯವೇ? ಒಬ್ಬ ವ್ಯಕ್ತಿ ಹಾವಾಗಿ ಪರಿವರ್ತನೆಯಾಗುವುದು ವೈಜ್ಞಾನಿಕವಾಗಿ ಅಸಾಧ್ಯವಾದ ವಿಷಯ! ಹಾವಿನ ದೇಹದ ರಚನೆಗೂ ಮನುಷ್ಯರ ದೇಹದ ರಚನೆಗೂ ಅಜಗಜಾಂತರ ವ್ಯತ್ಯಾಸ!! ಆದರೆ ಕಣ್ಣೆದುರು ಹಾಗೆ ನಡೆದಿರುವಬಹುದಾದ ಸಾಧ್ಯತೆ ಇದೆ! ಈಗ ತಾನು ಗ್ಯಾರೇಜಿನ ಬಾಗಿಲು ತೆರೆದು ಹಾವನ್ನು ಹುಡುಕಿ ಅದನ್ನು ಸಾಯಿಸಬೇಕು! ಆದರೆ ಅದು ಸುನೀತಾ ಆಗಿದ್ದರೆ? ಎಂತಾ ಅಸಂಬದ್ಧ ಯೋಚನೆ? ಸುನೀತಾ ಹಾವಾಗಲು ಸಾಧ್ಯವೇ ಇಲ್ಲ!!

ಮತ್ತೊಂದು ರೀತಿಯ ಯೋಚನೆ ಸುಳಿಯಿತು! ಸುನೀತಾ ನಾಗಕನ್ನಿಕೆಯೇ? ಸಿನಿಮಾ ಮತ್ತು ಟಿವಿ ಸೀರಿಯಲ್ಲುಗಳಲ್ಲಿ ನೋಡಿದ ನಾಗಿಣಿಯಾಗಿ ಸುನೀತಾ ಪರಿವರ್ತನೆಯಾಗಿದ್ದಾಳಾ? ತನ್ನೊಂದಿಗೆ ಜೀವನ ಮಾಡುತ್ತಿದ್ದ ತನ್ನ ಸಹಧರ್ಮಿಣಿ ನಾಗಿಣಿಯೇ? ಮನಸ್ಸಿನಲ್ಲಿ ನೂರಾರು ನಾಗಿಣಿ ಸಿನಿಮಾ, ಟಿವಿ ದೃಷ್ಯಗಳು ಮಿಂಚುತ್ತಿದ್ದವು! ಸುಂದರ ನಾಗಕನ್ನಿಕೆಯರ ಮೈಮಾಟ, ಪೌರಾಣಿಕ ಸಿನಿಮಾ ನೆನಪಿಸುವ ಅವರ ಉಡುಪುಗಳು, ಅವರು ಮಾನವ ರೂಪದಿಂದ ಹಾವಾಗುವುದು ಮತ್ತು ಹಾವಿನಿಂದ ಮತ್ತೆ ಮನುಷ್ಯರಾಗುವ ದೃಶ್ಯಗಳು ನಂಬದಿದ್ದರೂ ಮನಸ್ಸಿನಲ್ಲಿ ಕಾಣಿಸುತ್ತಿದ್ದವು. ಅವೆಲ್ಲಾ ಗ್ರಾಫಿಕ್ಸ್, ಕಂಪ್ಯೂಟರಿನಲ್ಲಿ ತಯಾರಿಸಿದ್ದು ಎಂಬ ಅರಿವಿದ್ದರೂ ಮನಸ್ಸು ಸುಮ್ಮನಿರಬೇಕಲ್ಲ? ಆ ಚಿತ್ರಗಳನ್ನೇ ಮತ್ತೆ ಮತ್ತೆ ಪಡಿಮೂಡಿಸಿದವು!

ಆದರೆ ಅದು ಅಸಾಧ್ಯ! ಅವೆಲ್ಲ ಕಲ್ಪನೆ! ಮನುಷ್ಯರ ಮನರಂಜನೆಗಾಗಿ ಮನುಷ್ಯರೇ ಸೃಷ್ಟಿಸಿದವು! ಮನರಂಜನೆಯನ್ನೇ ಬದುಕಿನ ಮಾರ್ಗವಾಗಿ ಆಯ್ಕೆ ಮಾಡಿಕೊಂಡಿದ್ದ ಜನರ ಪ್ರಯತ್ನಗಳು! ಇಲ್ಲ..ಮನುಷ್ಯರು ಹಾವಾಗುವುದು ಸಾಧ್ಯವೇ ಇಲ್ಲ!

ಆದರೆ ಗ್ಯಾರೇಜಿನ ಬಾಗಿಲು ತೆರೆದು ಒಳಗೆ ಹೋಗಿ ನೋಡಲು ವಿವೇಕನಿಗೆ ಧೈರ್ಯ ಬರಲಿಲ್ಲ. ಆದರೆ ಆ ರಹಸ್ಯವನ್ನು ತಿಳಿಯಲೇಬೇಕಾಗಿತ್ತು. ಮುಂದಿಟ್ಟಿದ್ದ ಹೆಜ್ಜೆ ಹಿಂದೆ ಇಡುವಂತಿಲ್ಲ! ಈ ರಹಸ್ಯ ಭೇದಿಸಲೇಬೇಕು.! ವಿವೇಕ ಕೆಲವು ಕ್ಷಣಗಳು ಅನ್ಯಮನಸ್ಕನಾಗಿ ಬಾಗಿಲಿನ ಹಿಡಿಯ ಮೇಲೆ ಕೈಯಿಟ್ಟು ಯೋಚಿಸಿದ. ಬಾಗಿಲ ಕೆಳಗಿನ ರಂಧ್ರದಲ್ಲೇ ಹಾವಿನ ಬಾಲ ಕಾಣಿಸಿದ್ದು ನೆನಪಿಗೆ ಬಂದು ತಕ್ಷಣ ಕೈ ಹಿಂದೆ ಎಳೆದುಕೊಂಡ!! ಆ ಹಾವು ಮತ್ತೆ ಹಿಂದೆ ಬಂದರೆ? ಇಲ್ಲ ಹಾಗಾಗಲು ಸಾಧ್ಯವಿಲ್ಲ..ಅದು ಬಾಗಿಲಾಚೆ ಹೋಗಿದೆ. ಈಗ ಎಚ್ಚರಿಕೆಯಿಂದ ಬಾಗಿಲು ತೆಗೆದು ಹುಡುಕಬೇಕು ಎಂದುಕೊಂಡ.

ಮೊದಲಿಗೆ ಸ್ವಿಚ್ ಬೋರ್ಡಿನಲ್ಲಿ ಗ್ಯಾರೇಜಿನ ಲೈಟುಗಳನ್ನು ವಿವೇಕ ಬೆಳಗಿಸಿದ. ಭಯಮಿಶ್ರಿತ ಭಾವನೆಯೊಂದಿಗೆ ಬಾಗಿಲು ತೆರೆದು, ಹೊಸಿಲಲ್ಲೇ ನಿಂತು ಗ್ಯಾರೇಜಿನೊಳಗೆ ನೋಡಿದ, ಶಬ್ದವನ್ನು ಆಲಿಸಿದ. ಒಳಗೆ ಪ್ರವೇಶಿಸಿದ್ದು ನಾಗರ ಹಾವಾಗಿದ್ದರೆ ಅದು ಹಿಸ್..ಹಿಸ್ ಎಂಬ ಶಬ್ದ ಮಾಡುವುದು ತಿಳಿದಿತ್ತು. ಅಂತಾ ಶಬ್ದವೇನಾದರೂ ಬರುತ್ತಿದೆಯಾ ಎಂದು ಆಲಿಸಿದ. ಆ ರೀತಿಯ ಶಬ್ದ ಕೇಳಿಸಲಿಲ್ಲ. ಮೆಲ್ಲನೆ ಒಂದೆರಡು ಹೆಜ್ಜೆ ಮುಂದಿಟ್ಟ.

ಗ್ಯಾರೇಜು ಸಾಮಾನುಗಳಿಂದ ತುಂಬಿತ್ತು. ಅದರಲ್ಲಿನ ವಸ್ತುಗಳನ್ನು ವ್ಯವಸ್ಥಿತವಾಗಿ ಜೋಡಿಸಬೇಕು ಎಂದು ಹಲವಾರು ಸಲ ಸುನೀತಾ ಮತ್ತು ವಿವೇಕ ಮಾತಾಡಿಕೊಂಡಿದ್ದರೂ ಸಾಧ್ಯವಾಗಿರಲಿಲ್ಲ. ಮೊದಲಿಗೆ ಕಾರು ನಿಲ್ಲಿಸಲು ಎಂದು ನಿರ್ಮಿಸಿದ್ದ ಗ್ಯಾರಾಜು ಕ್ರಮೇಣ ಬೇಡದ ವಸ್ತುಗಳಿಂದ ತುಂಬಿತ್ತು. ತನ್ನ ಮತ್ತು ಸುನೀತಾಳ ಕಾರುಗಳು ವಿಶಾಲವಾದ ಪೋರ್ಟಿಕೋದಲ್ಲೇ ನಿಲ್ಲುತ್ತಿವೆ.

ಖಾಲಿ ಪೈಂಟ್ ಡಬ್ಬಗಳು, ಬುಟ್ಟಿಗಳು, ಟಿವಿ, ಫ್ರಿಜ್, ಏರ್ ಕಂಡಿಶನರ್ ಜೊತೆ ಬಂದಿದ್ದ ಪ್ಯಾಕಿಂಗ್ ವಸ್ತುಗಳು, ಹಳೆಯ ಕಾರಿನ ಟೈರುಗಳು-ಇಂತಾ ಹತ್ತಿಪ್ಪತ್ತು ರೀತಿಯ ವಸ್ತುಗಳು ಗ್ಯಾರೇಜಿನಲ್ಲಿ ಕಂಡವು! ಇವುಗಳ ಮಧ್ಯೆ ಹಾವು ಎಲ್ಲಿಯಾದರೂ ಸೇರಿಕೊಂಡಿರಬಹುದು. ಅದನ್ನು ತಾನೊಬ್ಬನೇ ಈ ರೀತಿಯಲ್ಲಿ ಹುಡುಕಲು ಸಾಧ್ಯವಿಲ್ಲ. ಅದು ಅಪಾಯ ಕೂಡ. ಆ ಹಾವು ಸುನೀತಾ ಆಗಿರುವುದು ಸಾಧ್ಯವಿಲ್ಲ! ತಾನು ಬಂದಿದ್ದು ಸುನೀತಾಳನ್ನು ಹಿಂಬಾಲಿಸಲು. ಆ ಕೆಲಸ ತಾನು ಮಾಡುತ್ತಿಲ್ಲ! ಹಾವು ನೋಡಿ ತಾನು ಬಂದಿದ್ದ ಕೆಲಸವೇ ಮರೆತು ಹೋಗಿದೆ.

ವಿವೇಕ ಗ್ಯಾರೇಜನ್ನು ಪ್ರವೇಶಿಸಲಿಲ್ಲ! ಹಾವು ಹುಡುಕುವ ಕೆಲಸ ಈ ಸಮಯದಲ್ಲಿ ಸಾಧ್ಯವಿಲ್ಲ. ತನ್ನ ಫ್ಯಾಕ್ಟ್ರಿಯಿಂದ ಕೆಲವು ಜನರನ್ನು ಕರೆದು, ಅವರಿಗೆ ಈ ಕೆಲಸ ವಹಿಸಿವುದು ಸೂಕ್ತ. ಈಗ ಸುನೀತಾ ಹೇಗೆ ಮಾಯವಾದಳು ಎನ್ನುವುದನ್ನು ತಾನು ತಿಳಿಯಬೇಕು! ಆಕೆ ವರಾಂಡ ಪ್ರವೇಶಿಸಿದ್ದು ತಾನು ಗಮನಿಸಿದೆ! ಆದರೆ ವರಾಂಡದಲ್ಲಿ ಇಲ್ಲ! ವರಾಂಡದಿಂದ ಪ್ರವೇಶ ಇರುವುದು ಎರಡೇ ಕಡೆಗೆ. ಒಂದು ಹೊರಬಾಗಿಲಿಗೆ. ಇನ್ನೊಂದು ಗ್ಯಾರೇಜಿಗೆ. ಹೊರಬಾಗಿಲು ಲಾಕ್ ಆಗಿದೆ! ಗ್ಯಾರೇಜಿನ ಪ್ರವೇಶದ ಬಾಗಿಲು ತೆರೆದು ನೋಡಿದ್ದೇನೆ. ಅಲ್ಲಿ ಸುನೀತಾ ಇಲ್ಲ! ಹಾಗಾದರೆ ಸುನೀತಾ ಹೋಗಿದ್ದೆಲ್ಲಿಗೆ? ಮಾಯವಾಗಲೂ ಸಾಧ್ಯವಿಲ್ಲ! ಹಾವಾಗಲೂ ಸಾಧ್ಯವಿಲ್ಲ!

ಇದೆಂತಾ ವಿಚಿತ್ರ! ಇಲ್ಲಾ ತಾನೇ ಭ್ರಮೆಗೊಳಗಾಗಿದ್ದೇನಾ..? ತನಗೇ ಬುದ್ಧಿ ಭ್ರಮಣೆಯೇ..? ತಾನು ಸುನೀತಾ ಬಗೆಗೆ ಅತಿಯಾಗಿ ಯೋಚಿಸಿ ಭ್ರಮೆಗೆ ಒಳಗಾಗಿದ್ದೇನಾ...? ಸೈಕೋಲೊಜಿಸ್ಟ್ ಬಳಿಗೆ ಸಮಾಲೋಚನೆಗೆ ಹೋಗಬೇಕಾಗಿರುವುದು ಸುನೀತಾ ಅಲ್ಲ..ತಾನೇ ಇರಬಹುದೇ..? ಯಾವುದು ಸತ್ಯ? ಸುನೀತಾಳ ಹಿಂದೆ ಬಂದು ಅವಳು ಕಾಣದಿರುವುದು ಭ್ರಮೆಯೆ? ಇಲ್ಲಾ ಆಕೆಯ ಬಗೆಗೆ ತಾನು ಗಮನಿಸಿರುವುದು ಭ್ರಮೆಯೇ..?

ವಿವೇಕನ ಮನಸ್ಸಿನಲ್ಲಿ ಗೊಂದಲ! ಯಾವುದು ಸುಳ್ಳು? ಯಾವುದು ಸತ್ಯ? ತಾನು ಕಂಡಿದ್ದು ಸುಳ್ಳೆ? ಅಥವಾ ಸತ್ಯವೆ? ಸುನೀತಾ ಏನಾದಳು? ಆ ಒಂದು ಗಂಟೆಯ ರಹಸ್ಯ ತಿಳಿಯಲು ಪ್ರಯತ್ನಿಸಿದಷ್ಟೂ ಕಗ್ಗಂಟಾಗುತ್ತಿರುವುದೇಕೆ? ಪೋಲೀಸ್ ಸ್ಟೇಶನ್? ಆಕೆ ಕಂಪ್ಲೈಂಟ್ ಹಿಂಪಡೆದಿದ್ದು, ನೆನ್ನೆ ರಾತ್ರಿ ಅವಳನ್ನು ಹಿಂಬಾಲಿಸುತ್ತಿದ್ದವರು ಹೇಳಿದ್ದು, ಮನೆಗೆ ಬಂದಾಗ ಸುನೀತಾ ತನ್ನೊಂದಿಗೆ ಮಾತಾಡಿದ್ದು ಎಲ್ಲವೂ ಅನುಮಾನಾಸ್ಪದವಾಗಿದ್ದವು! ಇದೀಗ ಮತ್ತಷ್ಟು ಗೊಂದಲಕ್ಕೆ ಎಡೆಮಾಡಿರುವುದು ಅವಳು ವರಾಂಡದಿಂದ ಅದೃಶ್ಯಳಾಗಿರುವುದು!! ಜೊತೆಗೆ ಹಾವಿನ ಬಾಲ ಗ್ಯಾರೇಜಿನ ಪ್ರವೇಶದ ಬಾಗಿಲ ರಂಧ್ರದಲ್ಲಿ ಕಂಡಿದ್ದು!

15

ಅಧ್ಯಾಯ

ಓ ದೇವರೇ..ಏನಾಗುತ್ತಿದೆ ತನಗೆ? ತನ್ನ ಜೀವನದಲ್ಲಿ ಇದೆಂತಾ ಬಿರುಗಾಳಿ ಎದ್ದಿದೆ! ಸುಂದರವಾದ ದಾಂಪತ್ಯ ದುಃಸ್ವಪ್ನವಾಗಿದೆ!!

ವಿವೇಕ ಗ್ಯಾರೇಜಿನ ಪ್ರವೇಶದ ಬಾಗಿಲು ಭದ್ರವಾಗಿ ಮುಚ್ಚಿದ. ಲೈಟುಗಳನ್ನು ಆರಿಸಿದ. ಬಾಗಿಲ ರಂಧ್ರವನ್ನು ಏನನ್ನಾದರೂ ತುರುಕಿ ಮುಚ್ಚಿಬಿಡೋಣ ಎನ್ನಿಸಿತು. ಆದರೆ ಆ ಹಾವು ಸುನೀತಾ ಆಗಿದ್ದರೆ? ವಾಪಸ್ಸು ಬರಲು ಸಾಧ್ಯವಿಲ್ಲದೆ ಸುನೀತಾ ಏನಾಗಬಹುದು?! ಸುನೀತಾ? ಹಾವು? ತನ್ನ ಯೋಚನೆಗಳು ಅಸಂಬದ್ಧ ಎನಿಸಿದವು! ಯಾವುದೇ ಒಂದು ನಿರ್ಣಯ ಮಾಡಲಾರದೆ ವಿವೇಕ ಹತಾಶನಾದ! ವರಾಂಡದಲ್ಲಿ ಜೋಡಿಸಿದ್ದ ಕುರ್ಚಿಯೊಂದರಲ್ಲಿ ಕುಸಿದು ಕೂತ. ತಲೆಯನ್ನು ಕೈಗಳಲ್ಲಿ ಬಲವಾಗಿ ಹಿಡಿದುಕೊಂಡು ಛೀರಿದ..'ನೋ..ನೋ..ಇದೆಲ್ಲಾ ಸುಳ್ಳು..! ನನ್ನ ಸುನೀತಾಳಿಗೆ ಹೀಗೆಲ್ಲಾ ಆಗುವುದು ಸಾಧ್ಯವಿಲ್ಲ'

ತನ್ನ ದನಿಗೆ ತಾನೇ ಅಶ್ಚರ್ಯಪಟ್ಟ! ಮರುಕ್ಷಣವೇ ತಾನಿಷ್ಟು ದುರ್ಬಲನೆ? ಈ ಪರಿಸ್ಥಿತಿ ಎದುರಿಸಲಾಗದಂತ ಅಶಕ್ತನೆ!! ಇಲ್ಲ..ನಾನು ಇಷ್ಟು ದುರ್ಬಲನಾಗಬಾರದು! ಸುನೀತಾಳಿಗೆ ಏನೇ ಆಗಿದ್ದರೂ ಅವಳನ್ನು ತಾನು ರಕ್ಷಿಸಿಕ್ಕೊಳ್ಳಲೇಬೇಕು! ಅವಳು ತನ್ನ ಜೀವ! ತನ್ನ ಪ್ರೇಮದ ಸಾಕಾರ ರೂಪ! ಅವಳಿಲ್ಲದೆ ತಾನು ಅರೆಗಳಿಗೆಯೂ ಬದುಕಿರಲಾರೆ!

ಆದರೆ ಆಕೆ ಎಲ್ಲಿ? ಆಕೆಯನ್ನು ಉಳಿಸಿಕ್ಕೊಳ್ಳಲು ಸರ್ವ ಪ್ರಯತ್ನ ಮಾಡಲು ಸಿದ್ಧ! ಆದರೆ ಆಕೆ ಎಲ್ಲಿ? ಅವಳನ್ನು ಹೇಗೆ ರಕ್ಷಿಸಲಿ?

ತಲೆಯನ್ನು ಕೈಯಲ್ಲಿ ಹಿಡಿದುಕೊಂಡು ಗಾಢವಾಗಿ ಯೋಚನೆ ಮಾಡತೊಡಗಿದ ವಿವೇಕ. ತಾನೇನು ಮಾಡುತ್ತಿದ್ದೇನೆ? ಎಲ್ಲಿಂದ ಶುರು

ಮಾಡಿದೆ? ಎಲ್ಲಿಗೆ ತಲುಪುತ್ತಿದ್ದೇನೆ? ಹೀಗೇಕೆ ತನ್ನ ಪ್ರಯತ್ನವೆಲ್ಲ ಎಲ್ಲವೂ ಅಯೋಮಯವಾಗುತ್ತಿದೆ?

ತಾನೇಕೆ ಸುನಿತಾಳ ಬೆನ್ನು ಹತ್ತಿದೆ? ಯಾವುದನ್ನೂ ಮನಸ್ಸಿಗೆ ಹಚ್ಚಿಕೊಳ್ಳದೆ ತೆಪ್ಪಗಿದ್ದಿದ್ದರೆ ಸುಖವಾಗಿ ನಿದ್ರೆ ಮಾಡಿ, ಎದ್ದು ಕೆಲಸಗಳನ್ನು ಮಾಡಿಕೊಳ್ಳಬಹುದಿತ್ತು! ಆಕೆಯ ಒಂದು ಗಂಟೆಯ ಗೈರನ್ನೇ ತಾನಿಷ್ಟು ಗಂಭೀರವಾಗಿ ತೆಗೆದುಕೊಂಡು ಹುಡುಕಬೇಕಾದ ಅವಶ್ಯಕತೆ ಇರುತ್ತೆ? ಆಕೆ ಮನೆಯೊಂದಂತೂ ಆಚೆ ಹೋಗುತ್ತಿಲ್ಲ!ಇಲ್ಲ ಅದು ತನ್ನ ಅಸ್ತಿತ್ವವನ್ನೇ ಅಲುಗಾಡಿಸುತ್ತಿದೆ! ತನ್ನ ಪತ್ನಿ ಹೀಗೆ ಒಂದು ಗಂಟೆ ಅದೃಷ್ಯಳಾಗಿ ವಾಪಸ್ಸು ಬರುವುದನ್ನು ಪತಿ ತಾನೆ ಸಹಿಸಿಯಾನು?

ಆದರೆ ಅದನ್ನು ಹುಡುಕುವ ಪ್ರಯತ್ನ? ಏನೋ ಮಾಡಲು ಹೋಗಿ ಎಲ್ಲಿಗೂ ತಲುಪಲಾರದೆ ಒದ್ದಾಡುತ್ತಿರುವಂತೆ ಭಾಸವಾಯಿತು! ಈಗ ಒಳಗೆ ಹೋಗಿ ನೋಡಬೇಕು! ಸುನಿತಾ ಹಾಸಿಗೆಯಲ್ಲಿದ್ದರೆ ಒಳ್ಳೆಯದು! ಇಲ್ಲವಾದರೆ ಏನು? ಇಲ್ಲವಾದರೆ ಏನು ಮಾಡುವುದು? ಒಂದು ವೇಳೆ ಆಕೆ ಹಾವಿನ ರೂಪ ತಾಳಿದ್ದರೆ? ಈಗ ಅದೇ ಬಾಗಿಲ ಸಂದಿಯ ಮಾರ್ಗದಲ್ಲಿ ಹಾವು ಬರಬೇಕು, ಅದು ಸುನಿತಾಳಾಗಿ ಪರಿವರ್ತನೆಯಾಗಿ ಒಳಗೆ ಹೋಗಬೇಕು! ಅದಕ್ಕಾಗಿ ಕಾಯುತ್ತಾ ಕೂರಲೆ?

ಅಥವಾ? ತಾನೇ ವಿಚಿತ್ರ ಭ್ರಮೆಯಲ್ಲಿ ಸಿಕ್ಕಿ ಕೊಂಡಿರಬಹುದೆ? ಇದಕ್ಕೆ ಪರಿಹಾರವೆಂದರೆ ತಾನು ಮನಶಾಸ್ತ್ರಜ್ಞರ ಸಲಹೆ ಪಡೆಯಲೇಬೇಕು! ಹೌದು, ಅದೇ ಸರಿಯಾದ ಮಾರ್ಗ! ಬಹುಶಃ ಅವರು ನನ್ನ ಮನಸ್ಸಿನಲ್ಲಿರುವ ಯೋಚನೆಗಳನ್ನು ವಿಶ್ಲೇಷಿಸಿ ಒಂದು ಸಲಹೆ ನೀಡಬಹುದು. ಬಹುಶಃ ಇದೆಲ್ಲವೂ ತನ್ನ ಭ್ರಮೆಯೇ ಇದ್ದರೂ ಇರಬಹುದು.

ಆದರೆ ತನ್ನ ಕಣ್ಣ ಮುಂದೆ ನಡೆದಿರುವುದು ಭ್ರಮೆಯಾಗಲು ಸಾಧ್ಯವೇ? ಸುನೀತಾಳ ಮಾನಸಿಕ ಸ್ಥಿತಿಯಲ್ಲಿನ ಪಲ್ಲಟಗಳು ಭ್ರಮೆಯಲ್ಲ! ಕೆಲವೊಮ್ಮೆ ಮೊದಲಿನಂತೆ ಇರುತ್ತಾಳೆ, ಮತ್ತೊಮ್ಮೆ ಯಂತ್ರದಂತೆ ಇರುತ್ತಾಳೆ! ಯಾವುದರಲ್ಲೂ ಆಸಕ್ತಿ ತೋರುವುದಿಲ್ಲ! ಭಾವನೆಗಳ ಬತ್ತಿದ ಒಣಗಿದ ಲತೆಯಂತೆ ಸುನೀತಾ ಮುದುರಿರುತ್ತಾಳೆ!

ವಿವೇಕನ ಚಿಂತನೆಯ ದಿಕ್ಕು ಬದಲಾಯಿತು. ಹಾವಿನ ಬಗೆಗೆ ಅವನು ಚಿಂತನೆ ಅರಳಿತು. ಹರೆಯದ ಕೆಲವು ವರ್ಷಗಳು ಆಧ್ಯತ್ಮದ ಬಗೆಗೆ ಅಪಾರ ಆಸಕ್ತಿಯುಂಟಾಗಿತ್ತು. ಆಗ ಹಾವುಗಳ ಬಗೆಗೂ ಜ್ಞಾನಾರ್ಜನೆ ನಡೆದಿತ್ತು. ಅನಾದಿಕಾಲದಿಂದಲೂ ಭಾರತೀಯ ಪರಂಪರೆಯಲ್ಲಿ ಹಾವುಗಳು ಮನುಷ್ಯರ

ಜೀವನದ ಭಾಗವೇ ಆಗಿವೆ. ನಾಗದೇವತೆಗಳ ಉಪಾಸನೆ ಬಹಳ ಕಾಲದಿಂದಲೂ ನಡೆದುಬಂದಿದೆ. ಐದಾರು ಸಾವಿರ ವರ್ಷಗಳಿಂದ ಅನೂಚಾನವಾಗಿ ನಡೆದು ಬಂದಿದೆ. ಎಲ್ಲಾ ದೇವಾಲಯಗಳು ಕಾಣುವ ನಾಗರ ಕಲ್ಲುಗಳು, ಶಿಲ್ಪಗಳು, ಎಲ್ಲವೂ ಮನುಷ್ಯರ ಬದುಕಿನಲ್ಲಿ ಅವುಗಳಿಗಿರುವ ಸಂಬಂಧವನ್ನು ತೋರಿಸುತ್ತವೆ. ಊರ್ಧ್ವಮುಖವಾಗಿ, ಬಾಲದ ಮೇಲೆ ಮುಕ್ಕಾಲು ಪಾಲು ದೇಹವನ್ನು ನಿಲ್ಲಿಸುವ ಶಕ್ತಿ ಇರುವುದು ನಾಗರ ಹಾವುಗಳಿಗೆ ಮಾತ್ರ. ಯೋಗದಲ್ಲಿ, ಆಧ್ಯಾತ್ಮದಲ್ಲಿ ನಾಗರ ಹಾವಿಗೆ ವಿಶೇಷ ಸ್ಥಾನವಿದೆ. ಮನುಷ್ಯರ ಅಧ್ಯಾತ್ಮಿಕ ಶಕ್ತಿ ಕೂಡ ನಾಗರಹಾವಿನಂತೆ ಊರ್ಧ್ವಮುಖವಾಗಿ ಚಲಿಸುತ್ತಾ ದೇಹದ ಶಕ್ತಿ ಕೇಂದ್ರಗಳನ್ನು ದಾಟಿ ಕೊನೆಗೆ ಸಹಸ್ರಾರವನ್ನು ಸೇರುತ್ತದೆ. ಮನುಷ್ಯನ ದೇಹದಲ್ಲಿನ ಅಗೋಚರ ಶಕ್ತಿ ಕೇಂದ್ರಗಳನ್ನು ಚಕ್ರಗಳು ಎಂದು ಕರೆಯುವರು. ಮೂಲಾಧಾರದಿಂದ ಊರ್ಧ್ವಮುಖವಾಗಿ ಚಲಿಸುವ ಶಕ್ತಿ ಮನುಷ್ಯನ ಆಧ್ಯಾತ್ಮಿಕ ಪ್ರಗತಿಯನ್ನು ತೋರಿಸುತ್ತದೆ. ಮೂಲಾಧಾರದಲ್ಲಿ ಸುಪ್ತವಾಗಿ ಇರುವ ಕುಂಡಲಿನಿ ಶಕ್ತಿಯನ್ನು ಉದ್ದೀಪಿಸಿ ಧ್ಯಾನ, ತಪಸ್ಸು, ಆರಾದನೆ, ಯೋಗದ ಮೂಲಕ ಸಹಸ್ರಾರವನ್ನು ತಲುಪೋದೇ ಮನುಷ್ಯನ ಬದುಕಿನ ಗುರಿ. ಅದೇ ಮೋಕ್ಷದ ದಾರಿ ಎಂದು ಓದಿದ ಎಲ್ಲ ವಿಷಯಗಳೂ ನೆನಪಾದುವು.

ಪುರಾಣಗಳಲ್ಲಿ ನಾಗರ ಬಗೆಗೆ ಹೇರಳವಾದ ಉಲ್ಲೇಖಗಳಿವೆ. ಹಾವುಗಳಿಗೂ ಒಬ್ಬ ದೇವತೆ ಇದ್ದಾನೆ. ಅವನನ್ನು ನಾಗರಾಜ ಎಂದು ಕರೆಯುತ್ತಾರೆ. ಅವನಿಗೆ ಪೌರಾಣಿಕ ಕಥೆಗಳಲ್ಲಿ ದೇಹವಿದೆ. ಎಲ್ಲಾ ಮಹಾತ್ಮರ ರಕ್ಷಣೆಗೆ, ದೇವರ ಆಸ್ತಿಗೆ ನಾಗರಹಾವು ನಿಲ್ಲುತ್ತದೆ. ಮಹಾವಿಷ್ಣು ಶಿರಸಾಗರದಲ್ಲಿ ಮಲಗಿರುವುದು ವಾಸುಕಿ ಎಂಬ ಹಾವಿನ ಹಾಸಿಗೆಯ ಮೇಲೆ! ಎಲ್ಲ ಪೌರಾಣಿಕ ಚಿತ್ರಗಳಲ್ಲಿ ಇದನ್ನು ನೋಡಬಹುದು. ಅಂದಮೇಲೆ ಮೇಲೆ ಹಾವಿಗೂ ಮನುಷ್ಯನಿಗೂ ಅವಿನಾಭಾವ ಸಂಬಂಧ ಇರುವುದಂತೂ ನಿಶ್ಚಿತ. ಆದರೆ ಮನುಷ್ಯ ಹಾವಾಗಿ ಪರಿವರ್ತನೆ ಆಗುವುದು ಸಾಧ್ಯವೇ? ವೈಜ್ಞಾನಿಕವಾಗಿ ನೋಡುವುದಾದರೆ ಇದು ಅಸಾಧ್ಯ! ಇಂತ ಯೋಚನೆಯೇ ಅಸಂಬದ್ಧ. ಮನುಷ್ಯನ ದೇಹದ ರಚನೆಗೂ ಹಾವಿನ ದೇಹದ ರಚನೆಗೂ ಅಗಾಧ ವ್ಯತ್ಯಾಸವಿದೆ. ವಿಜ್ಞಾನ ಇದನ್ನು ಸಾರಾಸಗಟಾಗಿ ತಿರಸ್ಕರಿಸುತ್ತದೆ. ಆದರೆ ನಮ್ಮ ಪುರಾಣಗಳು ಇವನ್ನು ನಂಬುತ್ತವೆ!

ಹಾಗಾದರೆ ನಾನೀಗ ಯಾವ ನಿಲುವಿಗೆ ಬರಬೇಕು ಸುನೀತಾ ಹಾವಾಗಿರುವ ಸಾಧ್ಯತೆಯನ್ನು ನಂಬಬೇಕೆ? ಆಕೆ ಬಹಳ ಕಾಲದಿಂದಲೂ ಹಾವಾಗುವುದು, ನಂತರ ಮನುಷ್ಯ ದೇಹ ಧಾರಣೆ ಮಾಡುವುದು ನಡೆದೆ ಇರಬಹುದೇ? ಯಾವುದು ನಂಬಲಿ? ಯಾವುದನ್ನು ಯಾವುದನ್ನು ಬಿಡಲಿ? ಈಗ ಅದೆಲ್ಲವನ್ನು ಒಂದು ಕಡೆ

ಇಟ್ಟು ಮುಂದಿನ ಕೆಲಸ ಯೋಚಿಸಬೇಕು ವಿವೇಕನ ಪ್ರಜ್ಞೆ ಚಿಂತೆಯಿಂದ ವಾಸ್ತವಕ್ಕೆ ಮರಳಿತು.

ವಿವೇಕ ಸಮಯ ನೋಡಿಕೊಂಡ ಐದು ಗಂಟೆಗೆ ಇನ್ನು ಮೂರು ನಿಮಿಷಗಳಷ್ಟೇ ಉಳಿದಿತ್ತು! ಮೊದಲಿಗೆ ಗ್ಯಾರೇಜು ಸೇರಿರುವ ಹಾವನ್ನು ಹಾಗೆಯೇ ಬಿಡಬಾರದು. ಅದು ವಿಷಪೂರಿತ ಹಾವಾದರೆ ಅಚಾತುರ್ಯವಾಗಿ ಅದನ್ನು ತುಳಿದು ಆದ್ದರಿಂದ ಅದು ಕಚ್ಚಿದರೆ ಮರಣಿಸುವ ಸಾಧ್ಯತೆ ಇದೆ.

ಅದು ಹಾವು ಅಷ್ಟೇ! ಅದು ಸುನೀತಾ ಆಗಿರಲು ಸಾಧ್ಯವಿಲ್ಲ!! ಸುನಿತಾಳ ಹಿಂದೆ ಬೇರೆ ಯಾವುದೋ ರಹಸ್ಯವಿದೆ. ಆ ರಹಸ್ಯವನ್ನು ತಾನು ಭೇದಿಸಲೇಬೇಕು. ಸಧ್ಯಕ್ಕೆ ಈ ಹಾವಿನ ವಿಷಯವನ್ನು ಹೇಗೆ ಬಗೆಹರಿಸಬೇಕು?

ತಕ್ಷಣವೇ ತನ್ನ ಕಾರ್ಖಾನೆಯ ನೆನಪಾಯಿತು. ಮೊಬೈಲ್ ಫೋನನ್ನು ಕೈಗೆತ್ತಿಕೊಂಡು ತನ್ನ ಪರ್ಸನಲ್ ಅಸಿಸ್ಟೆಂಟ್ ಮಧುಗೆ ಕಾಲ್ ಮಾಡಿದ.

ಆತ ಬೇಗನೆ ಫೋನ್ ಎತ್ತಲಿಲ್ಲ. ಕಾರಣ ಸ್ಪಷ್ಟವಾಗಿತ್ತು, ಬಹುಶಃ ಆತ ಇನ್ನೂ ನಿದ್ರೆಯಲ್ಲಿರಬಹುದು. ಸಹನೆ ಕಳೆದುಕೊಳ್ಳದೆ ವಿವೇಕ ಕಾಯುತ್ತಿದ್ದ. ಕೊನೆಯ ರಿಂಗಿಗೆ ಫೋನ್ ರಿಸೀವ್ ಆಯ್ತು.

"ಇದೇನು ಸರ್ ಇಷ್ಟು ಹೊತ್ತಿನಲ್ಲಿ?" ಮಧು ದನಿಯಲ್ಲಿ ಆತಂಕವಿತ್ತು. ಅರೆ ನಿದ್ರೆಯಲ್ಲಿ ಕೇಳಿದ.

"ಸಾರಿ ಇನ್ನು ಮಲಗಿದ್ದೆಯೇನೋ? ಇವತ್ತು ಬೆಳಿಗ್ಗೆ ನನ್ನ ಕಾರ್ ಗ್ಯಾರೇಜಿನಲ್ಲಿ ಒಂದು ಹಾವು ಸೇರಿದೆ... ಅದೆಂತಹ ಹಾವು ಗೊತ್ತಿಲ್ಲ. ಅದರ ಬಾಲವನ್ನಷ್ಟೇ ನೋಡಿದೀನಿ. ಹಾವು ಹಿಡಿಯುವವರನ್ನು ಸಂಪರ್ಕ ಮಾಡಿ ನಮ್ಮನೆಗೆ ಕಳಿಸಬೇಕು"

"ಆಗ್ಲಿ ಸರ್ ಈಗಲೇ ಫೋನ್ ಮಾಡ್ತೀನಿ, ಬಹುಶಃ ಅವರು ಕಾಲ್ ರಿಸೀವ್ ಮಾಡಿದ್ರೆ ತಕ್ಷಣ ನಿಮ್ಮ ಮನೆಗೆ ಹೋಗೋದಕ್ಕೆ ಹೇಳ್ತೀನಿ"

"ಥ್ಯಾಂಕ್ ಯು ಮಧು"

"ಸರ್ ತಾವು ಮನೆಯಲ್ಲೇ ಇರ್ತೀರಾ?"

"ಒಂಬತ್ತು ಗಂಟೆವರ್ಗೂ ಮನೇಲಿ ಇರ್ತೀನಿ"

"ಅಷ್ಟರೊಳಗೆ ಅವನ ಕಳಿಸ್ತೀನಿ ಸರ್"

"ಅದಕ್ಕೂ ಮುಂಚೆ ಕಳಿಸೋದಕ್ಕೆ ಏರ್ಪಾಡು ಮಾಡು...."

ವಿವೇಕ ಕಾಲ್ ಡಿಸ್ಕನೆಕ್ಟ್ ಮಾಡುವ ಸಮಯದಲ್ಲಿ ಗ್ಯಾರೇಜಿನ ಬಾಗಿಲಿನ ಸಮೀಪವೇ ಸರಪರ ಸದ್ದಾಯಿತು. ಆ ಹಾವು ಮತ್ತೆ ಈ ರಂಧ್ರದ ಮೂಲಕ ಒಳಗೆ ಬರತ್ತಿದೆಯೇ? ಅಂದರೆ ಸುನೀತಾ ವಾಪಸ್ಸಾಗುತ್ತಿದ್ದಾಳಾ..? ವಿವೇಕ

ಗಾಬರಿಯಿಂದ ಎದ್ದು ನಿಂತು ಬಾಗಿಲಿನ ರಂಧ್ರದ ಕಡೆಗೆ ನೋಡತೊಡಗಿದ.

16

ಅಧ್ಯಾಯ

ಬಾಗಿಲಿನ ರಂಧ್ರವನ್ನೇ ತದೇಕಚಿತ್ತನಾಗಿ ನೋಡುತ್ತಿದ್ದ ವಿವೇಕ!-ಅಲ್ಲಿಂದ ಹಾವು ಬರಬಹುದೆಂದು! ಆದರೆ ಸರಪರ ಸದ್ದು ನಿರಂತರವಾಗಿ ಕೇಳಿಸುತ್ತಿತ್ತೇ ಹೊರತು ಆ ರಂಧ್ರದಿಂದ ಹಾವು ಬರಲಿಲ್ಲ!!

ಬಾಗಿಲು ತೆರೆದು ಗ್ಯಾರೇಜಿನಲ್ಲಿ ಬರುತ್ತಿರುವ ಆ ಶಬ್ದ ಯಾವುದು ಎಂದು ಪರೀಕ್ಷಿಸಿಬಿಡಬೇಕೆನ್ನಿಸಿತು. ಆದರೆ ಅವ್ಯಕ್ತ ಭಯ! ಅದು ಹಾವಾಗಿದ್ದರೆ..? ಅಚಾತುರ್ಯದಿಂದ ತಾನದನ್ನು ತುಳಿದು ಅದು ಕಚ್ಚಿದರೆ? ಇಲ್ಲಾ..ಹೀಗೆ ಅಂಜಿ ಕೂತರೆ ಯಾವ ಅನುಮಾನವೂ ತಿಳಿಯಾಗದು. ಧೈರ್ಯ ತಂದುಕೊಂಡ ವಿವೇಕ ಎದ್ದು ಗ್ಯಾರೇಜಿನ ಬಾಗಿಲಿನ ಚಿಲಕಕ್ಕೆ ಕೈಹಾಕಿದ. ಒಂದು ಕ್ಷಣ ಅನುಮಾನಿಸಿದ. ಗ್ಯಾರೇಜಿನ ಲೈಟುಗಳ ಸ್ವಿಚ್ ಒತ್ತಿ ಬಾಗಿಲು ತೆರೆದು, ಒಳಗೆ ಇಣುಕಿ ನೋಡಿದ!

ಬಾಗಿಲ ಬಳಿ ಹಾವು ಇರಲಿಲ್ಲ! ಸ್ವಲ್ಪ ಧೈರ್ಯ ಬಂತು!

ಮತ್ತೆ ಆ ಸರಪರ ಸದ್ದು? ಅದೇನದು? ವಿವೇಕ ಗ್ಯಾರೇಜಿನ ಒಳಗೆ ಒಂದು ಹೆಜ್ಜೆಯಿಟ್ಟು ಸಿಂಹಾವಲೋಕನ ಮಾಡಿದ. ಭಯ ಕಡಿಮೆಯಾಗಿತ್ತು ಆದರೆ ಪೂರಾ ಹೋಗಿರಲಿಲ್ಲ! ಎದೆ ಹೊಡೆದುಕ್ಕೊಳ್ಳುತ್ತಿತ್ತು. ಗ್ಯಾರೇಜಿನಲ್ಲಿ ಬೆಳಕು ಮೂಡಿದ ತಕ್ಷಣ ಶಬ್ದ ನಿಂತಿತು! ಅದೇನಿರಬಹುದು? ಹಾವಿನ ಯಾವ ಸುಳಿವೂ ಕಾಣಿಸಲಿಲ್ಲ. ಸ್ವಲ್ಪ ಧೈರ್ಯ ಬಂತು. ಗ್ಯಾರೇಜಿನೊಳಗೆ ಎರಡು ಹೆಜ್ಜೆ ಮುಂದಿಟ್ಟ.

ಇದ್ದಕ್ಕಿದ್ದಂತೆ ದೊಡ್ಡ ಬುಟ್ಟಿಯ ಒಳಗಿಂದ ಚಂಗನೆ ಒಂದು ಇಲಿ ನೆಗೆದು ಬೇರೊಂದು ಕಡೆ ಓಡಿ ಅವಿತುಕೊಂಡಿತು! ವಿವೇಕನಿಗೆ ಹೆದರಿಕೆ ಇನ್ನಷ್ಟು ಕಡಿಮೆಯಾಯಿತು! ಇಲಿ ಇರುವುದರಿಂದ ಅಲ್ಲಿ ಹಾವು ಇರಲು ಸಾಧ್ಯವಿಲ್ಲ! ಹಾವು ಇದ್ದಿದ್ದರೆ ಈ ಸಮಯಕ್ಕೆ ಇಲಿ ಅದಕ್ಕೆ ಆಹಾರವಾಗಿರುತ್ತಿತ್ತು! ಆ ಇಲಿಯೇ

ಬಾಗಿಲಲ್ಲಿ ರಂಧ್ರ ಕೂಡ ಮಾಡಿರಬಹುದೆನ್ನಿಸಿತು.

ಮತ್ತೆ ಮುಂದುವರಿಯಲು ಮನಸ್ಸು ಬರಲಿಲ್ಲ. ಬಾಗಿಲು ಹಾಕಿ, ಗ್ಯಾರೇಜಿನ ಲೈಟುಗಳನ್ನು ಆರಿಸಿದ.

ತಾನು ಎಷ್ಟು ಹೊತ್ತಿನಿಂದ ಇಲ್ಲಿ ಕುಳಿತಿದ್ದೇನೆ? ವಾಚಿನಲ್ಲಿ ಸಮಯ ನೋಡಿಕೊಂಡ. ಐದು ಗಂಟೆ ಹತ್ತು ನಿಮಿಷ!! ಸುನೀತಾಳನ್ನು ಹುಡುಕಲು ತೊಡಗಿದಾಗಿದೆ ಐವತ್ತು ನಿಮಿಷಗಳ ಕಾಲ ಸವೆದಿದೆ! ಈ ಸಮಯದಲ್ಲಿ ಸುನಿತಾ ವಾಪಸ್ಸು ಹಾಸಿಗೆಯಲ್ಲಿ ಇರಬೇಕು! ಇಲ್ಲದಿದ್ದರೆ ಆಕೆ ಎಲ್ಲಿಗೂ ಹೋಗಿದ್ದು ಖಾತ್ರಿಯಾಗುತ್ತದೆ.

ಹೊಸ ಯೋಚನೆ ಬರುತ್ತಲೇ ವಿವೇಕ ಎದ್ದು ವರಾಂಡದ ಲೈಟು ಆರಿಸಿ ಲಿವಿಂಗ್ ರೂಮ್ ಪ್ರವೇಶಿಸಿದ. ಸುತ್ತ ನೋಡುತ್ತಾ, ಸುನೀತಾಳ ಸುಳಿವಿಗಾಗಿ ಹುಡುಕುತ್ತಾ ಮಹಡಿಯ ಮೆಟ್ಟಿಲುಗಳನ್ನು ಹತ್ತಿ ಬೆಡ್ರೂಮಿನ ಬಾಗಿಲು ತೆರೆದ.

ಹಾಸಿಗೆಯಲ್ಲಿ ಸುನೀತಾ ಸಂಪಾಗಿ ನಿದ್ರಿಸುತ್ತಿದ್ದಳು!!

ಅಂದರೆ ಇದುವರೆಗೆ ನಡೆದಿರುವುದೆಲ್ಲಾ ಪೂರಾ ಭ್ರಮೆ! ಆಕೆ ನಾಲ್ಕು ಗಂಟೆಗೆ ಎದ್ದು ಆಚೆ ಹೋಗಿದ್ದನ್ನು ಕಂಡಿದ್ದು ತನ್ನ ಭ್ರಮೆ! ಆಕೆಯನ್ನು ತಾನು ಹಿಂಬಾಲಿಸಿದ್ದು ಭ್ರಮೆ! ವರಾಂಡದಲ್ಲಿ ಆ ಬಾಗಿಲ ರಂಧ್ರದಲ್ಲಿ ಗ್ಯಾರೇಜಿನ ಕಡೆ ಹಾವು ಹರಿದು ಹೋಗಿದ್ದು ಭ್ರಮೆ! ಎಲ್ಲವೂ ಭ್ರಮೆ! ಅಪ್ಪಟ ಭ್ರಮೆ! ಇಲ್ಲಿ ನೋಡಿದರೆ ಸುನಿತಾ ಆರಾಮವಾಗಿ ನಿದ್ರಿಸುತ್ತಿದ್ದಾಳೆ!

ನಾಳೆ ತಾನು ಮೊದಲು ಮಾಡಬೇಕಾದದ್ದು ಮನಶಾಸ್ತ್ರಜ್ಞರ ಸಲಹೆ ತೆಗೆದುಕೊಳ್ಳುವುದು. ಅವರ ಸಲಹೆ ಪಡೆದು ಮನಸ್ಸನ್ನು ಸ್ಥಿಮಿತಿಕ್ಕೆ ತಂದುಕ್ಕೊಳ್ಳಬೇಕು! ಇದಕ್ಕಿಂತಲೂ ಹೆಚ್ಚಿನದೇನೂ ಯೋಚಿಸಲು ಸಾಧ್ಯವಿಲ್ಲ.

ವಿವೇಕ ನಿಧಾನವಾಗಿ ಮಂಚದ ಬಳಿ ನಡೆದು, ಶಬ್ದವಾಗದಂತೆ ಹಾಸಿಗೆಯಲ್ಲಿ ಉರುಳಿದ. ಇನ್ನು ನಿದ್ರಿಸಲು ಸಾಧ್ಯವೇ ಇಲ್ಲ ಎನಿಸಿತು. ಮತ್ತೆ ಯೋಚನೆಗಳು ಮನಸ್ಸಿಗೆ ಲಗ್ಗೆಯಿಟ್ಟವು! ಎಲ್ಲಾ ಸುನೀತಾ ಬಗೆಗೆ, ಆಕೆಯ ಒಂದು ಗಂಟೆಯ ಗೈರಿನ ಬಗೆಗೆ!

ಸುನೀತಾ ಇಲ್ಲಿ ಮಲಗಿದ್ದಾಳೆ...ಅಂದರೆ ಅಲ್ಲಿ ಬಾಗಿಲ ರಂಧ್ರದಿಂದ ಆಚೆ ಹೋದ ಹಾವು? ಅದೇನು? ಅದು ಖಂಡಿತವಾಗಿ ರೂಪಾಂತರಗೊಂಡ ಸುನಿತಾ ಅಲ್ಲ! ಅದು ನಾಗಕನ್ನಿಕೆಯಾದ ಸುನಿತಾ ಆಗಿದ್ದರೆ ಅದೇ ಮಾರ್ಗದಿಂದ ಹಾವು ವಾಪಸ್ಸು ಬರಬೇಕಿತ್ತು, ಆದರೆ ಇಲ್ಲಿ ಸುನಿತಾ ಮಲಗಿದ್ದಾಳೆ!

ಯೋಚನೆಗಳಲ್ಲಿ ಮುಳುಗಿದ ವಿವೇಕ ಬೆಳಗಾಗುವುದನ್ನು ಕಾಯುತ್ತಿದ್ದ!

***

ಎಂದಿನಂತೆ ಬೆಳಗಾಗಿತ್ತು. ಸುನೀತಾ ಇದುವರೆಗೂ ಏನೇನೋ ಏನೇನೋ ಏನು ಘಟಿಸಿಯೇ ಇಲ್ಲ ಎನ್ನುವಂತೆ ಸಹಜವಾಗಿ ತನ್ನ ದೈನಂದಿನ ಕೆಲಸಗಳನ್ನು ಮುಗಿಸಿ ಲ್ಯಾಬಿಗೆ ಹೊರಟಳು.

ವಿವೇಕನಿಗೆ ಜಡತ್ವ ಆವರಿಸಿತ್ತು. ಹಿಂದಿನ ರಾತ್ರಿ ನಿದ್ದೆಗೆಟ್ಟಿದ್ದರಿಂದ ಮನಸ್ಸಿಗೆ ಮಂಕು ಕವಿದಂತೆ ಆಗಿತ್ತು. ಫ್ಯಾಕ್ಟರಿಗೆ ಹೋಗುವುದೇ ಬೇಡ ಎನ್ನಿಸಿತು ಆದರೆ ಬಹಳ ಮುಖ್ಯವಾದ ಕೆಲಸಗಳಿದ್ದವು. ಬಲವಂತವಾಗಿ ಮೈಯಲ್ಲಿ ಶಕ್ತಿ, ಮನಸ್ಸಿನಲ್ಲಿ ಉತ್ಸಾಹ ತುಂಬಿಕೊಂಡು ವಿವೇಕ ಸಿದ್ದನಾದ.

ಕಾಲಿಂಗ್ ಬೆಲ್ಲಿನ ಶಬ್ದವಾಯಿತು. ವಿವೇಕ್ ಸಿಸಿ ಟಿವಿಯ ಮಾನಿಟರ್ ನೋಡಿದ. ಆಚೆ ಫ್ಯಾಕ್ಟ್ರಿಯಿಂದ ಬಂದಿದ್ದ ಮಧು, ಅವನ ಜೊತೆಯಲ್ಲಿ ಇಬ್ಬರು ಬಾಗಿಲಲ್ಲಿ ನಿಂತಿದ್ದರು.

"ಗುಡ್ ಮಾರ್ನಿಂಗ್ ಸರ್, ಹಾವಿನ ವಿಷಯ ಹೇಳಿದ್ರಲ್ಲ..? ಇವರು ಪಾರಸ್ ಅಂತ ಹಾವು ಹಿಡಿಯೋಕೆ ಬಂದಿದ್ದಾರೆ. ಅವರ ಅಸಿಸ್ಟೆಂಟ್ ಇನ್ನೊಬ್ಬರು"

ಬಾಗಿಲು ತೆರೆಯುತ್ತಲೇ ಮಧು ಹೇಳಿದ.

ವಿವೇಕನಿಗೆ ಈಗ ಹಾವಿನ ವಿಷಯದಲ್ಲಿ ಅಸಕ್ತಿ ಇರಲಿಲ್ಲ. ಬೆಳಗಿನ ಜಾವ ರಂಧ್ರದಲ್ಲಿ ಒಳಗೆ ನುಸಿಳಿದ ಹಾವಿನ ಬಾಲವನ್ನಷ್ಟೇ ತಾನು ನೋಡಿದ್ದು. ಅದು ಸುನೀತಾ ಇರಬಹುದೆಂಬ ಭ್ರಮೆಯಾಗಿತ್ತು. ಸುನೀತಾ ನೋಡಿದರೆ ಮಲಗಿದ್ದಳು! ಒಟ್ಟಾರೆ ಅವಳನ್ನು ತಾನು ಹಿಂಬಾಲಿಸಿದ್ದೇ ಭ್ರಮೆಯೆನ್ನಿಸಿತು. ಅವಳ ಹಿಂದೆ ಹೋದ ತನಗೆ ಆಕೆ ವಾಪಸ್ಸು ಬಂದಿದ್ದೇ ಗೊತ್ತಿಲ್ಲ!! ತಾನದನ್ನು ನೋಡಲೇ ಇಲ್ಲ! ಅಂದರೆ ಆಕೆ ಈಚೆ ಬಂದೇ ಇರಲಿಲ್ಲ!

ವಿವೇಕ ಅವರನ್ನು ವರಾಂಡಕ್ಕೆ ಕರೆದುಕೊಂಡು ಬಂದು ಗ್ಯಾರೇಜನ್ನು ಪ್ರವೇಶಿಸುವ ಬಾಗಿಲನ್ನು ತೋರಿಸಿದ.

"ನೋಡಿ ಈ ರಂಧ್ರದ ಮೂಲಕ ಹಾವಿನ ಬಾಲ ನುಸಿಳಿ ಗ್ಯಾರೇಜು ಸೇರಿರಬೇಕು. ಮತ್ತೆ ನನಗೆ ಅದು ಕಾಣಿಸಲಿಲ್ಲ. ಮತ್ತೊಮ್ಮೆ ಗ್ಯಾರೇಜಿನೊಳಗೆ ಶಬ್ದವಾದಾಗ ಹೋಗಿ ನೋಡಿದ್ದೆ. ಅಲ್ಲೊಂದು ಇಲಿ ಕಂಡಿತು"

"ಸರಿ ಇಲಿ ಇದೆ ಅಂದ್ರೆ ಅದನ್ನ ತಿನ್ನೋಕೆ ಹಾವು ಬಂದಿರುತ್ತೆ. ನೋಡೋಣ..ಹುಡುಕ್ತೀವಿ.."

ಪಾರಸ್ ಹೇಳಿ ಉದ್ದನೆಯ ಕಬ್ಬಿಣದ ಕೊಕ್ಕೆಯಂತ ಉಪಕರಣ ಹಿಡಿದು ಗ್ಯಾರೇಜನ್ನು ಪ್ರವೇಶಿಸಿದ. ಅವನ ಕಾರ್ಯವನ್ನು ನೋಡಲು ಮಧು ಕೂಡ ಗ್ಯಾರೇಜು ಸೇರಿದ.

ವಿವೇಕನಿಗೆ ಆ ಕೆಲಸದಲ್ಲಿ ಆಸಕ್ತಿ ಮೂಡಲಿಲ್ಲ. ಒಂದು ವೇಳೆ ಆ ಹಾವು ಮತ್ತೆ ಬಾಗಿಲ ರಂಧ್ರದ ಮೂಲಕ ವಾಪಸ್ಸು ಬಂದಿದ್ದರೆ ನಾಗಕನ್ನಿಕೆಯರ ಬಗೆಗಿನ ನಂಬಿಕೆಗೆ ಪುಷ್ಟಿ ಕೊಡುತ್ತಿತ್ತು! ಆದರೆ ಹಾಗಾಗಿಲ್ಲ! ಒಳಗೆ ಸುನೀತಾ ಮಲಗಿದ್ದಳು! ಅವಳು ಯಾವಾಗ ಹೋಗಿ ಮಲಗಿದಳೋ ತನಗೆ ಗೊತ್ತಾಗಲೇ ಇಲ್ಲ! ತಾನು ವರಾಂಡದಲ್ಲಿ ಅವಳಿಗಾಗಿ ಕಾಯುತ್ತಿದ್ದೆ!!

ಹಾವನ್ನು ಹಿಡಿದ ನಂತರ ಮನೆಯನ್ನು ಲಾಕ್ ಮಾಡಿ ಫ್ಯಾಕ್ಟ್ರಿಗೆ ಬರುವಂತೆ ಮಧುಗೆ ನಿರ್ದೇಶನ ನೀಡಿ ವಿವೇಕ ಫ್ಯಾಕ್ಟ್ರಿಯತ್ತ ಮುಖ ಮಾಡಿದ.

***

ವಿವೇಕ ಫ್ಯಾಕ್ಟ್ರಿ ತಲುಪಿದ ಅರ್ಧ ಗಂಟೆಯ ನಂತರ ಮಧು ಫೋನ್ ಮಾಡಿದ್ದ. ಹಾವು ಹಿಡಿದ ವಿಷಯ ತಿಳಿಸಿದ. ಅದೊಂದು ನಾಗರ ಹಾವು, ಬಹಳ ಕಾಲದಿಂದ ಅಲ್ಲೇ ವಾಸವಾಗಿತ್ತು ಎನ್ನುವ ವಿಷಯ ತಿಳಿಸಿದ. ಹಾವು ಹಿಡಿದವನಿಗೆ ಐನೂರು ರೂಪಾಯಿ ಕೊಟ್ಟಿದ್ದನ್ನೂ ತಿಳಿಸಿದ್ದ. ವಿವೇಕನಿಗೆ ಆ ವಿಷಯದಲ್ಲಿ ಆಸಕ್ತಿ ಬತ್ತಿ ಹೋಗಿತ್ತು. ಮಧುಗೆ ತ್ಯಾಂಕ್ಸ್ ಹೇಳಿ ಫೋನ್ ಡಿಸ್ ಕನೆಕ್ಟ್ ಮಾಡಿದ್ದ.

***

'ಪರಶುರಾಮ್ ಕನ್ಸಲ್ಟಿಂಗ್ ಸೈಕಾಲಜಿಸ್ಟ್' ಎಂಬ ಹೆಸರನ್ನು ಓದಿ ವಿವೇಕ ಆ ಕಟ್ಟಡದ ಒಳಗೆ ಪ್ರವೇಶ ಮಾಡಿದ.

“ಡಾಕ್ಟರ್ ಪರಶುರಾಮ್ ಅವರನ್ನು ಕಾಣಬೇಕಿತ್ತು"

ರಿಸೆಪ್ಷನಿಸ್ಟ್ ಕುರಿತು ವಿವೇಕ ಹೇಳಿದ.

“ಅಪಾಯಿಂಟ್ಮೆಂಟ್ ತೆಗೆದುಕೊಂಡಿದ್ದೀರಾ”

“ಹೌದು”

“ತಮ್ಮ ಹೆಸರು”

“ವಿವೇಕ್, ಇಂಡಸ್ಟ್ರಿಯಲಿಸ್ಟ್”

“ಆಯ್ತು ತಾವು ಕುಳಿತಿರಿ, ಒಳಗೆ ಪೇಷಂಟ್ ಇದ್ದಾರೆ, ಅವರು ಬಂದ ತಕ್ಷಣ ನೀವು ಒಳಗೆ ಹೋಗಬಹುದು”

ಆಕೆಯ ಸಲಹೆಯಂತೆ ವಿವೇಕ ಸೋಫಾದಲ್ಲಿ ಕುಳಿತು, ಬಾಗಿಲ ಕಡೆಗೆ ನೋಡುತ್ತಿದ್ದ.

ಹತ್ತು ನಿಮಿಷಗಳಲ್ಲಿ ಒಬ್ಬಳು ಯುವತಿ ಈಚೆ ಬಂದಳು.

ಅದೇ ಸೂಚನೆ ಎಂಬಂತೆ ವಿವೇಕ ಎದ್ದು ಹೋಗಿ ಬಾಗಿಲನ್ನು ಸ್ವಲ್ಪ ತಳ್ಳಿದ.

"ಪ್ಲೀಸ್ ಒಳಗೆ ಬನ್ನಿ"

ಗಂಡಸಿನ ದನಿ ಕೇಳಿತು.

ವಿವೇಕ ಒಳಗೆ ಪ್ರವೇಶಿಸಿ ಡಾಕ್ಟರ್ ಪರಶುರಾಮ್ ಅವರನ್ನು ನೋಡಿದ. ಪರಶುರಾಮ್ ಸುಮಾರು ಅರವತ್ತೈದು ವಯಸ್ಸು ಮೀರಿದ ನೆರೆತ ತಲೆಯ ವ್ಯಕ್ತಿ. ಕಣ್ಣನ್ನು ಅಲಂಕರಿಸಿದ್ದ ಕನ್ನಡಕ ಮತ್ತು ಮುಖದಲ್ಲಿದ್ದ ಪ್ರಸನ್ನತೆ ಅವರ ವೃತ್ತಿಗೆ ಶೋಭೆ ತಂದಿತ್ತು.

ಅವರು ಕೈಸನ್ನೆಯಲ್ಲಿ ತೋರಿದ ಕುರ್ಚಿಯಲ್ಲಿ ವಿವೇಕ ಕುಳಿತ. ಪರಶುರಾಮ್ ತುಂಬಾ ಸಹಾನುಭೂತಿಯಿಂದ ವಿವೇಕನ ಕಡೆ ನೋಡುತ್ತಾ ಹೇಳಿದರು.

"ಏನು ಸಮಸ್ಯೆ?"

"ನನ್ನ ಸಮಸ್ಯೆ ಸುಲಭದಲ್ಲಿ ಹೇಳೋದು ಕಷ್ಟ..ಸ್ವಲ್ಪ ಕಾಂಪ್ಲಿಕೇಟೆಡ್"

"ಸಮಸ್ಯೆಗಳು ಕಾಂಪ್ಲಿಕೇಟ್ ಆಗಿರೋದ್ರಿಂದಲೇ ನನ್ನ ಹತ್ರ ಜನ ಬರೋದು. ನಿಮ್ಮ ಸಮಸ್ಯೆ ಕೇಳೋಕೇ ನಾನು ಕೂತಿದ್ದೇನೆ. ಹೇಳಿ ಏನು ಸಮಸ್ಯೆ?"

ಪರಶುರಾಮ ನಗುತ್ತಾ ಹೇಳಿದರು. ಅವರ ಮುಖದಲ್ಲಿನ ವಿಶ್ವಾಸ ನೋಡುತ್ತಲೇ ವಿವೇಕನಿಗೆ ಸಮಾಧಾನವಾಯಿತು.

ಎಲ್ಲಿಂದ ಶುರು ಮಾಡಲಿ? ಎಂದು ವಿವೇಕ ಮಾತುಗಳಿಗೆ ತಡವರಿಸುತ್ತಿದ್ದ.

ವಿವೇಕನ ಮೊಬೈಲ್ ಫೋನ್ ರಿಂಗಾಯಿತು.

"ಸಾರಿ ಸರ್.."

ವಿವೇಕ ಪರುಶುರಾಮ್ ಕ್ಷಮೆ ಕೋರಿದ.

"ಇಟ್ ಇಸ್ ಆಲ್ರೈಟ್..ಫೋನ್ ರಿಸೀವ್ ಮಾಡಿ..ನಂತರ ನಿಮ್ಮ ಸಮಸ್ಯೆ ಹೇಳಿ.."

ವಿವೇಕ ಮೊಬೈಲ್ ನೋಡಿದ! ಅದು ಸುನೀತಾಳ ಕಾಲ್!! ಏನಿರಬಹುದು? ಸುನೀತಾಗೆ ಏನೋ ತೊಂದರೆಯಾಗಿದೆ ಎನ್ನುವ ಅವ್ಯಕ್ತ ಭಯ ವಿವೇಕನಿಗಾಯಿತು! ಅದಕ್ಕೇನು ಕಾರಣ ತಿಳಿಯಲಿಲ್ಲ.

"ಹಲೋ.."

ಎಂದು ಹೇಳಿದ ವಿವೇಕನಿಗೆ ಅದು ತನ್ನ ದನಿಯೇ ಅಲ್ಲ ಎನ್ನುವಷ್ಟು ಭಯವಾಗಿತ್ತು!!

ಆವನ ಭಯಕ್ಕೆ ಪುಷ್ಠಿ ಕೊಡುವಂತೆ ಫೋನಿನ ಇನ್ನೊಂದು ಕಡೆಯಿಂದ ಯಾರೋ ಚೀರಿದರು!! ಅದು ಸಾವಿನ ಕ್ಷಣದಲ್ಲಿ ಮನುಷ್ಯ ಮಾಡುವ ಅರ್ತನಾದದಂತಿತ್ತು!!

17

ಸುನೀತಾಳ ಅರ್ತನಾದದಂತಿದ್ದ ದನಿಯನ್ನು ಕೇಳಿದ ವಿವೇಕ ಕೆಲವು ಕ್ಷಣ ವಿವೇಕ ಕುಳಿತಲ್ಲಿಯೇ ಕಲ್ಲಾದ! ಮರುಕ್ಷಣವೇ ಸಾವರಿಸಿಕೊಂಡ! ತಾನು ಕೇಳಿದ್ದು ಸ್ಪಷ್ಟವಾಗಿ ಸುನೀತಾಳ ದನಿ!! ಅದೂ ಅವಳ ಫೋನಿಂದಲೇ ಬಂದ ದನಿ!

ಅವಳೇಕೆ ಹಾಗೆ ಚೀರಿದಳು? ಆ ಚೀರುವಿಕೆ ಮರಣಾಂತಿಕ ಅರ್ಥನಾದಂತೆ ಕೇಳಿಸಿದ್ದು ಸ್ಪಷ್ಟ!! ಅಂದರೆ ಆಕೆಯ ಜೀವಕ್ಕೆ ಅಪಾಯದ ಕ್ಷಣದಲ್ಲಿ ಹಾಗಿ ಚೀರಿದ್ದಾಳೆ! ಅದು ಸ್ಪಷ್ಟ!

ವಿವೇಕನ ಭಯಗ್ರಸ್ತ ಮುಖವನ್ನು ನೋಡಿದ ಡಾ.ಪರಶುರಾಮರಿಗೆ, ಅವನಿಗೆ ಏನೋ ಅನಾಹುತ ಆಗಿರುವಂತೆ ತೋರಿತು.

"ಏನಾದರೂ ತೊಂದರೆಯೆ?"

"ಹೌದು ಸರ್, ಐ ಯಾಮ್ ಸಾರಿ! ಒಂದು ಎಮರ್ಜೆನ್ಸಿ ಎದುರಾಗಿದೆ ಫೋನು ಮಾಡಿದವಳು ನನ್ನ ಪತ್ನಿ! ಆಕೆ ಭಯದಿಂದ ಚೀರಿದಳು" ವಿವೇಕ ದನಿ ಕಂಪಿಸುತ್ತಿತ್ತು.

"ಐ ಆಮ್ ಸೊ ಸಾರಿ...ಮತ್ತೊಮ್ಮೆ ಫೋನ್ ಮಾಡಿ ನೋಡಿ"

ಅವರ ಸಲಹೆಯಂತೆ ವಿವೇಕ ಕಂಪಿಸುವ ಕೈಗಳಿಂದ ಮತ್ತೆ ಸುನಿತಾ ನಂಬರ್ ಕಾಲ್ ಮಾಡಿದ್ದ.

ಕೆಲವು ಸೆಕೆಂಡುಗಳ ರಿಂಗ್ ನಂತರ ಫೋನಿನಲ್ಲಿ ಧ್ವನಿ ಮುದ್ರಿತ ಮೆಸೇಜು ಉಲಿಯಿತು "ನೀವು ಸಂಪರ್ಕಿಸುತ್ತಿರುವ ನಂಬರ್ ಈಗ ಸ್ವಿಚ್ ಆಫ್ ಆಗಿದೆ. ದಯವಿಟ್ಟು ಸ್ವಲ್ಪ ಸಮಯದ ನಂತರ ಪ್ರಯತ್ನಿಸಿ"

ವಿವೇಕ ಇನ್ನಷ್ಟು ಗಾಬರಿಯಾದ.

ಏನಾಗಿರಬಹುದು ಸುನೀತಾಗೆ? ಆಕೆ ಈ ಸಮಯದಲ್ಲಿ ಲ್ಯಾಬಿನಲ್ಲಿ ಇರಬೇಕು...ಅಥವಾ ಲ್ಯಾಬಿನಿಂದ ಹೊರಟು ಮನೆಯ ದಾರಿಯಲ್ಲಿ ಇರಬಹುದು. ಅಲ್ಲಿ ಏನಾದರೂ ತೊಂದರೆ ಆಗಿರಬಹುದು! ಅವಳ ಕಾರಿಗೆ ಆಕ್ಸಿಡೆಂಟ್ ಆಗಿರಬಹುದೆ? ಅವಳನ್ನು ಇಬ್ಬರು ಬೈಕಿಗಳು ಪ್ರತಿದಿನವೂ ಫಾಲೋ ಮಾಡುತ್ತಿದ್ದಾರೆ... ಹಾಗೇನಾದರೂ ಆಕ್ಸಿಡೆಂಟ್ ಆಗಿದ್ದರೆ ಅವರಿಬ್ಬರೂ ಆಕೆಯನ್ನು ರಕ್ಷಿಸುತ್ತಾರೆ.

ಆದರೆ ಒಂದು ವೇಳೆ ಆಕೆ ಲ್ಯಾಬಿನಲ್ಲೇ ಇದ್ದು ಯಾವುದೋ ಪ್ರಯೋಗ ಮಾಡುವ ಸಂದರ್ಭದಲ್ಲಿ ಆಕೆಗೆ ಅಪಾಯವಾಗಿರಬಹುದು!

'ಓ ದೇವರೇ ನನ್ನ ಅತ್ಯಂತ ಪ್ರೀತಿ ಪಾತ್ರ ಸುನೀತಾಗೆ ಏನಾಯಿತು? ಆಕೆಯ ಬಗ್ಗೆ ಇರುವ ಅನುಮಾನಗಳನ್ನು ಬಗೆಹರಿಸಿಕೊಳ್ಳಲೆಂದು ಪ್ರಯತ್ನಿಸುತ್ತಿರುವಾಗಲೇ ಇಂತಹ ಘಟನೆ?' ವಿವೇಕ ಪರಿತಪಿಸಿದ.

ಮೊದಲು ಸುನಿತಾ ಎಲ್ಲಿದ್ದಾಳೆ ಎನ್ನುವುದನ್ನು ಪತ್ತೆ ಹಚ್ಚಬೇಕು, ಆನಂತರ ಆ ಜಾಗಕ್ಕೆ ಹೋಗಿ ಆಕೆಗೆ ಯಾವ ರೀತಿಯ ಸಹಾಯ ಬೇಕೋ ಅದನ್ನು ನೀಡಬೇಕು...ಅವಳನ್ನು ಅಪಾಯದಿಂದ ರಕ್ಷಿಸಬೇಕು...ಅವಳನ್ನು

ಉಳಿಸಿಕೊಳ್ಳಬೇಕು...ಅವಳ ಅಸ್ತಿತ್ವ ತನ್ನ ಪಾಲಿಗೆ ತುಂಬಾ ಮಹತ್ತರವಾದದ್ದು, ಅವಳಿಲ್ಲದೆ ತನ್ನ ಬದುಕು ಶೂನ್ಯ, ಬರಡು, ಮರಳುಗಾಡು!

ಹೀಗೆ ಯೋಚಿಸುತ್ತಾ ಕೂರಬಾರದು ಈಗ ತಕ್ಷಣ ಕಾರ್ಯನಿರತನಾಗಬೇಕು.

"ಐ ಯಾಮ್ ಸಾರಿ ಡಾಕ್ಟರ್, ನಾನೀಗ ಹೋಗಲೇಬೇಕಾಗಿದೆ ನಿಮ್ಮ ಕನ್ಸಲ್ಟೇಶನ್ ಫೀಸು ಎಷ್ಟು ಹೇಳಿ ನಾನು ಪೇ ಮಾಡುತ್ತೇನೆ"

ಅವಸರದಿಂದ ಹೇಳುತ್ತಾ ವಿವೇಕ ಎದ್ದುನಿಂತ.

"ಯಂಗ್ ಮ್ಯಾನ್, ನನ್ನ ಫೀಸ್ ಬಗ್ಗೆ ಯೋಚನೆ ಮಾಡಬೇಡಿ ಮೊದಲು ನಿಮ್ಮ ಪತ್ನಿಯ ಸ್ಥಿತಿ ಹೇಗಿದೆಯೋ ಹೋಗಿ ನೋಡಿ"

"ಥ್ಯಾಂಕ್ಸ್ ಡಾಕ್ಟರ್...ಥ್ಯಾಂಕ್ಸ್ ಎ ಲಾಟ್ ನಾನು ಮತ್ತೊಮ್ಮೆ ಬಂದು ತಮ್ಮನ್ನು ಕಾಣುತ್ತೇನೆ" ವಿವೇಕನ ಕಣ್ಣುಗಳಲ್ಲಿ ನೀರು ಒಸರಿತ್ತು.

ಡಾಕ್ಟರ್ ಪರಶುರಾಮ್ ಸಹನಭೂತಿಯಿಂದ ವಿವೇಕನ ಭುಜ ತಟ್ಟಿದರು.

"ಐ ಹೋಪ್ ಎಲ್ಲವೂ ಎವೆರಿಥಿಂಗ್ ಇಸ್ ವಿಲ್ ಬಿ ನಾರ್ಮಲ್...ಕೇರ್‌ಫುಲ್ಲಾಗಿ ಡ್ರೈವ್ ಮಾಡಿ"

ಅವಸರದಿಂದ ಆಚೆ ಹೋಗುತ್ತಿದ್ದ ವಿವೇಕನನ್ನು ಎಚ್ಚರಿಸಿದರು ಪರಶುರಾಮ್.

ವಿವೇಕ ಓಡುತ್ತ ಪಾರ್ಕ್ ಮಾಡಿದ್ದ ಕಾರಿನ ಬಳಿ ಬಂದ. ಕಾರಿನ ಡೋರ್ ತೆಗೆದು ಡ್ರೈವರ್ ಸೀಟಿನಲ್ಲಿ ಕೂತು ಕಾರ್ ಸ್ಟಾರ್ಟ್ ಮಾಡಿದ.

ಆದರೆ ಈಗ ಹೋಗುವುದು ಎಲ್ಲಿಗೆ? ಈಗ ಎಲ್ಲಿಗೆ ಹೋಗಲಿ? ಸುನಿತಾ ಎಲ್ಲಿದ್ದಾಳೆ? ಮನೆಯಲ್ಲಿ? ಕಾರಲ್ಲಿ ಪ್ರಯಾಣಿಸುತ್ತಿರಬಹುದೆ? ಲ್ಯಾಬಿನಲ್ಲಿರಬಹುದೆ? ಆಕೆ ಚೀರಿದ್ದೇಕೆ? ನಂತರ ಆಕೆಯ ಫೋನ್ ಸ್ವಿಚ್ ಆಫ್ ಆಗಿರುವುದಕ್ಕೆ ಏನು ಕಾರಣ? ಏನಾಗಿರಬಹುದು ಸುನೀತಾಗೆ? ತಾನೀಗ ಎಲ್ಲಿಗೆ ಹೋಗಲಿ? ಅವಳನ್ನು ಹೇಗೆ ಕಾಪಾಡಲಿ?

ವಿವೇಕ ಅಕ್ಷರಶಃ ನಡುಗುತ್ತಿದ್ದ!! ಕೈಬೆರಳುಗಳು ಸ್ಟೇರಿಂಗ್ ಮೇಲೆ ಕಂಪಿಸುತ್ತಿದ್ದವು!

ಲ್ಯಾಬಿಗೆ ತೆರಳಲೆ? ಇಲ್ಲ ಮನೆಗೆ ತೆರಳಲೆ? ಯಾವುದನ್ನು ನಿರ್ಧರಿಸಲಾರದೆ ವಿವೇಕ ಕೆಲವು ನಿಮಿಷಗಳು ಗೊಂದಲದಲ್ಲಿ ಸಿಕ್ಕಿಕೊಂಡಿದ್ದ. ಮತ್ತೊಮ್ಮೆ ಸುನಿತಾಗೆ ಫೋನ್ ಮಾಡಿ ನೋಡೋಣ ಎಂದು ಪ್ರಯತ್ನಿಸಿದ.

ಮತ್ತೆ ಅದೇ ಮೆಸೇಜು ಫೋನಿನಲ್ಲಿ ಮೂಡಿತು "ನೀವು ಕರೆ ಮಾಡುತ್ತಿರುವ ಗ್ರಾಹಕರು ತಮ್ಮ ಮೊಬೈಲನ್ನು ಸ್ವಿಚ್ ಆಫ್ ಮಾಡಿದ್ದಾರೆ ದಯವಿಟ್ಟು ಸ್ವಲ್ಪ ಸಮಯದ ನಂತರ ಪ್ರಯತ್ನಿಸಿ"

ಹತಾಶನಾದ ವಿವೇಕ್! ಎಲ್ಲಿಗೆ ಹೋಗಲಿ? ಏನು ಮಾಡಲಿ ಈಗ?

ಈಗ ಮೊದಲು ಲ್ಯಾಬಿಗೆ ಹೋಗಿ, ಅಲ್ಲಿ ವಿಚಾರಿಸಿ ಆನಂತರ ಎಲ್ಲಿಗೆ ಹೋಗಬೇಕೆಂದು ನಿರ್ಧರಿಸೋಣ ಎನಿಸಿತು.

ನಡುಗುತ್ತಿದ್ದ ಕೈಗಳಿಂದ ವಿವೇಕ ಕಾರನ್ನು ಚಾಲನೆ ಮಾಡಿ ಲ್ಯಾಬಿನ ಕಡೆಗೆ ತೆರಳಿದ.

ಫೋನಿನಲ್ಲಿ ಕೇಳಿದ ಸುನಿತಾಳ ಅರ್ತನಾದ ನಿಜಕ್ಕೂ ಏನೋ ಅನಾಹುತ ಆಗಿದೆ ಎನ್ನುವುದನ್ನು ಸಾರಿ ಹೇಳುತ್ತಿತ್ತು!! ಆಕೆಯ ಜೀವಕ್ಕೆ ಅಪಾಯವಾಗಿದೆ! ಆಕೆ ಈ ಸಮಯಕ್ಕೆ ಏನಾಗಿದ್ದಳೋ ಗೊತ್ತಿಲ್ಲ? ಬಹುಶಃ ಆಕೆ...? ಮುಂದಿನ ಯೋಚನೆಗೆ ವಿವೇಕನ ಕಣ್ಣುಗಳಲ್ಲಿ ದಳದಳನೆ ನೀರು ಇಳಿದವು!

ಆ ಚೀರುವಿಕೆ ಸಾವಿನ ಕೊನೆಯ ಕ್ಷಣದ ಅರ್ತನಾದದಂತೆ ಭಾಸವಾಗಿತ್ತು! ಅಂದರೆ ಈ ಸಮಯಕ್ಕೆ ಸುನಿತಾಳ ಪ್ರಾಣಪಕ್ಷಿ ಹಾರಿ ಹೋಗಿರಬಹುದೆ?! ಆದರೆ ಅವಳ ಫೋನೇಕೆ ಸ್ವಿಚ್ ಆಫ್ ಆಗಿದೆ? ಅದನ್ನು ಬೇರೆ ಯಾರಾದರೂ ಸ್ವಿಚ್ ಆಫ್ ಮಾಡಿದ್ದಾರಾ? ಆಕೆ ಹಂತಕರ ಕೈಯಲ್ಲಿ ಸಿಕ್ಕಿರಬಹುದು? ಆಕೆಯನ್ನು ಕೊಲೆ ಮಾಡಿದ ನಂತರ ಅವರು ಫೋನನ್ನು ಸ್ವಿಚ್ ಆಫ್ ಮಾಡಿರಬಹುದು! ಆಕೆ ಇರುವ ಜಾಗದ ಸುಳಿವು ಸಿಕ್ಕರೆ ತಾನು ಎಷ್ಟು ಬೇಗ ಸಾಧ್ಯ ಅಷ್ಟು ಬೇಗ ಹೋಗಬಹುದು...ಕೊನೆಯ ಕ್ಷಣಗಳಲ್ಲಾದರೂ ಸುನಿತಾಳನ್ನು ನೋಡಬಹುದು! ವಿವೇಕ ಕಾರಿನ ವೇಗವನ್ನು ಹೆಚ್ಚಿಸಿದ. ಅಡಿಗಡಿಗೆ ಎದುರಾಗುತ್ತಿದ್ದವು, ಹಿಂದಿನಿಂದ ಅಟ್ಟಿಸಿಕೊಂಡು ಬರುತ್ತಿದ್ದವು ವಾಹನಗಳು! ಬೆಂಗಳೂರಿನ ವಾಹನ ದಟ್ಟಣೆಯಲ್ಲಿ ಕಾರು ನಡೆಸುವುದು ಯಮಯಾತನೆ ಎನಿಸಿತು! ಆದರೆ ಬೇರೆ ಮಾರ್ಗ ಇರಲೇ ಇಲ್ಲ. ಹುಚ್ಚನಂತೆ ಹಾರನ್ ಮಾಡುತ್ತಾ ಬೇಗವಾಗಿ ಕಾರನ್ನು ಚಲಿಸಲು ಸರ್ವ ಪ್ರಯತ್ನ ಮಾಡುತ್ತಿದ್ದ ವಿವೇಕ.

ಸುನೀತಾ ಕೆಲಸ ಮಾಡುತ್ತಿದ್ದ ಲ್ಯಾಬ್ ಇದ್ದಿದ್ದು ಬೆಂಗಳೂರಿನ ಹೊರವಲಯ ಆನೇಕಲ್ ರಸ್ತೆಯಲ್ಲಿ. ಒಮ್ಮೆ ಮಾತ್ರ ಆ ಲ್ಯಾಬಿನ ಮಾರ್ಗದಲ್ಲಿ ಹೋಗುವಾಗ ಲ್ಯಾಬೋರೇಟರಿಯನ್ನು ನೋಡಿದ್ದ. ಆ ಲ್ಯಾಬ್ ತಲುಪಲು ಅರ್ಧ ಗಂಟೆಯಾದರೂ ಬೇಕಾಗುತ್ತದೆ ಎನ್ನುವುದನ್ನು ನೆನೆಸಿಕೊಂಡಾಗ ವಿವೇಕನಿಗೆ ದುಃಖ ಉಮ್ಮಳಿಸಿಬಂತು.

'ಐ ಯಾಮ್ ಸಾರಿ ಸುನಿ, ಐ ಯಾಮ್ ವೆರಿ ವೆರಿ ಸಾರಿ...ನಿನ್ನ ಬಗ್ಗೆ ಅನುಮಾನ ಪಡುತ್ತಾ, ಭ್ರಮೆಯಲ್ಲಿ ಸಿಕ್ಕಿ ಒದ್ದಾಡುತ್ತಾ ನಿನ್ನ ಸಾಮಿಪ್ಯದ ಕೊನೆಯ ದಿನಗಳನ್ನು ನಾನು ಮಿಸ್ ಮಾಡಿಕೊಂಡೆ!! ಈ ನನ್ನ ತಪ್ಪನ್ನು ಕ್ಷಮಿಸಿ ಬಿಡು' ಮನಸ್ಸಿನಲ್ಲೇ ವಿನಂತಿಸಿದ.

ಬೆಂಗಳೂರಿನ ವಾಹನ ದಟ್ಟಣೆಯನ್ನು ಶಪಿಸುತ್ತಾ, ಸುನೀತಾ ಬಗೆಗೆ ಅನುಮಾನ ಪಟ್ಟಿದ್ದಕ್ಕೆ ತನ್ನನ್ನು ತಾನೇ ಶಪಿಸಿಕೊಳ್ಳುತ್ತಾ ವಿವೇಕ ಹುಚ್ಚನಂತೆ ಕಾರನ್ನು ಡ್ರೈ ಮಾಡುತ್ತಿದ್ದ! ಅವನ ಡ್ರೈವಿಂಗ್ ಎಷ್ಟು ಅಪಾಯಕಾರಿಯಾಗಿತ್ತು ಎಂದರೆ ಯಾವುದೇ ಕ್ಷಣದಲ್ಲಿ ಆಕ್ಸಿಡೆಂಟ್ ಆಗುವ ಸಾಧ್ಯತೆಗಳಿತ್ತು. ಅದರ ಬಗ್ಗೆ ಅವನಿಗೆ ಹೆದರಿಕೆ ಇರಲಿಲ್ಲ! ಸುನೀತಾ ಇಲ್ಲದ ಜೀವನ ನನಗೂ ಬೇಡ ಎನ್ನುವ ಭಾವವಿತ್ತು! ಒಂದು ವೇಳೆ ಆಕೆ ಸತ್ತಿದ್ದರೆ, ಆಕೆಯ ಜೊತೆಗೆ ತಾನು ಕೂಡ ಜೀವ ಬಿಡಬೇಕು ಎನ್ನುವ ಭಾವನೆ ಮನಸ್ಸಿನಲ್ಲಿತ್ತು.

ಒಂದೆರಡು ವಾಹನಗಳನ್ನು ವಿಚಿತ್ರವಾಗಿ ಓವರ್ ಟೇಕ್ ಮಾಡಿದಾಗ ಆ ವಾಹನಗಳ ಚಾಲಕರು ಚೀರಿ ವಿವೇಕನನ್ನು ಬೈಯುತ್ತಿದ್ದರು. ಅದರ ಬಗೆಗೆ ವಿವೇಕನಿಗೆ ಗಮನವಿರಲಿಲ್ಲ ಅಥವಾ ಅವರ ಬಗೆಗೆ ಕೋಪ ಮಾಡಿಕೊಳ್ಳಲೂ ಇಲ್ಲ. ತಾನೀಗ ಸುನೀತಾ ಕೆಲಸ ಮಾಡುತ್ತಿದ್ದ ಲ್ಯಾಬೋರೇಟಾರಿಯನ್ನು ತಲುಪಲೇಬೇಕು. ಆಕೆ ಯಾವ ಸ್ಥಿತಿಯಲ್ಲಿದ್ದಾಳೋ ಗೊತ್ತಿಲ್ಲ ಈ ಸಮಯಕ್ಕೆ...ಆ ಚೀರುವಿಕೆಯ ತೀವ್ರತೆ ಗಮನಿಸಿದರೆ ಆಕೆ ಜಗತ್ತನ್ನು ಬಿಟ್ಟು ಹೋಗಿರುವ ಸಾಧ್ಯತೆಗಳೇ ಹೆಚ್ಚು!!

ನಿಮಿಷಗಳು ಯುಗಗಳಂತೆ ಭಾಸವಾಗುತ್ತಿದ್ದವು! ಕೊನೆಗೂ ಸುನೀತಾ ಕೆಲಸ ಮಾಡುತ್ತಿದ್ದ ಲ್ಯಾಬೋರೇಟರಿಯ ಗೇಟಿನ ಮುಂದೆ ಕಾರು ನಿಲ್ಲಿಸಿ ವಿವೇಕ ಅಕ್ಷರಶಃ ಕಾರಿಂದ ಜಂಪ್ ಮಾಡಿದ.

ಗೇಟ್ ಕಾಯುತ್ತಿದ್ದ ಸೆಕ್ಯೂರಿಟಿಯವರ ಓಡೋಡಿ ಬಂದ. ಅವನು ಓಡಿ ಬಂದ ವೇಗ ಆತ ಸುನೀತಾ ಸಾವಿನ ಸುದ್ದಿಯನ್ನೇ ಹೇಳಲು ಬರುತ್ತಿದ್ದಾನೆ ಎನಿಸಿತು.

ಆ ಹೃದ್ಅಯವಿದ್ರಾವಕ ಸುದ್ದಿ ಕೇಳಲು ವಿವೇಕ ಮನಸ್ಸು ಗಟ್ಟಿ ಮಾಡಿಕೊಂಡ!

"ಸರ್ ಇಲ್ಲಿ ಕಾರು ನಿಲ್ಲಿಸುವಂತಿಲ್ಲ.." ಆಕ್ಷೇಪಿಸಿದ.

"ನೋಡು ಇದು ಎಮರ್ಜೆನ್ಸಿ ನಾನು ಡಾಕ್ಟರ್ ಸುನೀತ ಹಸ್ಬೆಂಡ್ ಆಕೆ ನಲವತ್ತು ನಿಮಿಷದ ಹಿಂದೆ ಫೋನ್ ಮಾಡಿ ತಾನು ಅಪಾಯದಲ್ಲಿರುವುದನ್ನು ಮೂಲಕ ಹೇಳಿದಳು.. ಈಗ ನಾನು ಆಕೆಯನ್ನು ಅರ್ಜೆಂಟಾಗಿ ನೋಡಲೇಬೇಕಾಗಿದೆ"

ವಿವೇಕ ಆತುರಾತರದಿಂದ ಶಬ್ದಗಳನ್ನು ನುಂಗಿಕೊಂಡು ಮಾತನಾಡಿದ! ಅವನ ಮಾತಿನಲ್ಲಿದ್ದ ಅವಸರ ನೋಡಿದಾಗ ಸೆಕ್ಯೂರಿಟಿ ಗಾರ್ಡಿಗೂ ಅನುಕಂಪ ಮೂಡತು.

"ಸುನಿತಾ ಮೇಡಂ ಅವರು ಆಗಲೇ ಒಂದು ಗಂಟೆ ಹಿಂದೆ ಹೋದರು ಸರ್"

ಅವನ ಮಾತು ಕೇಳಿ ವಿವೇಕನಿಗೆ ಮತ್ತೊಂದು ಶಾಕ್ ಆಗಿತ್ತು. ಅಂದರೆ ಸುನೀತಾ ಲ್ಯಾಬಿನಲ್ಲಿ ಇಲ್ಲ!! ಹಾಗಾದರೆ ಹೋಗುವ ದಾರಿಯಲ್ಲಿ ಆಕೆಯ ಕಾರಿಗೆ ಆಕ್ಸಿಡೆಂಟ್ ಆಯಿತೆ? ಆದರೆ ಆಕೆಯ ಮೊಬೈಲ್ ಏಕೆ ಸ್ವಿಚ್ ಆಫ್ ಆಗಿದೆ?

ಪ್ರಶ್ನೆಗಳು....? ಪ್ರಶ್ನೆಗಳು...? ವಿವೇಕನ ಮುಂದೆ ಪ್ರಶ್ನೆಗಳು ಬೃಹದಾಕಾರವಾಗಿ ರಾಕ್ಷಸ ವೇಷದಿಂದ ಕುಣಿಯುತ್ತಿದ್ದವು!! ಯಾವುದಕ್ಕೂ ಉತ್ತರ ಇರಲಿಲ್ಲ ಎಲ್ಲವೂ ಊಹಾಪೋವುಗಳು ಮಾತ್ರ!!

17

ಅಧ್ಯಾಯ

ಕೆಲವು ಕ್ಷಣ ವಿವೇಕ ಕುಳಿತಲ್ಲಿಯೇ ಕಲ್ಲಾದ! ಮರುಕ್ಷಣವೇ ಸಾವರಿಸಿಕೊಂಡ! ತಾನು ಕೇಳಿದ್ದು ಸ್ಪಷ್ಟವಾಗಿ ಸುನೀತಾಳ ದನಿ!! ಅದೂ ಅವಳ ಫೋನಿಂದಲೇ ಬಂದ ದನಿ!

ಅವಳೇಕೆ ಹಾಗೆ ಚೀರಿದಳು? ಆ ಚೀರುವಿಕೆ ಮರಣಾಂತಿಕ ಅರ್ಥನಾದಂತೆ ಕೇಳಿಸಿದ್ದು ಸ್ಪಷ್ಟ!! ಅಂದರೆ ಆಕೆಯ ಜೀವಕ್ಕೆ ಅಪಾಯದ ಕ್ಷಣದಲ್ಲಿ ಹಾಗಿ ಚೀರಿದ್ದಾಳೆ! ಅದು ಸ್ಪಷ್ಟ!

ವಿವೇಕನ ಭಯಗ್ರಸ್ತ ಮುಖವನ್ನು ನೋಡಿದ ಡಾ.ಪರಶುರಾಮರಿಗೆ, ಅವನಿಗೆ ಏನೋ ಅನಾಹುತ ಆಗಿರುವಂತೆ ತೋರಿತು.

"ಏನಾದರೂ ತೊಂದರೆಯೆ?"

"ಹೌದು ಸರ್, ಐ ಯಾಮ್ ಸಾರಿ! ಒಂದು ಎಮರ್ಜೆನ್ಸಿ ಎದುರಾಗಿದೆ ಫೋನು ಮಾಡಿದವಳು ನನ್ನ ಪತ್ನಿ! ಆಕೆ ಭಯದಿಂದ ಚೀರಿದಳು" ವಿವೇಕ ದನಿ ಕಂಪಿಸುತ್ತಿತ್ತು.

"ಐ ಆಮ್ ಸೊ ಸಾರಿ...ಮತ್ತೊಮ್ಮೆ ಫೋನ್ ಮಾಡಿ ನೋಡಿ"

ಅವರ ಸಲಹೆಯಂತೆ ವಿವೇಕ ಕಂಪಿಸುವ ಕೈಗಳಿಂದ ಮತ್ತೆ ಸುನಿತಾ ನಂಬರ್ ಕಾಲ್ ಮಾಡಿದ್ದ.

ಕೆಲವು ಸೆಕೆಂಡುಗಳ ರಿಂಗ್ ನಂತರ ಫೋನಿನಲ್ಲಿ ಧ್ವನಿ ಮುದ್ರಿತ ಮೆಸೇಜು ಉಲಿಯಿತು "ನೀವು ಸಂಪರ್ಕಿಸುತ್ತಿರುವ ನಂಬರ್ ಈಗ ಸ್ವಿಚ್ ಆಫ್ ಆಗಿದೆ. ದಯವಿಟ್ಟು ಸ್ವಲ್ಪ ಸಮಯದ ನಂತರ ಪ್ರಯತ್ನಿಸಿ"

ವಿವೇಕ ಇನ್ನಷ್ಟು ಗಾಬರಿಯಾದ.

ಏನಾಗಿರಬಹುದು ಸುನೀತಾಗೆ? ಆಕೆ ಈ ಸಮಯದಲ್ಲಿ ಲ್ಯಾಬಿನಲ್ಲಿ ಇರಬೇಕು...ಅಥವಾ ಲ್ಯಾಬಿನಿಂದ ಹೊರಟು ಮನೆಯ ದಾರಿಯಲ್ಲಿ ಇರಬಹುದು. ಅಲ್ಲಿ ಏನಾದರೂ ತೊಂದರೆ ಆಗಿರಬಹುದು! ಅವಳ ಕಾರಿಗೆ ಆಕ್ಸಿಡೆಂಟ್ ಆಗಿರಬಹುದೆ? ಅವಳನ್ನು ಇಬ್ಬರು ಬೈಕಿಗಳು ಪ್ರತಿದಿನವೂ ಫಾಲೋ ಮಾಡುತ್ತಿದ್ದಾರೆ... ಹಾಗೇನಾದರೂ ಆಕ್ಸಿಡೆಂಟ್ ಆಗಿದ್ದರೆ ಅವರಿಬ್ಬರೂ ಆಕೆಯನ್ನು ರಕ್ಷಿಸುತ್ತಾರೆ.

ಆದರೆ ಒಂದು ವೇಳೆ ಆಕೆ ಲ್ಯಾಬಿನಲ್ಲೇ ಇದ್ದು ಯಾವುದೋ ಪ್ರಯೋಗ ಮಾಡುವ ಸಂದರ್ಭದಲ್ಲಿ ಆಕೆಗೆ ಅಪಾಯವಾಗಿರಬಹುದು!

'ಓ ದೇವರೇ ನನ್ನ ಅತ್ಯಂತ ಪ್ರೀತಿ ಪಾತ್ರ ಸುನೀತಾಗೆ ಏನಾಯಿತು? ಆಕೆಯ ಬಗ್ಗೆ ಇರುವ ಅನುಮಾನಗಳನ್ನು ಬಗೆಹರಿಸಿಕೊಳ್ಳಲೆಂದು ಪ್ರಯತ್ನಿಸುತ್ತಿರುವಾಗಲೇ ಇಂತಹ ಘಟನೆ?' ವಿವೇಕ ಪರಿತಪಿಸಿದ.

ಮೊದಲು ಸುನಿತಾ ಎಲ್ಲಿದ್ದಾಳೆ ಎನ್ನುವುದನ್ನು ಪತ್ತೆ ಹಚ್ಚಬೇಕು, ಆನಂತರ ಆ ಜಾಗಕ್ಕೆ ಹೋಗಿ ಆಕೆಗೆ ಯಾವ ರೀತಿಯ ಸಹಾಯ ಬೇಕೋ ಅದನ್ನು ನೀಡಬೇಕು...ಅವಳನ್ನು ಅಪಾಯದಿಂದ ರಕ್ಷಿಸಬೇಕು...ಅವಳನ್ನು ಉಳಿಸಿಕೊಳ್ಳಬೇಕು...ಅವಳ ಅಸ್ತಿತ್ವ ತನ್ನ ಪಾಲಿಗೆ ತುಂಬಾ ಮಹತ್ತರವಾದದ್ದು, ಅವಳಿಲ್ಲದೆ ತನ್ನ ಬದುಕು ಶೂನ್ಯ, ಬರಡು, ಮರಳುಗಾಡು!

ಹೀಗೆ ಯೋಚಿಸುತ್ತಾ ಕೂರಬಾರದು ಈಗ ತಕ್ಷಣ ಕಾರ್ಯನಿರತನಾಗಬೇಕು.

"ಐ ಯಾಮ್ ಸಾರಿ ಡಾಕ್ಟರ್, ನಾನೀಗ ಹೋಗಲೇಬೇಕಾಗಿದೆ ನಿಮ್ಮ ಕನ್ಸಲ್ಟೇಶನ್ ಫೀಸು ಎಷ್ಟು ಹೇಳಿ ನಾನು ಪೇ ಮಾಡುತ್ತೇನೆ"

ಅವಸರದಿಂದ ಹೇಳುತ್ತಾ ವಿವೇಕ ಎದ್ದುನಿಂತ.

"ಯಂಗ್ ಮ್ಯಾನ್, ನನ್ನ ಫೀಸ್ ಬಗ್ಗೆ ಯೋಚನೆ ಮಾಡಬೇಡಿ ಮೊದಲು ನಿಮ್ಮ ಪತ್ನಿಯ ಸ್ಥಿತಿ ಹೇಗಿದೆಯೋ ಹೋಗಿ ನೋಡಿ"

"ಥ್ಯಾಂಕ್ಸ್ ಡಾಕ್ಟರ್...ಥ್ಯಾಂಕ್ಸ್ ಎ ಲಾಟ್ ನಾನು ಮತ್ತೊಮ್ಮೆ ಬಂದು ತಮ್ಮನ್ನು ಕಾಣುತ್ತೇನೆ" ವಿವೇಕನ ಕಣ್ಣುಗಳಲ್ಲಿ ನೀರು ಒಸರಿತ್ತು.

ಡಾಕ್ಟರ್ ಪರಶುರಾಮ್ ಸಹನಭೂತಿಯಿಂದ ವಿವೇಕನ ಭುಜ ತಟ್ಟಿದರು.

"ಐ ಹೋಪ್ ಎಲ್ಲವೂ ಎವೆರಿಥಿಂಗ್ ಇಸ್ ವಿಲ್ ಬಿ ನಾರ್ಮಲ್...ಕೇರ್‌ಫುಲ್ಲಾಗಿ ಡ್ರೈವ್ ಮಾಡಿ"

ಅವಸರದಿಂದ ಆಚೆ ಹೋಗುತ್ತಿದ್ದ ವಿವೇಕನನ್ನು ಎಚ್ಚರಿಸಿದರು ಪರಶುರಾಮ್.

ವಿವೇಕ ಓಡುತ್ತಲೇ ಪಾರ್ಕ್ ಮಾಡಿದ್ದ ಕಾರಿನ ಬಳಿ ಬಂದ. ಕಾರಿನ ಡೋರ್ ತೆಗೆದು ಡ್ರೈವರ್ ಸೀಟಿನಲ್ಲಿ ಕೂತು ಕಾರ್ ಸ್ಟಾರ್ಟ್ ಮಾಡಿದ.

ಆದರೆ ಈಗ ಹೋಗುವುದು ಎಲ್ಲಿಗೆ? ಈಗ ಎಲ್ಲಿಗೆ ಹೋಗಲಿ? ಸುನಿತಾ ಎಲ್ಲಿದ್ದಾಳೆ? ಮನೆಯಲ್ಲಿ? ಕಾರಲ್ಲಿ ಪ್ರಯಾಣಿಸುತ್ತಿರಬಹುದೆ? ಲ್ಯಾಬಿನಲ್ಲಿರಬಹುದೆ? ಆಕೆ ಚೀರಿದ್ದೇಕೆ? ನಂತರ ಆಕೆಯ ಫೋನ್ ಸ್ವಿಚ್ ಆಫ್ ಆಗಿರುವುದಕ್ಕೆ ಏನು ಕಾರಣ? ಏನಾಗಿರಬಹುದು ಸುನೀತಾಗೆ? ತಾನೀಗ ಎಲ್ಲಿಗೆ ಹೋಗಲಿ? ಅವಳನ್ನು ಹೇಗೆ ಕಾಪಾಡಲಿ?

ವಿವೇಕ ಅಕ್ಷರಶಃ ನಡುಗುತ್ತಿದ್ದ!! ಕೈಬೆರಳುಗಳು ಸ್ಟೇರಿಂಗ್ ಮೇಲೆ ಕಂಪಿಸುತ್ತಿದ್ದವು!

ಲ್ಯಾಬಿಗೆ ತೆರಳಲೆ? ಇಲ್ಲ ಮನೆಗೆ ತೆರಳಲೆ? ಯಾವುದನ್ನು ನಿರ್ಧರಿಸಲಾರದೆ ವಿವೇಕ ಕೆಲವು ನಿಮಿಷಗಳು ಗೊಂದಲದಲ್ಲಿ ಸಿಕ್ಕಿಕೊಂಡಿದ್ದ. ಮತ್ತೊಮ್ಮೆ ಸುನಿತಾಗೆ ಫೋನ್ ಮಾಡಿ ನೋಡೋಣ ಎಂದು ಪ್ರಯತ್ನಿಸಿದ.

ಮತ್ತೆ ಅದೇ ಮೆಸೇಜು ಫೋನಿನಲ್ಲಿ ಮೂಡಿತು "ನೀವು ಕರೆ ಮಾಡುತ್ತಿರುವ ಗ್ರಾಹಕರು ತಮ್ಮ ಮೊಬೈಲನ್ನು ಸ್ವಿಚ್ ಆಫ್ ಮಾಡಿದ್ದಾರೆ ದಯವಿಟ್ಟು ಸ್ವಲ್ಪ ಸಮಯದ ನಂತರ ಪ್ರಯತ್ನಿಸಿ"

ಹತಾಶನಾದ ವಿವೇಕ್! ಎಲ್ಲಿಗೆ ಹೋಗಲಿ? ಏನು ಮಾಡಲಿ ಈಗ?

ಈಗ ಮೊದಲು ಲ್ಯಾಬಿಗೆ ಹೋಗಿ, ಅಲ್ಲಿ ವಿಚಾರಿಸಿ ಆನಂತರ ಎಲ್ಲಿಗೆ ಹೋಗಬೇಕೆಂದು ನಿರ್ಧರಿಸೋಣ ಎನಿಸಿತು.

ನಡುಗುತ್ತಿದ್ದ ಕೈಗಳಿಂದ ವಿವೇಕ ಕಾರನ್ನು ಚಾಲನೆ ಮಾಡಿ ಲ್ಯಾಬಿನ ಕಡೆಗೆ ತೆರಳಿದ.

ಫೋನಿನಲ್ಲಿ ಕೇಳಿದ ಸುನಿತಾಳ ಅರ್ತನಾದ ನಿಜಕ್ಕೂ ಏನೋ ಅನಾಹುತ ಆಗಿದೆ ಎನ್ನುವುದನ್ನು ಸಾರಿ ಹೇಳುತ್ತಿತ್ತು!! ಆಕೆಯ ಜೀವಕ್ಕೆ ಅಪಾಯವಾಗಿದೆ! ಆಕೆ ಈ ಸಮಯಕ್ಕೆ ಏನಾಗಿದ್ದಳೋ ಗೊತ್ತಿಲ್ಲ? ಬಹುಶಃ ಆಕೆ...? ಮುಂದಿನ ಯೋಚನೆಗೆ ವಿವೇಕನ ಕಣ್ಣುಗಳಲ್ಲಿ ದಳದಳನೆ ನೀರು ಇಳಿದವು!

ಆ ಚೀರುವಿಕೆ ಸಾವಿನ ಕೊನೆಯ ಕ್ಷಣದ ಅರ್ತನಾದದಂತೆ ಭಾಸವಾಗಿತ್ತು! ಅಂದರೆ ಈ ಸಮಯಕ್ಕೆ ಸುನಿತಾಳ ಪ್ರಾಣಪಕ್ಷಿ ಹಾರಿ ಹೋಗಿರಬಹುದೆ?! ಆದರೆ ಅವಳ ಫೋನೇಕೆ ಸ್ವಿಚ್ ಆಫ್ ಆಗಿದೆ? ಅದನ್ನು ಬೇರೆ ಯಾರಾದರೂ ಸ್ವಿಚ್ ಆಫ್ ಮಾಡಿದ್ದಾರಾ? ಆಕೆ ಹಂತಕರ ಕೈಯಲ್ಲಿ ಸಿಕ್ಕಿರಬಹುದು? ಆಕೆಯನ್ನು ಕೊಲೆ ಮಾಡಿದ ನಂತರ ಅವರು ಫೋನನ್ನು ಸ್ವಿಚ್ ಆಫ್ ಮಾಡಿರಬಹುದು! ಆಕೆ ಇರುವ ಜಾಗದ ಸುಳಿವು ಸಿಕ್ಕರೆ ತಾನು ಎಷ್ಟು ಬೇಗ ಸಾಧ್ಯ ಅಷ್ಟು ಬೇಗ ಹೋಗಬಹುದು...ಕೊನೆಯ ಕ್ಷಣಗಳಲ್ಲಾದರೂ ಸುನಿತಾಳನ್ನು ನೋಡಬಹುದು! ವಿವೇಕ ಕಾರಿನ ವೇಗವನ್ನು ಹೆಚ್ಚಿಸಿದ. ಅಡಿಗಡಿಗೆ ಎದುರಾಗುತ್ತಿದ್ದವು,

ಹಿಂದಿನಿಂದ ಅಟ್ಟಿಸಿಕೊಂಡು ಬರುತ್ತಿದ್ದವು ವಾಹನಗಳು! ಬೆಂಗಳೂರಿನ ವಾಹನ ದಟ್ಟಣೆಯಲ್ಲಿ ಕಾರು ನಡೆಸುವುದು ಯಮಯಾತನೆ ಎನಿಸಿತು! ಆದರೆ ಬೇರೆ ಮಾರ್ಗ ಇರಲೇ ಇಲ್ಲ. ಹುಚ್ಚನಂತೆ ಹಾರನ್ ಮಾಡುತ್ತಾ ಬೇಗವಾಗಿ ಕಾರನ್ನು ಚಲಿಸಲು ಸರ್ವ ಪ್ರಯತ್ನ ಮಾಡುತ್ತಿದ್ದ ವಿವೇಕ.

ಸುನೀತಾ ಕೆಲಸ ಮಾಡುತ್ತಿದ್ದ ಲ್ಯಾಬ್ ಇದ್ದಿದ್ದು ಬೆಂಗಳೂರಿನ ಹೊರವಲಯ ಆನೇಕಲ್ ರಸ್ತೆಯಲ್ಲಿ. ಒಮ್ಮೆ ಮಾತ್ರ ಆ ಲ್ಯಾಬಿನ ಮಾರ್ಗದಲ್ಲಿ ಹೋಗುವಾಗ ಲ್ಯಾಬೋರೇಟರಿಯನ್ನು ನೋಡಿದ್ದ. ಆ ಲ್ಯಾಬ್ ತಲುಪಲು ಅರ್ಧ ಗಂಟೆಯಾದರೂ ಬೇಕಾಗುತ್ತದೆ ಎನ್ನುವುದನ್ನು ನೆನೆಸಿಕೊಂಡಾಗ ವಿವೇಕನಿಗೆ ದುಃಖ ಉಮ್ಮಳಿಸಿಬಂತು.

'ಐ ಯಾಮ್ ಸಾರಿ ಸುನಿ, ಐ ಯಾಮ್ ವೆರಿ ವೆರಿ ಸಾರಿ...ನಿನ್ನ ಬಗ್ಗೆ ಅನುಮಾನ ಪಡುತ್ತಾ, ಭ್ರಮೆಯಲ್ಲಿ ಸಿಕ್ಕಿ ಒದ್ದಾಡುತ್ತಾ ನಿನ್ನ ಸಾಮಿಪ್ಯದ ಕೊನೆಯ ದಿನಗಳನ್ನು ನಾನು ಮಿಸ್ ಮಾಡಿಕೊಂಡೆ!! ಈ ನನ್ನ ತಪ್ಪನ್ನು ಕ್ಷಮಿಸಿ ಬಿಡು' ಮನಸ್ಸಿನಲ್ಲೇ ವಿನಂತಿಸಿದ.

ಬೆಂಗಳೂರಿನ ವಾಹನ ದಟ್ಟಣೆಯನ್ನು ಶಪಿಸುತ್ತಾ, ಸುನೀತಾ ಬಗೆಗೆ ಅನುಮಾನ ಪಟ್ಟಿದ್ದಕ್ಕೆ ತನ್ನನ್ನು ತಾನೇ ಶಪಿಸಿಕೊಳ್ಳುತ್ತಾ ವಿವೇಕ ಹುಚ್ಚನಂತೆ ಕಾರನ್ನು ಡ್ರೈ ಮಾಡುತ್ತಿದ್ದ! ಅವನ ಡ್ರೈವಿಂಗ್ ಎಷ್ಟು ಅಪಾಯಕಾರಿಯಾಗಿತ್ತು ಎಂದರೆ ಯಾವುದೇ ಕ್ಷಣದಲ್ಲಿ ಆಕ್ಸಿಡೆಂಟ್ ಆಗುವ ಸಾಧ್ಯತೆಗಳಿತ್ತು. ಅದರ ಬಗ್ಗೆ ಅವನಿಗೆ ಹೆದರಿಕೆ ಇರಲಿಲ್ಲ! ಸುನೀತಾ ಇಲ್ಲದ ಜೀವನ ನನಗೂ ಬೇಡ ಎನ್ನುವ ಭಾವವಿತ್ತು! ಒಂದು ವೇಳೆ ಆಕೆ ಸತ್ತಿದ್ದರೆ, ಆಕೆಯ ಜೊತೆಗೆ ತಾನು ಕೂಡ ಜೀವ ಬಿಡಬೇಕು ಎನ್ನುವ ಭಾವನೆ ಮನಸ್ಸಿನಲ್ಲಿತ್ತು.

ಒಂದೆರಡು ವಾಹನಗಳನ್ನು ವಿಚಿತ್ರವಾಗಿ ಓವರ್ ಟೇಕ್ ಮಾಡಿದಾಗ ಆ ವಾಹನಗಳ ಚಾಲಕರು ಚೀರಿ ವಿವೇಕನನ್ನು ಬೈಯುತ್ತಿದ್ದರು. ಅದರ ಬಗೆಗೆ ವಿವೇಕನಿಗೆ ಗಮನವಿರಲಿಲ್ಲ ಅಥವಾ ಅವರ ಬಗೆಗೆ ಕೋಪ ಮಾಡಿಕೊಳ್ಳಲೂ ಇಲ್ಲ. ತಾನೀಗ ಸುನೀತಾ ಕೆಲಸ ಮಾಡುತ್ತಿದ್ದ ಲ್ಯಾಬೋರೇಟಾರಿಯನ್ನು ತಲುಪಲೇಬೇಕು. ಆಕೆ ಯಾವ ಸ್ಥಿತಿಯಲ್ಲಿದ್ದಾಳೋ ಗೊತ್ತಿಲ್ಲ ಈ ಸಮಯಕ್ಕೆ...ಆ ಚೀರುವಿಕೆಯ ತೀವ್ರತೆ ಗಮನಿಸಿದರೆ ಆಕೆ ಜಗತ್ತನ್ನು ಬಿಟ್ಟು ಹೋಗಿರುವ ಸಾಧ್ಯತೆಗಳೇ ಹೆಚ್ಚು!!

ನಿಮಿಷಗಳು ಯುಗಗಳಂತೆ ಭಾಸವಾಗುತ್ತಿದ್ದವು! ಕೊನೆಗೂ ಸುನೀತಾ ಕೆಲಸ ಮಾಡುತ್ತಿದ್ದ ಲ್ಯಾಬೋರೇಟರಿಯ ಗೇಟಿನ ಮುಂದೆ ಕಾರು ನಿಲ್ಲಿಸಿ ವಿವೇಕ ಅಕ್ಷರಶಃ ಕಾರಿಂದ ಜಂಪ್ ಮಾಡಿದ.

ಗೇಟ್ ಕಾಯುತ್ತಿದ್ದ ಸೆಕ್ಯೂರಿಟಿಯವರ ಓಡಿಡೋಡಿ ಬಂದ. ಅವನು ಬಂದ ವೇಗ ನೋಡಿದರೆ ಸುನೀತಾ ಸತ್ತ ಸುದ್ದಿಯನ್ನು ಹೇಳಲು ಬರುತ್ತಿದ್ದಾನೆ ಎನಿಸಿತು ವಿವೇಕನಿಗೆ!!

ಆ ಹೃದಯವಿದ್ರಾವಕ ಸುದ್ದಿ ಕೇಳಲು ಮನಸ್ಸು ಗಟ್ಟಿ ಮಾಡಿಕೊಂಡ!!

18

ಅಧ್ಯಾಯ

ವಿವೇಕನ ಕಾರು ನೋಡುತ್ತಲೇ ಅವನತ್ತ ಓಡೋಡಿ ಬಂದ ಸೆಕ್ಯೂರಿಟಿಯ ಗಾರ್ಡು ಉಸಿರು ತೆಗೆದುಕ್ಕೊಳ್ಳುತ್ತಾ ಹೇಳಿದ.

"ಸರ್ ಇಲ್ಲಿ ಕಾರು ನಿಲ್ಲಿಸುವಂತಿಲ್ಲ..ಡೈರೆಕ್ಟರ್ ನೋಡಿದರೆ ನನ್ನ ಕೆಲಸ ಹೋಗುತ್ತೆ!!"

ವಿವೇಕನಿಗೆ ದೊಡ್ಡ ರಿಲೀಫ್! ಅಂದರೆ ಸುನೀತಾ ಸಾವಿನ ಸುದ್ದಿ ಹೇಳಲು ಇವನು ಬಂದಿಲ್ಲ. ವಿವೇಕ ಧೀರ್ಘವಾಗಿ ಉಸಿರು ತೆಗೆದುಕೊಂಡ!

"ನೋಡು ಇದು ಎಮರ್ಜೆನ್ಸಿ ನಾನು ಡಾಕ್ಟರ್ ಸುನೀತ ಹಸ್ಬೆಂಡ್ ಆಕೆ ನಲವತ್ತು ನಿಮಿಷದ ಹಿಂದೆ ಫೋನ್ ಮಾಡಿ ತಾನು ಅಪಾಯದಲ್ಲಿರುವುದನ್ನು ಮೂಲಕ ಹೇಳಿದಳು.. ಈಗ ನಾನು ಆಕೆಯನ್ನು ಅರ್ಜೆಂಟಾಗಿ ನೋಡಲೇಬೇಕಾಗಿದೆ"

ವಿವೇಕ ಆತುರಾತರದಿಂದ ಶಬ್ದಗಳನ್ನು ನುಂಗಿಕೊಂಡು ಮಾತನಾಡಿದ! ಅವನ ಮಾತಿನಲ್ಲಿದ್ದ ಅವಸರ ನೋಡಿದಾಗ ಸೆಕ್ಯೂರಿಟಿ ಗಾರ್ಡಿಗೂ ಅನುಕಂಪ ಮೂಡತು.

"ಸುನಿತಾ ಮೇಡಂ ಅವರು ಆಗಲೇ ಒಂದು ಗಂಟೆ ಹಿಂದೆ ಹೋದರು ಸರ್"

ಅವನ ಮಾತು ಕೇಳಿ ವಿವೇಕನಿಗೆ ಮತ್ತೊಂದು ಶಾಕ್ ಆಗಿತ್ತು. ಅಂದರೆ ಸುನೀತಾ ಲ್ಯಾಬಿನಲ್ಲಿ ಇಲ್ಲ!! ಹಾಗಾದರೆ ಹೋಗುವ ದಾರಿಯಲ್ಲಿ ಆಕೆಯ ಕಾರಿಗೆ ಆಕ್ಸಿಡೆಂಟ್ ಆಯಿತೆ? ಆದರೆ ಆಕೆಯ ಮೊಬೈಲ್ ಏಕೆ ಸ್ವಿಚ್ ಆಫ್ ಆಗಿದೆ?

ಪ್ರಶ್ನೆಗಳು....? ಪ್ರಶ್ನೆಗಳು...? ವಿವೇಕನ ಮುಂದೆ ಪ್ರಶ್ನೆಗಳು ಬೃಹದಾಕಾರವಾಗಿ ರಾಕ್ಷಸ ವೇಷದಿಂದ ಕುಣಿಯುತ್ತಿದ್ದವು!! ಯಾವುದಕ್ಕೂ

ಉತ್ತರ ಇರಲಿಲ್ಲ ಎಲ್ಲವೂ ಊಹಾಪೋವುಗಳು ಮಾತ್ರ!!

ಫೋನಿನಲ್ಲಿ ಸುನಿತಾಳ ಧನಿಕೇಳಿ ವಿವೇಕನಿಗೆ ಅನಿವರ್ಚನೀಯವಾದ ಆನಂದವಾಯಿತು. ಹಾಗಾದರೆ ತನ್ನ ಸುನೀತಾ ತನ್ನ ಸತ್ತಿಲ್ಲ! ಬದುಕಿದ್ದಾಳೆ! ಆಕೆ ತನ್ನ ಬದುಕಿನ ಅವಿಭಾಜ್ಯ ಅಂಗ! ಬಹಳ ಮುಖ್ಯವಾದ ವ್ಯಕ್ತಿ! ತನ್ನ ಬದುಕನ್ನು ಬೆಳಗುತ್ತಿರುವ ದೀಪ ಸುನೀತಾ! ಸಧ್ಯ ಆ ದೀಪ ಆರಿಲ್ಲ! ಅವಳಷ್ಟೇ ಅಲ್ಲ ತಾನು ಕೂಡ ಬದುಕಿದೆ.

"ಹನೀ..ಎಲ್ಲಿದ್ದೀಯಾ?"

ವಿವೇಕ ಮೃದುವಾಗಿ ಕೇಳಿದ.

"ಇನ್ನೆಲ್ಲಿ ಮನೆಯಲ್ಲಿ?"

"ಎಷ್ಟು ಹೊತ್ತಿಗೆ ಮನೆ ತಲುಪಿದೆ?"

"ಒಂದು ಗಂಟೆ ಹಿಂದೆ"

"ಚೆನ್ನಾಗಿದ್ದೀಯ ತಾನೆ?"

"ನನಗೇನಾಗಿದೆ? ನಾನು ಚೆನ್ನಾಗಿದ್ದೇನೆ"

"ನೀನು ಲ್ಯಾಬಿನಿಂದ ಹೊರಟಾಗ ಆ ಸೆಕ್ಯೂರಿಟಿ ಬೈಕಿಗಳು ಮನೆಯವರೆಗೂ ನಿನ್ನನ್ನು ಫಾಲೋ ಮಾಡಿದರೆ?"

"ಹೌದು, ಇದನ್ನೆಲ್ಲಾ ಏಕೆ ಕೇಳುತ್ತಿದ್ದೀಯಾ?"

"ಏನಿಲ್ಲ...ಏನಿಲ್ಲ...ಫೋನಿನಲ್ಲಿ ನೀನು ಒಮ್ಮೆ ಚೀರಿದೆಯಲ್ಲ? ಅದನ್ನು ಕೇಳೀ ನಾನು ಭೂಮಿಗಿಳಿದುಬಿಟ್ಟಿದ್ದೆ"

"ಚೀರಿದ್ದು...ಯಾರು? ನಾನ?"

"ಹೌದು, ನೀನೇ....ಕೆಲವೇ ಕ್ಷಣವಷ್ಟೇ ಚೀರಿ ನಂತರ ಫೋನ್ ಆಫ್ ಮಾಡಿಬಿಟ್ಟೆ"

"ಇಲ್ಲ ನಾನು ಫೋನ್ ಆಫ್ ಮಾಡಿಯೇ ಇಲ್ಲ?"

"ಹೌದೇ...." ಆಕೆಯ ಮಾತಿಗೆ ವಿವೇಕ ಪೆಚ್ಚಾದ.

"ಸರಿ ನಾನೀಗ ಮನೆಗೆ ಬರುತ್ತಿದ್ದೇನೆ, ಬಂದಾಗ ಮಾತನಾಡೋಣ"

ಮತ್ತೊಮ್ಮೆ ವಿವೇಕನಿಗೆ ಶಾಕ್!

ಸುನೀತ ತನಗೆ ಕಾಲ್ ಮಾಡಿಯೇ ಇಲ್ಲವೇ? ಫೋನಿನಲ್ಲಿ ಚೀರಿದ್ದು ಸ್ಪಷ್ಟವಾಗಿ ಕೇಳಿದೆ! ಅದಕ್ಕಾಗಿ ತಾನು ತನ್ನ ಜಂಘಾಬಲ ಉಡುಗಿ ಹೋಗಿತ್ತು! ಅವಳನ್ನು ಹುಡುಕಲು ಹುಚ್ಚನಂತೆ ಲ್ಯಾಬಿನವರೆಗೂ ಪ್ರಣಾಪಾಯ ಲೆಕ್ಕಿಸದೆ ಡ್ರೈವ್ ಮಾಡಿಕೊಂಡು ಬಂದಿದ್ದೇನೆ! ಈಗ ನೋಡಿದರೆ ಸುನಿತಾ ತಾನು ಫೋನ್ ಮಾಡಿಯೇ ಇಲ್ಲ ಎನ್ನುತ್ತಿದ್ದಾಳೆ!

ವಿವೇಕ್ ಮೊಬೈಲ್ ತೆಗೆದು ಸುನಿತಾಳಿಂದ ಬಂದ ಫೋನ್ ಕಾಲುಗಳನ್ನು ಪರೀಕ್ಷಿಸಿದ! ಆಕೆಯಿಂದ ಕಾಲ್ ಬಂದಿತ್ತು! ಅದು ಸತ್ಯ! ಆಗಲೇ ಒಮ್ಮೆ ಚೀರಿದ್ದಳು...ಕಾಲ್ ಸಂಪರ್ಕ ಕತ್ತರಿಸಿತ್ತು. ಕೆಲ ಕ್ಷಣಗಳ ನಂತರ ಆಕೆಗೆ ಕರೆ ಮಾಡಿದಾಗ ಫೋನ್ ಸ್ವಿಚ್ ಆಫ್ ಆಗಿತ್ತು!

ಈಗ ನೋಡಿದರೆ ಸುನಿತಾ ತಾನು ಫೋನ್ ಮಾಡಲೇ ಇಲ್ಲ ಎಂದು ಹೇಳುತ್ತಿದ್ದಾಳೆ! ಹಾಗಾದರೆ ಏನಾಗಿರಬಹುದು? ಆಕೆಯ ಫೋನಿನಲ್ಲಿ ಬೇರೆ ಯಾರೋ ಅಂತಹ ಶಬ್ದ ಮಾಡಿರಬಹುದೆ? ಆದರೆ ಏಕೆ? ಅಂತ ಅಗತ್ಯ ಏನಿತ್ತು? ಆನಂತರ ತಾನು ಮಾಡಿದ ಎಷ್ಟೊಂದು ಕರೆಗಳಿಗೆ ಆಕೆಯಿಂದ ಉತ್ತರ ಇರಲಿಲ್ಲ! ಬದಲಿಗೆ ಫೋನ್ ಸ್ವಿಚ್ ಆಫ್ ಆಗಿದೆ ಎನ್ನುವ ಮೆಸೇಜು ಬರುತ್ತಿತ್ತು.

ತನ್ನ ಭ್ರಮೆ ಮುಂದುವರಿಯುತ್ತಿದೆಯೇ? ಡಾಕ್ಟರ್ ಪರಶುರಾಮ್ ಅವರ ಸಲಹೆ ಸಂದರ್ಶನ ಅಗತ್ಯವಾಗಿ ಬೇಕಾಗಿದೆ! ಮೊದಲಿಗೆ ಸುನೀತಾಳಿಗೆ ಮನಶಾಸ್ತ್ರಜ್ಞರ ಸಲಹೆ ಅವಶ್ಯಕ್ತೆ ಇದೆ ಎನಿಸಿತ್ತು. ಈಗ ನೋಡಿದರೆ ತಾನೇ ಆ ಸ್ಥಾನದಲ್ಲಿ ಇದ್ದೇನೆ.

ಇಂದು ಕೊನೆಯ ಬಾರಿ ಅಮೂಲಾಗ್ರವಾಗಿ ಸುನಿತಾಳ ನಡವಳಕೆಯನ್ನೂ, ಚಟುವಟಿಕೆಯನ್ನೂ ಪರೀಕ್ಷಿಸಬೇಕು. ಹೇಗೂ ಗ್ಯಾರೇಜಿನಲ್ಲಿದ್ದ ಹಾವನ್ನು ಹಿಡಿದಾಗಿದೆ. ಅಂತ ಅನುಮಾನಕ್ಕೆ ಈಗ ಅವಕಾಶವಿಲ್ಲ. ಸುನಿತಾಳ ಆ ಒಂದು ಗಂಟೆಯ ಗೈರಿನ ಬಗೆಗೆ ಇಂದು ಅತ್ಯಂತ ಸೂಕ್ಷ್ಮವಾದ ಕೊನೆಯ ಪರೀಕ್ಷೆ!

ಈ ನಿರ್ಧಾರದೊಂದಿಗೆ ಕಾರನ್ನು ಹಿಂದೆ ತಿರುಗಿಸಿಕೊಂಡು ಮನೆಯ ಕಡೆಗೆ ಡ್ರೈವ್ ಮಾಡಿದ ವಿವೇಕ್.

***

ಮನೆ ಬಳಿ ಬಂದಾಗ ಎಲ್ಲಾ ಸ್ಥಿತಿಯೂ ಮೊದಲಿನಂತೆಯೇ ಇದ್ದುದ್ದು ಕಂಡು ವಿವೇಕನಿಗೆ ಸಮಾಧಾನವಾಗಿತ್ತು. ಮನೆಯ ಗೇಟ್ ರಿಮೋಟ್ ಮೂಲಕ ತೆರೆದು ಕಾರನ್ನು ಪೋರ್ಟಿಕೋದಲ್ಲಿ ನಿಲ್ಲಿಸಿ, ತನ್ನಲ್ಲಿದ್ದ ಇನ್ನೊಂದು ಬೀಗದ ಕೈಯಿಂದ ಮನೆಯ ಬಾಗಿಲನ್ನು ತೆಗೆದು ಆತುರದಿಂದ ಸುನಿತಾಳಿಗಾಗಿ ಹುಡುಕಾಡಿದ.

ಮೊದಲಿಗೆ ಲಿವಿಂಗ್ ರೂಮಲ್ಲಿ ಹುಡುಕಿದ. ಅಲ್ಲಿ ಸುನೀತಾ ಇರಲಿಲ್ಲ ನಂತರ ಆಕೆ ಇರಬಹುದಾದ ಜಾಗವೆಂದರೆ ಕಿಚನ್. ಊಟದ ತಯಾರಿ ಮಾಡುತ್ತಿರಬೇಕು.

ಕಿಚನ್ ಪ್ರವೇಶಿಸಿದಾಗ ಅಲ್ಲಿಯೂ ಸುನೀತಾ ಅಲ್ಲಿರಲಿಲ್ಲ! ಇನ್ನುಳಿದಿದ್ದು ಒಂದೇ ಜಾಗ, ಅದು ತಮ್ಮ ಬೆಡ್ರೂಮ್ ರೂಮು. ವಿವೇಕ ಆತುರದಿಂದ ಮಹಡಿಯ ಮೆಟ್ಟಿಲುಗಳನ್ನು ಏರತೊಡಗಿದ.

ಅವನ ಮನಸ್ಸಿನಲ್ಲಿ ಹತ್ತಾರು ಪ್ರಶ್ನೆಗಳಿದ್ದವು! ಅವುಗಳಿಗೆಲ್ಲ ಸುನೀತಾಳಿಂದ ಸಮಂಜಸವಾದ ಉತ್ತರ ಬೇಕಾಗಿತ್ತು! ಈಗ ಆಕೆಯನ್ನು ಪ್ರಶ್ನಿಸಿ ಅವುಗಳಿಗೆ

ಉತ್ತರ ಪಡೆಯಬೇಕು; ತನ್ನ ಅನುಮಾನ ಬಗೆಹರಿಸಿಕೊಳ್ಳಬೇಕು. ಇಲ್ಲಿವರೆಗೂ ಅವಳಿಗೆ ನೋವಾದೀತು ಎಂಬ ಕಾರಣಕ್ಕೆ ಯಾವುದೇ ಪ್ರಶ್ನೆಯನ್ನು ತಾನು ಕೇಳಿರಲಿಲ್ಲ. ಅವಳ ಮನಸ್ಸಿಗೆ ನೋವಾಗುವಂತಹ ಯಾವುದೇ ಮಾತನ್ನೂ ಹೇಳಿರಲಿಲ್ಲ....ಆದರೆ ಇನ್ನೂ ಸಾಧ್ಯವಿಲ್ಲ! ಎಲ್ಲದಕ್ಕೂ ಒಂದು ಮಂಗಳ ಹಾಡಬೇಕು ಎಂಬ ಗಟ್ಟಿ ನಿರ್ಧಾರದಿಂದ ಬೇಗ ಮಹಡಿಯ ಮೆಟ್ಟಿಲುಗಳನ್ನು ಹತ್ತಿ ಬೆಡ್ರೂಮ್ ಪ್ರವೇಶಿಸಿದಾಗ ಅಲ್ಲಿ ಅವನಿಗೆ ಇನ್ನೊಂದು ಅಚ್ಚರಿ ಕಾದಿತ್ತು.

ಸುನೀತಾ ಮಲಗಿ ಬಿಟ್ಟಿದ್ದಳು!!

ಆದರೆ ಕಣ್ಣುಗಳು ಅಗಲವಾಗಿ ತೆರೆದಿದ್ದವು! ಯೋಚಿಸುತ್ತಿದ್ದಾಳೆ ಎನ್ನುವಂತ ಭಾವ ಮುಖದ ಮೇಲಿರಲಿಲ್ಲ! ಚಾವಣಿಯಲ್ಲಿ ಬೆಳಗುತ್ತಿದ್ದ ಡೆಕೋರೇಟಿವ್ ಬಲ್ಬುಗಳನ್ನು ತದೇಕ ದೃಷ್ಟಿಯಿಂದ ನೋಡುತ್ತಿದ್ದಳು.

ಅವಳ ಸ್ಥಿತಿ ನೋಡುತ್ತಲೇ ವಿವೇಕದಲ್ಲಿ ಉದ್ಭವವಾಗಿದ್ದ ಎಲ್ಲ ಪ್ರಶ್ನೆಗಳೂ ಕಮರಿದವು. ಬಹುಶಹ ಸುನೀತಾಗೆ ಆರೋಗ್ಯ ಸರಿ ಇಲ್ಲ. ಇದ್ದಿದ್ದರೆ ಆಕೆ ಹೀಗೆ, ಈ ಸಮಯದಲ್ಲಿ ಹಾಸಿಗೆಯಲ್ಲಿ ಮಲಗಿರುತ್ತಿರಲಿಲ್ಲ. ಬದಲಿಗೆ ಕಿಚ್ಚನನಲ್ಲಿ ತಮ್ಮಿಬ್ಬರಿಗಾಗಿ ಊಟವನ್ನು ತಯಾರಿಸುವ ಕೆಲಸದಲ್ಲಿರುತ್ತಿದ್ದಳು.

"ಸುನಿ ಡಾರ್ಲಿಂಗ್ ಏನಾಗಿದೆ? ಆರ್ ಯು ನಾಟ್ ವೆಲ್?"

ವಿವೇಕ ತನ್ನ ಕೋಪ, ಅನುಮಾನವನ್ನು ಹತ್ತಿಕ್ಕಿಕೊಂಡು ಮೃದುವಾಗಿ ಆಕೆಯನ್ನು ಕೇಳಿದ.

"ಏನಾಗಿದೆ ನನಗೆ ಗೊತ್ತಿಲ್ಲ ಯಾವುದಕ್ಕೂ ಉತ್ಸಾಹ ಇಲ್ಲ....ಏನು ಮಾಡಬೇಕು ಎಂದು ತೋಚುತ್ತಿಲ್ಲ"

ಆಗಸ್ಟೇ ವಿವೇಕನ ಕಡೆಗೆ ತಿರುಗಿದ್ದಳು ಸುನೀತಾ.

"ಏನಾಯಿತು ನನ್ನ ಮುದ್ದು ಸುನಿಗೆ?"

ವಿವೇಕ ಆಕೆಯ ಹತ್ತಿರ ಬಂದು ಅವಳ ಹಣೆಯ ಮೇಲೆ ಕೈ ಇಟ್ಟು ನೋಡಿದ. ಉಷ್ಣಾಂಶ ಸ್ವಲ್ಪ ಹೆಚ್ಚಿದ್ದಂತಿತ್ತು.

ರಕ್ತದ ಒತ್ತಡ ಏರುಪೇರಾಗಿರಬಹುದು ಎಂಬ ಅನುಮಾನವಾಯಿತು. ಹಿಂದೊಮ್ಮೆ ರಕ್ತದ ಒತ್ತಡ ಕುಸಿದಿತ್ತು, ಆಗ ಸುನಿತಾ ಹೀಗೆ ಇಡೀ ಒಂದು ದಿನ ಮಲಗಿದ್ದಲ್ಲಿಯೇ ಮಲಗಿದ್ದಳು. ಈಗ ಕೂಡ ಅಂತ ಪರಿಸ್ಥಿತಿ ಒದಗಿದೆಯೇ?

ವಿವೇಕ ಟೇಬಲ್ ಪಕ್ಕದ ಮಂಚದ ಪಕ್ಕದ ಡ್ರಾಯರ್ನಲ್ಲಿದ್ದ ರಕ್ತದ ಒತ್ತಡ ಅಳೆಯುವ ಸಾಧನವನ್ನು ತೆಗೆದು ಸುನಿತಾಳ ತೋಳಿಗೆ ಸುತ್ತಿ ಸ್ವಿಚ್ ಆನ್ ಮಾಡಿದ.

ಬಿ.ಪಿ ಯಂತ್ರದ ಡಯಲ್ ಮೇಲೆ 'ಎರರ್' (ತಪ್ಪಾಗಿದೆ) ಎಂದು ಕಾಣಿಸಿತು!!

ವಿವೇಕನ ಮುಖ ಗಂಟಿಕ್ಕಿತು! ಏಕೆ ಎರರ್ ತೋರಿಸುತ್ತಿದೆ ಎಂದು ಗೊಂದಲವಾಯಿತು.

ಮತ್ತೊಮ್ಮೆ ಸ್ವಿಚ್ ಆನ್ ಮಾಡಿ ನೋಡಿದ. ಆಗಲೂ ಎರರ್ ಎಂದೇ ತೋರಿಸಿತು!!

ಏನಾಗಿರಬಹುದು? ಒಂದು ಸುನೀತಾಳ ರಕ್ತದ ಒತ್ತಡ ಅಳೆಯಲಾರದಷ್ಟು ಹೆಚ್ಚಾಗಿರಬಹುದೆ?

"ಏನಾಯಿತು?" ಕೇಳಿದಳು ಸುನೀತಾ!

"ಏನಿಲ್ಲ...? ಎಲ್ಲಾ ಸರಿಯಾಗಿದೆ" ವಿವೇಕ ಸುಳ್ಳು ಹೇಳಿದ! ಅವನ ತಲೆಯಲ್ಲೇನೋ ಲೆಕ್ಕಾಚಾರ ನಡೆದಿತ್ತು!!

19

ಅಧ್ಯಾಯ

"ಸ್ವಲ್ಪ ಬಿಪಿ ಹೆಚ್ಚಾಗಿದೆ ಆದರೆ ಆತಂಕಕ್ಕೆ ಕಾರಣ ಇಲ್ಲ"

ವಿವೇಕನ ಮಾತಿಗೆ ಸುನೀತಾಳ ಪ್ರತಿಕ್ರಿಯೆ ಇರಲಿಲ್ಲ. ಆ ಮಾತು ತನಗೆ ಹೇಳಿಲ್ಲ ಎಂಬಂತಿದ್ದಳು.

"ಲ್ಯಾಬಿಂದ ಬಂದ ಮೇಲೆ ಕಾಫಿ ಕುಡಿದೆಯಾ?"

ಕೇಳಿದ ವಿವೇಕ.

"ಇಲ್ಲ"

"ಏನೂ ಯೋಚನೆ ಬೇಡ, ಎಲ್ಲ ಸರಿ ಹೋಗುತ್ತೆ. ನಾನೇ ಇವತ್ತು ಕಾಫಿ ಮಾಡಿ ತರ್ತೀನಿ" ಎಂದು ವಿವೇಕ ಸುನೀತಾ ಹಣೆಗೆ ಮುತ್ತಿಟ್ಟು ಕೆನ್ನೆ ತಟ್ಟಿದ.

ಹಿಂದೆ ಅಂತಹ ಸಂದರ್ಭದಲ್ಲಿ ವಿವೇಕನನ್ನು ಬರಸೆಳೆದು ಅಪ್ಪಿಕೊಳ್ಳುತ್ತಿದ್ದಳು! ಆದರೆ ಇಂದು ಸುನೀತ ಸುಮ್ಮನೆ ವಿವೇಕನ ಮುಖ ನೋಡುತ್ತಿದ್ದಳು.

ವಿವೇಕ ಕೆಳಗಿಳಿದು ಕಿಚ್ಚನಿಗೆ ಹೋಗಿ ಕಾಫಿ ಮಾಡಿಕೊಂಡು ಮೇಲೆ ಬಂದು ನೋಡಿದಾಗ ಸುನೀತಾ ತನ್ನಷ್ಟಕ್ಕೆ ತಾನೇ ನಗುತಿದ್ದಳು!

"ಏನು ಅಷ್ಟೊಂದು ಖುಷಿ ಕೊಡುವ ವಿಷಯ? ನನಗೂ ಹೇಳು ನಾನೂ ನಗುತ್ತೇನೆ"

ವಿವೇಕ ಹಾಸ್ಯ ಮಾಡಿದ.

"ಖುಷಿಯಾದರೆ ನಗಬೇಕೆ?"

ಸುನೀತಾಳ ಮಾತು ಅಸಂಬದ್ಧವಾಗಿತ್ತು!!

ಆಕೆ ಪ್ರಶ್ನೆಗೆ ಉತ್ತರಿಸದೆ ವಿವೇಕ ಆಕೆಯ ಕೈಗೆ ಕಾಫಿ ಕಪ್ಪು ಕೊಟ್ಟ. ತನಗೆ ಕೂಡ ಕಾಫಿ ತಂದಿದ್ದ. ಇಬ್ಬರೂ ಮೌನದಿಂದ ಕಾಫಿ ಕುಡಿದರು. ವಿವೇಕ ಆಗಾಗ್ಗೆ ಸುನೀತಾಳತ್ತ ನೋಡುತ್ತಿದ್ದ. ಸುನೀತಾ ಮಾತ್ರ ನಿರ್ಭವುಕತೆಯಿಂದ ವಿವೇಕನನ್ನು ನೋಡುತ್ತಿದ್ದಳು.

ಸುನೀತಾ ಹಿಂದೆ ಹೀಗಿರಲಿಲ್ಲ. 'ರಕ್ತದ ಒತ್ತಡಕ್ಕೆ ಆ ಬಿಪಿ ಆಪರೇಟಸ್ ಏಕೆ ಬೇಕ? ನನ್ನೆದೆಗೆ ಕಿವಿ ಇಟ್ಟು ಕೇಳು, ಅದು ಡಬ್ ಡಬ್ ಅಂತ ಶಬ್ದ ಮಾಡುವುದಿಲ್ಲ ಬದಲಿಗೆ ವಿವೇಕ್ ವಿವೇಕ್ ಎನ್ನುತ್ತೆ" ಎಂದು ಹೇಳುತ್ತಿದ್ದಳು. ಜ್ವರ ಬಂದಿದೆಯಾ ಎಂದರೆ ಕೆನ್ನೆಗೆ ಮುತ್ತಿಟ್ಟು 'ಈಗ ಹೇಳು ಜ್ವರ ಇದೆಯೇ ಇಲ್ಲವೋ.' ಎನ್ನುತ್ತಿದ್ದಳು. ಅಂತಹ ಶೃಂಗಾರದ ರಸ ಬುಗ್ಗೆ ಸುನೀತ, ಇಂದು ನಿರ್ಲಿಪ್ತಳಾಗಿ, ನಿರ್ಭಾವುಕಳಾಗಿ ಹಾಸಿಗೆಯ ಮೇಲೆ ಮಲಗಿದ್ದಾಳೆ!

ಬಿಪಿ ಯಂತ್ರ ಸುನೀತಾಳ ರಕ್ತದೊತ್ತಡವನ್ನು ಅಳೆಯುವುದರಲ್ಲಿ ವಿಫಲವಾಗಿತ್ತು. ಅದಕ್ಕೇನು ಕಾರಣ ತಿಳಿಯಲಿಲ್ಲ. ಬ್ಯಾಟರಿ ಸೆಲ್ಲುಗಳು ವೀಕ್ ಆಗಿರಬಹುದು. ಅಂತ ಸಂದರ್ಭದಲ್ಲಿ ಆಪರೇಟಸ್ ತಪ್ಪು ಮಾಹಿತಿ ನೀಡುತ್ತದೆ, ಅತವಾ 'ಎರರ್' ಸ್ಟೇಟಸ್ ತೋರಿಸುತ್ತದೆ. ಅದಕ್ಕೆ ಪರಿಹಾರ ಹೊಸ ಸೆಲ್ಲುಗಳಲ್ಲಿದೆ. ಹೊಸ ಸೆಲ್ಲುಗಳನ್ನು ಸೇರಿಸಿ ಮತ್ತೆ ಬಿಪಿ ಚೆಕ್ ಮಾಡುವುದು. ವಿವೇಕ ಮೊಬೈಲ್ ಸಲ್ಲುಗಳನ್ನು ಹುಡುಕಿ ಬದಲಾಯಿಸಿದ. ಹೊಸ ಸೆಲ್ಲುಗಳೊಂದಿಗೆ ಆಕೆಯ ರಕ್ತದೊತ್ತಡವನ್ನು ಮತ್ತೆ ಪರಿಶೀಲಿಸಿದ.. ಮತ್ತೆ ಅದೇ ರೀತಿಯ ರೀಡಿಂಗ್ ಬಂದಿತು!! ಇದೊಂದು ತರ್ಕಕ್ಕೆ ಸಿಗದ ವಿಚಿತ್ರ ಎನಿಸಿತು. ಅಥವಾ ಬಿಪಿ ಆಪರೇಟಸ್ ಕೆಟ್ಟು ಹೋಗಿದೆಯೇ?

ಇನ್ನೊಂದು ಅಚ್ಚರಿ ಎಂದರೆ ಇದುವರೆಗೂ ನಾಲ್ಕು ಸಲ ಬಿಪಿ ಚೆಕ್ ಮಾಡಿದರು ಸುನಿತಾ 'ಇಷ್ಟು ಸಲ ಏಕೆ ಚೆಕ್ ಮಾಡುತ್ತಿದ್ದೀಯ?' ಎಂದು ಕೇಳಿರಲಿಲ್ಲ! ಅದರ ಬಗೆಗೆ ಚಕಾರ ಎತ್ತಿಲ್ಲ! ಸೆಲ್ ಬದಲಾಯಿಸಿ ಮತ್ತೆ ಚೆಕ್ ಮಾಡಿದಾಗಲೂ ಕೇಳಲಿಲ್ಲ! ಎಷ್ಟೊಂದು ಸಲ ತಾನು ಬಿಪಿ ಚೆಕ್ ಮಾಡಿತ್ತು ಆಕೆಗೆ ಏನೂ ಅನಿಸುತ್ತಿಲ್ಲವೆ? ವಿಚಿತ್ರವೆನಿಸಿತು ವಿವೇಕನಿಗೆ.

ಬಿಪಿ ಆಪರೇಟಸ್ ಕೆಟ್ಟಿದ್ದರೆ ತನ್ನ ರಕ್ತದೊತ್ತಡ ಕೂಡ ಅಳೆದರೆ ಅದು ಎರರ್ ತೋರಿಸಬೇಕು ಎಂದು ತರ್ಕಿಸಿ, ವಿವೇಕ ತನ್ನ ಕೈಗೆ ಬಿಪಿ ಆಪರೇಷನ್ ಹೊಂದಿಸಿಕೊಂಡು ಸ್ವಿಚ್ ಆನ್ ಮಾಡಿದ. ಕಂಪ್ರೆಸರ್ ಆನ್ ಆಯಿತು...ಕೊನೆಗೆ ಒಮ್ಮೆಲೇ ಕಂಪ್ರೆಸರ್ ಒತ್ತಡ ಕಡಿಮೆಯಾಗಿ ರೀಡಿಂಗ್ ತೋರಿಸಿತು. ಕೆಳಗಿನ ರಕ್ತದೊತ್ತಡ ಎಂಬತ್ತು ಮತ್ತು ಮೇಲಿನ ರಕ್ತದ ಒತ್ತಡ ನೂರಿಪ್ಪತ್ತು ಎಂದು ತೋರಿಸಿತು. ಅಂದರೆ ತಾನು ಸ್ವಸ್ಥನಾಗಿರುವೆ! ಬಿಪಿ ಆಪರೇಟಸ್ ಕೂಡ

ಸುಸ್ಥಿತಿಯಲ್ಲಿದೆ! ಆದರೆ ಸುನೀತಳ ರಕ್ತದ ಒತ್ತಡ ಅಳೆಯಲು ಹೋದಾಗ 'ಎರರ್' ಎಂಬ ಸಂದೇಶ ಏಕೆ ಬಂತು?

ಪುಂಖಾನುಪುಂಖವಾಗಿ ಚಿತ್ರ ವಿಚಿತ್ರ ಘಟನೆಗಳು ನಡೆಯುತ್ತಿರುವುದಕ್ಕೆ ವಿವೇಕ ಹೈರಾಣಾಗಿದ್ದ. ಸುನೀತಾಳ ಒಂದು ಗಂಟೆಯ ಗ್ಯೆರನ್ನು ಹುಡುಕಲು ಹೋಗಿ ತಾನು ವಿಚಿತ್ರ ಸಂದೇಹಗಳ ಸುಳಿಯಲ್ಲಿ ಸಿಕ್ಕಿಕೊಳ್ಳುತ್ತಿದ್ದೇನೆ ಎನಿಸಿತು.

ವಿವೇಕನ ಮನಸ್ಸಿನಲ್ಲಾಗುತ್ತಿರುವ ತುಮುಲದ ಕಲ್ಪನೆಯೂ ಇಲ್ಲದಂತೆ ಸುನೀತಾ ಮಲಗಿಬಿಟ್ಟಿದ್ದಳು!!

ಇನ್ನು ಆಕೆ ರಾತ್ರಿಯ ಊಟವನ್ನು ತಯಾರಿಸಲಾರದು ಎಂಬುದು ಖಾತ್ರಿಯಾಯಿತು. ಇನ್ನು ಬೇರೆ ಮಾರ್ಗ ಕಾಣದೆ ವಿವೇಕ ಬೆಡ್ರೂಮಿನಿಂದ ಈಚೆ ಲಿವಿಂಗ್ ರೂಮಿಗೆ ಬಂದ. ಅಡಿಗೆ ಮಾಡಲು ಮನಸ್ಸು ಬರಲಿಲ್ಲ! ನಡೆಯುತ್ತಿರುವ ಘಟನೆಗಳು ಅವನ ಉತ್ಸಾಹವನ್ನು ಕಮರಿಸಿದ್ದವು!

ಹೋಟೆಲ್ನಿಂದ ಊಟ ತರಿಸುವ ಯೋಚನೆ ಬಂದು ಆನ್ಲೈನ್ ನಲ್ಲಿ ಆರ್ಡರ್ ಮಾಡಿದ.

ಸುನೀತಾ ಸ್ಥಿತಿ ಹೇಗಿದೆ ಎಂದು ನೋಡಬೇಕೆನ್ನಿಸಿತು. ಮತ್ತೆ ಸುನೀತಾ ಮಲಗಿದ್ದೆಡೆಗೆ ಬಂದು ಆಕೆಯ ಮುಖ ನೋಡಿದ. ಶಾಂತವಾದ ಮುಖಮುದ್ರೆಯ ಸುನೀತಾಳನ್ನು ನೋಡಿ ಅನುಕಂಪ ಮೂಡಿತು! ತನ್ನಲ್ಲಾದಂತೆ ಅವಳ ಮನಸ್ಸಿನಲ್ಲೂ ಸಂಘರ್ಷ ನಡೆಯುತ್ತಿರಬೇಕು..ಪಾಪ..ಆಕೆಯ ಬಗೆಗೆ ಎಷ್ಟೊಂದು ಅನುಮಾನಪಡುತ್ತಿದ್ದೇನೆ?

ಯಾವ ಕಾರಣಕ್ಕೋ ಸುನೀತಾ ಎಚ್ಚರಗೊಂಡು ವಿವೇಕನನ್ನು ನೋಡಿದಳು.

"ನೀನಿವತ್ತು ಆರಾಮವಾಗಿ ಮಲಗಿ ನಿದ್ರೆ ಮಾಡು, ನಾಳೆ ಲ್ಯಾಬಿಗೂ ರಜಾ ಹಾಕಿಬಿಡು, ನಾನೀಗ ಊಟ ಹೊರಗಿನಿಂದ ತರಿಸುತ್ತಾ ಇದ್ದೇನೆ"

ಎಂದು ಹೇಳಿ ಸುನಿತಾಳ ಮುಖ ನೋಡಿದ.

"ಥ್ಯಾಂಕ್ ಯು...ಆದರೆ ಲಾಬಿಗೆ ರಜಾ ಹಾಕೊಲ್ಲ ನಾನು ಹೋಗ್ಲೇಬೇಕು"

ಗಟ್ಟಿ ನಿರ್ಧಾರ ಆಕೆಯದು.

"ಆರೋಗ್ಯ ಸರಿ ಇಲ್ಲದಿದ್ದರೆ ಹೋಗಿ ಏನು ಮಾಡುತ್ತೀಯಾ? ಸುಮ್ಮನೆ ವಿಶ್ರಾಂತಿ ತಗೋ"

"ಇಲ್ಲ ನಾಳೆ ನಾನು ಸುಧಾರಿಸಿಕೊಂಡಿರುತ್ತೇನೆ, ಲ್ಯಾಬಿಗೆ ಹೋಗಲೇಬೇಕು "

ಆಕೆಯ ಮಾತಿಗೆ ವಿವೇಕ ಮೌನ ಧಾರಣೆ ಮಾಡಿದ. ಆಕೆಯ ಹಠಮಾರಿ ಧೋರಣೆ ಸ್ಪಷ್ಟವಾಗಿತ್ತು.

***

ಕಾಲಿಂಗ್ ಬೆಲ್ ಶಬ್ದವಾದಾಗ ವಿವೇಕ ಕೆಳಗಿಳಿದು ಬಂದು ಡೋರ್ ತೆಗೆದು ಹೋಟೆಲ್ನಿಂದ ಬಂದಿದ್ದ ಆಹಾರದ ಪ್ಯಾಕೆಟ ಪಡೆದುಕೊಂಡು ಡೈನಿಂಗ್ ಹಾಲಿಗೆ ಬಂದ.

"ಸುನಿ ಡಾರ್ಲಿಂಗ್, ಊಟ ಬಂದಿದೆ ಮೆಲ್ಲನೆ ಎದ್ದು ಕೆಳಗೆ ಬಾ...ಆಗೊಲ್ಲ ಎಂದರೆ ಮೇಲಕ್ಕೆ ಊಟ ತರುತ್ತೇನೆ"

ಎಂದು ದನಿಯ ಎತ್ತರಿಸಿ ಸುನಿತಾಳಗೆ ಕೇಳುವಂತೆ ವಿವೇಕ ಹೇಳಿದ.

ಊಟದ ಪ್ಯಾಕೆಟ್ ಬಿಚ್ಚಿ ಎಲ್ಲವನ್ನು ಡೈನಿಂಗ್ ಟೇಬಲ್ ಮೇಲೆ ಹರಡಿ ಎರಡು ಪ್ಲೇಟ್ ಮತ್ತು ನೀರು ತುಂಬಿದ ಗ್ಲಾಸ್ಗಳನ್ನು ಟೇಬಲ್ ಮೇಲಿಟ್ಟು ಸುನೀತಾಗಿ ಕಾಯುತ್ತಿದ್ದ.

ಹತ್ತು ನಿಮಿಷಗಳಾದರೂ ಸುನೀತಾ ಕೆಳಗೆ ಬರಲೇ ಇಲ್ಲ. ಅನುಮಾನಿಸಿ ವಿವೇಕ ತಾನೇ ಸುನೀತಳನ್ನು ಕರೆದುಕೊಂಡು ಬರಲು ಮಹಡಿಯ ಮೆಟ್ಟಿಲುಗಳನ್ನು ಹತ್ತುವಾಗ ಸುನೀತಾ ಮೇಲಿನ ಮೆಟ್ಟಿಲುಗಳ ತುದಿಯಲ್ಲಿ ಕಾಣಿಸಿದಳು.

"ನಾನೇ ಬರ್ತಾ ಇದ್ದೆ.."

ಎಂದು ಹೇಳುತ್ತಾ ಆಕೆ ಮಹಡಿಯ ಮೆಟ್ಟಿಲುಗಳನ್ನು ಇಳಿಯ ತೊಡಗಿದಳು ವಿವೇಕ ವಾಪಸ್ಸು ಡೈನಿಂಗ್ ಟೇಬಲ್ ಬಳಿಗೆ ಬಂದ.

ಸುನೀತಾ ಬಂದು ವಿವೇಕನ ಪಕ್ಕದಲ್ಲಿ ಕುಳಿತಳು. ವಿವೇಕ ಅವಳ ಹಣೆಯ ಮೇಲೆ ಕೈ ಇಟ್ಟು ನೋಡಿದ.

ಸ್ವಲ್ಪ ಉಷ್ಣಾಂಶ ಏರಿದಂತಿತ್ತು, ಆದರೆ ತೀವ್ರವಾಗಿರಲಿಲ್ಲ; ಜ್ವರದ ಲಕ್ಷಣಗಳು ಇರಲಿಲ್ಲ.

"ಜ್ವರ ಇಲ್ಲ"

ಆಕೆಗೆ ಸಮಾಧಾನವಾಗಲಿ ಎಂದು ಹೇಳಿದ.

"ಜ್ವರ?" ಸುನೀತಾ ತನಗೆ ತಾನೇ ಹೇಳಿಕೊಂಡಂತೆ ಭಾಸವಾಯಿತು.

ವಿವೇಕ ಆಶ್ಚರ್ಯಯಿಂದ ಆಕೆ ಕಡೆಗೆ ನೋಡಿದ. ಆಕೆಯಿಂದ ಮತ್ತೆ ಯಾವ ಪ್ರತಿಕ್ರಿಯೆಯು ಇರಲಿಲ್ಲ.

ಮೌನದಲ್ಲಿ ಊಟ ಸಾಗಿತು ವಿವೇಕ ಆಕೆ ಊಟ ಮಾಡುತ್ತಿದ್ದ ರೀತಿಯನ್ನು ಗಮನಿಸಿದ. ಏನೋ ಅಸಹಜತೆ ಕಂಡಿತ. ಸುನೀತಾ ಮೊದಲಿನಂತೆ ಇಲ್ಲ!! ವಿವೇಕ ಮನಸ್ಸಿನಲ್ಲಿ ಹೇಳಿಕೊಂಡ.

ಇಂತಹ ಬದಲಾವಣೆಗೆ ಕಾರಣ ಏನು? ತನ್ನ ನೆನಪಿನಲ್ಲಿ ಇರುವಂತೆ ಇದುವರೆಗೂ ಆಕೆಯ ವ್ಯಕ್ತಿತ್ವವನ್ನೇ ಬದಲಿಸುವಂತಹ ಯಾವುದೇ ಘಟನೆಗಳು

ತಮ್ಮಿಬ್ಬರ ನಡುವೆ ನಡೆದಿಲ್ಲ. ಹೊರಗೆ ಆಕೆ ಕೆಲಸ ಮಾಡುವ ಜಾಗದಲ್ಲಿ ಅಂತಹ ಘಟನೆಗಳು ನಡೆದಿರಬಹುದು!! ಅದನ್ನು ಸ್ಪಷ್ಟಪಡಿಸಬೇಕಾದವಳು ಸುನೀತಾಳೆ. ಆದರೆ ಆಕೆ ಎನನ್ನೂ ಹೇಳುತ್ತಿಲ್ಲ! ಬೆಳಗಿನ ಜಾವದ ಒಂದು ಗಂಟೆಯ ಗೈರಿಗೂ ಲ್ಯಾಬಿಗೂ ಏನೋ ಸ್ಪಷ್ಟ ಸಂಬಂಧವಿದೆ! ಅದು ಏನು? ಅದನ್ನು ಹೇಳಬೇಕಾದವಳು ಸುನೀತಾ! ಆದರೆ ಅದರ ಬಗೆಗೆ ಒಂದೇ ಒಂದು ಪದವನ್ನೂ ಹೇಳಿಲ್ಲ!!

***

ರಾತ್ರಿ ಸುನೀತಾ ಮಲಗುವುದನ್ನು ಕಾಯುತ್ತಿದ್ದ ವಿವೇಕ ಮೆಲ್ಲನ್ ಮಾರ್ಜಲ ಹೆಜ್ಜೆಗಳ ಇಡುತ್ತಾ ಮಹಡಿಯ ಮೆಟ್ಟಿಲುಗಳನ್ನು ಇಳಿದು ಡೈನಿಂಗ್ ಹಾಲಿಗೆ ಬಂದ.

20

ಅಧ್ಯಾಯ

ಸುನೀತಾ ಡೈನಿಂಗಿನಲ್ಲಿ ತನ್ನ ಮೊಬೈಲ್ ಫೋನ್ ಬಿಟ್ಟು ಹೋಗಿದ್ದು ನೆನಪಿನಲ್ಲಿತ್ತು. ಸುನೀತಾ ಕಾಲ್ ಮಾಡಿ ಚೀರಿದ್ದು ಆ ಫೋನಿನಲ್ಲಿ ದಾಖಲಾಗಿರುತ್ತದೆ! ಅದನ್ನು ಈಗ ಪರೀಕ್ಷಿಸಬೇಕು! ಸುನೀತಾ ತಾನು ಕಾಲ್ ಮಾಡಿಯೇ ಇಲ್ಲ ಎಂದಿದ್ದಾಳೆ!! ಹಾಗಿದ್ದರೆ ಫೋನ್ ಮಾಡಿದವರು ಯಾರು? ಫೋನಿನಲ್ಲಿ ಚೀರಿದವರು ಯಾರು?

ಬಂದು ಸುನಿತಾಳ ಮೊಬೈಲನ್ನು ಕೈಗೆತ್ತಿಕೊಂಡ ಆಕೆಯ ಪಾಸ್ವರ್ಡ್ ಗೊತ್ತಿತ್ತು ಆ ಪಾಸ್ವರ್ಡ್ ಹಾಕಿ ಮೊಬೈಲನ್ನು ಅನ್ಲಾಕ್ ಮಾಡಿ ಇತ್ತೀಚಿನ ಫೋನ್ ಕಾಲಗಳನ್ನು ನೋಡಿದ. ಆ ಪಟ್ಟಿಯಲ್ಲಿ ತಾನು ಲ್ಯಾಬಿನ ಮುಂದೆ ನಿಂತಿದ್ದ ಸಮಯದಲ್ಲಿ ಆಕೆ ಮಾಡಿದ ಕಾಲ್ ದಾಖಲಾಗಿತ್ತು. ಆದರೆ ಅದಕ್ಕೂ ಹಿಂದಿನ ಕಾಲ್, ತಾನು ಡಾ.ಪರಶುರಾಮ್ ಜೊತೆ ಇದ್ದಾಗ ಮಾಡಿದ ಕಾಲ್ ಇರಲಿಲ್ಲ!! ಅದನ್ನು ಯಾರೋ...ಡಿಲೀಟ್ ಮಾಡಿದ್ದಾರೆ...ಅದು ಸುನೀತಾಳೋ ಕೆಲಸವೇ?!! ತಾನೇ ಚೀರಿ, ತನ್ನ ಕಾಲ್ ತಾನೇ ಏಕೆ ಡಿಲೀಟ್ ಮಾಡಿದ್ದಾಳೆ!!? ಇದೆಂತಹ ವಿಸ್ಮಯ?

ಹಾಗೆ ಮಾಡಲು ಕಾರಣ? ಯಾರು ಅಳಿಸಿದ್ದಾರೆ? ಆ ಕಾಲ್ ದಾಖಲೆ ಡಿಲೀಟ್ ಮಾಡುವ ಉದ್ದೇಶ ಏನಿತ್ತು? ಆ ಕಾಲ್ ತನ್ನ ಮೊಬೈಲಲ್ಲಂತೂ ದಾಖಲಾಗಿದೆ. ಇನ್ನು ಈ ಫೋನಿನಲ್ಲಿ ಅದನ್ನು ಡಿಲೀಟ್ ಮಾಡಿ ಉದ್ದೇಶ ಏನು? ಅದು ತನಗೆ ತಿಳಿಯಬಾರದು ಎಂದೇ ಇರಬೇಕು! ಎಲ್ಲವೂ ಗೋಜಲು ಗೋಜಲು! ಗೊಂದಲಮಯ! ಇಷ್ಟೆಲ್ಲ ಮಾಡಿದ್ದಕ್ಕೆ ಏನಾದರೂ ಉದ್ದೇಶ ಇರಬೇಕು!! ಆ ಉದ್ದೇಶ ಏನು ಎನ್ನುವುದು ಗೊತ್ತಾಗುತ್ತಿಲ್ಲ! ಸುನೀತಾ ಸ್ವಸ್ಥಳಾಗಿದ್ದಾಳೆ

ಯಾವುದೇ ತೊಂದರೆ ಇಲ್ಲ! ಕೆಲವು ಗಂಟೆಗಳ ಹಿಂದೆ ಬಿಪಿ ಆಪರೇಟಸ್ ತೋರಿಸಿದ 'ಎರರ್' ಹೊರತಾಗಿ ಆಕೆ ಸಾಮಾನ್ಯ ಸ್ಥಿತಿ ಚೆನ್ನಾಗಿ ಇದೆ. ಆದರೆ ಬಿಪಿ ಆಪರೇಟಸ್ 'ಎರರ್' ತೋರಿಸಿದ್ದೇಕೆ? ತನ್ನ ದೇಹದ ರಕ್ತದೊತ್ತಡ ಸರಿಯಾಗಿ ಅಳೆದು ತೋರಿಸಿದ ಆಪರೇಟಸ್ ಸುನೀತಾ ವಿಷಯದಲ್ಲಿ 'ಎರರ್' ತೋರಿಸಿದ್ದೇಕೆ? ತರ್ಕಕ್ಕೆ ಸಿಗದ ವಿಷಯವಾಗಿತ್ತು!

ತಾನು ಹಾಸಿಗೆಯಿಂದ ಎದ್ದು ಕೆಳಗ ಬಂದಿದ್ದನ್ನು ಸುನೀತಾ ನೋಡಿರಬಹುದೆ? ಸುನೀತಾ ನಿದ್ರೆಯ ನಮೂನೆ ಕಳೆದೊಂದು ತಿಂಗಳಿಂದ ಬದಲಾಗಿದೆ. ರಾತ್ರಿ ಹತ್ತೂವರೆಯ ಸಮಯಕ್ಕೆ ಮಲಗಿದರೆ ಬೆಳಗಿನ ನಾಲ್ಕು ಗಂಟೆಯವರೆಗೂ ಮೈಮೇಲೆ ಎಚ್ಚರವಿಲ್ಲದಂತೆ ಮಲಗುತ್ತಾಳೆ. ಕರಾರುವಾಕ್ಕಾಗಿ ನಾಲ್ಕು ಗಂಟೆಗೆ ಯಂತ್ರದ ಎದ್ದು ಬಿಡುತ್ತಾಳೆ! ಆ ಸಮಯ ಅವಳಿಗೆ ಹೇಗೆ ಗೊತ್ತಾಗುತ್ತದೆ! ಆ ಸಮಯಕ್ಕೆ ಸರಿಯಾಗಿ ಹೇಗೆ ಏಳುತ್ತಾಳೆ..? ಆಶ್ಚರ್ಯ!! ಬಹುಶಃ ತಾನು ಗಡಿಯಾರದಲ್ಲಿ ವೈಬ್ರೇಶನ್ ಮೋಡಿನಲ್ಲಿ ಅಲಾರಂ ಇಟ್ಟುಕೊಂಡ ರೀತಿಯಲ್ಲೇ ಆಕೆ ಕೂಡ ಅಲಾರಂ ಇಟ್ಟುಕೊಂಡಿರಬಹುದು! ಮತ್ತೆ ಅದೇ ರೀತಿ, ಸರಿಯಾಗಿ ಒಂದು ಗಂಟೆ ನಂತರ ವಾಪಸ್ಸು ಬಂದು ಮಲಗುತ್ತಾಳೆ.

ಎಲ್ಲದರ ಹಿಂದೆ ಏನೋ ರಹಸ್ಯ ಇದೆ. ಆ ರಹಸ್ಯಕ್ಕೊಂದು ಉದ್ದೇಶವಿದೆ! ಆ ಉದ್ದೇಶ ತಿಳಿದರೆ ರಹಸ್ಯ ಸ್ಫೋಟವಾದಂತೆ!! ಪೊಲೀಸರ ತನಿಖೆಯಲ್ಲಿ ಅಪರಾಧದ ಹಿಂದೆ ಮೊದಲು ಹುಡುಕುವುದು ಉದ್ದೇಶ...ಅಂದರೆ ಮೋಟಿವೇಶನ್. ಈ ಅಪರಾಧವನ್ನು ಮಾಡಲು ಅಪರಾಧಿಗೆ ಯಾವ ಉದ್ದೇಶ ಇತ್ತು ಎನ್ನುವುದು ಬಹಳ ಮುಖ್ಯ. ಉದ್ದೇಶ ತಿಳಿದುಕೊಂಡರೆ ಅಪರಾಧಿಯ ಕಾರ್ಯ ವಿಧಾನ ಗೋಚರವಾಗುತ್ತದೆ. ಇದನ್ನು ಪೊಲೀಸರ ಭಾಷೆಯಲ್ಲಿ ಮೋಟಿವೇಶನ್ ಮತ್ತು ಮೋಡಸ್ ಅಪರಾಂಡಿ ಎಂದು ಕರೆಯುತ್ತಾರೆ.

ತಾನೀಗ ಮಾಡಬೇಕಾಗಿರುವುದು ಅದೇ ಕೆಲಸ. ಮೊದಲು ಉದ್ದೇಶವನ್ನು ಅಥವಾ ಮೋಟಿವೇಶನನ್ನು ಸ್ಪಷ್ಟವಾಗಿ ತಿಳಿದುಕೊಳ್ಳಬೇಕು. ಅದು ತಿಳಿದರೆ ಯಾವ ಕಾರ್ಯವಿಧಾನ ಅಳವಡಿಸಿಕೊಂಡಿದ್ದಾರೆ ಎನ್ನುವುದು ಗೊತ್ತಾಗುತ್ತದೆ. ಮರುಕ್ಷಣವೇ ವಿವೇಕನಿಗೆ ತನ್ನ ಬಗೆಗೆ ಪಾಪ ಪ್ರಜ್ಞೆ ಕಾಡಿತು. ಅಂದರೆ ಈಗ ತಾನು ಸುನಿತಾಳನ್ನು ಅಪರಾಧಿಯ ಸ್ಥಾನದಲ್ಲಿ ನೋಡುತ್ತಿದ್ದೇನೆ!! ಆಕೆ ತನ್ನ ಅರ್ಧಾಂಗಿ, ಪ್ರೀತಿಸಿ ಮದುವೆಯಾದವಳು, ತನ್ನ ಜೀವನಕ್ಕೊಂದು ಅರ್ಥ ಕೊಟ್ಟವಳು! ಸಂಗಾತಿಯಾಗಿ ತನ್ನ ಬದುಕಿನ ಉದ್ದಕ್ಕೂ ಉಳಿಯಲಿರುವವಳು!! ಅವಳ ಬಗೆಗೆ ತಾನು ಈ ರೀತಿ ಯೋಚಿಸುವುದು ಸರಿಯೇ? ಆಕೆ ಅಪರಾಧಿಯೇ? ಅಂತ ಅಪರಾಧ ಏನು ಮಾಡಿದ್ದಾಳೆ? ಬೆಳಗಿನ ಜಾವ ಒಂದು ಗಂಟೆ ಎದ್ದು ಹೋಗಿ

ವಾಪಸ್ಸು ಬರುವುದು ಬಿಟ್ಟರೆ, ಆಕೆ ತನಗೆ ಯಾವ ಅಪಾಯವನ್ನು ಮಾಡಿಲ್ಲ! ಹಾಗಿರುವಾಗ ಅವಳನ್ನು ಅಪರಾಧಿ ಎಂದೇಕೆ ತಾನು ಯೋಚಿಸುತ್ತಿರುವೆ! ಆದರೆ ಇನ್ನೊಂದು ಮಗ್ಗುಲಲ್ಲಿ ನೋಡಿದರೆ ಆಕೆಯ ಒಂದು ಗಂಟೆಯ ಗೈರು ನಿಜಕ್ಕೂ ಅಪರಾಧವೆ!! ಯಾವ ಪತಿ ತಾನೇ ತನ್ನ ಪತ್ನಿಯ ಒಂದು ಗಂಟೆಯ ಗೈರನ್ನು ಸಹಿಸಬಲ್ಲನು? ಆ ಗೈರಿಗೆ ಯಾವ ಉತ್ತರವೂ ಈವರಿಗೆ ಸಿಕ್ಕಿಲ್ಲ...ಆಕೆ ಹೇಳಿಯೂ ಇಲ್ಲ..ಅಂದರೆ ಅದು ಅಪರಾಧವೇ! ಹೀಗಾಗಿ ತಾನು ಆಕೆಯ ಬಗೆಗೆ ಯೋಚಿಸುತ್ತಿರುವುದರಲ್ಲಿ ತಪ್ಪೇನೂ ಇಲ್ಲ! ಇದರ ಜೊತೆಗೆ ಇನ್ನೂ ಒಂದು ಆತಂಕದ ವಿಷಯವಿದೆ. ಅದು, ಆಕೆ ಫೋನಿನಲ್ಲಿ ಚೀರಿದ್ದು!! ಹಾಗೆ ಚೀರಬೇಕಾದರೆ ಆಕೆ ಅಪಾಯದಲ್ಲಿ ಇದ್ದಿದ್ದು ಸ್ಪಷ್ಟ! ಆದರೆ ಈಗ ಸುನಿತಾ ಸ್ವಸ್ಥಳಾಗಿದ್ದಾಳೆ. ಚೀರಿದ್ದು ಏಕೆ ಏನೋ ಗೊತ್ತಾಗುತ್ತಿಲ್ಲ..ಅದಕ್ಕೂ ಮೀರಿ ಆ ಫೋನ್ ಕಾಲ್ ಡಿಲೀಟ್ ಆಗಿದೆ! ಅದಕ್ಕೂ ಯಾವುದು ಗಹನವಾದ ಉದ್ದೇಶವಿದೆ. ಆ ಉದ್ದೇಶವನ್ನು ತಿಳಿಯುವುದು ಈಗ ಮುಖ್ಯ. ಅದನ್ನು ಹೇಗೆ ತಿಳಿದುಕೊಳ್ಳುವುದು? ಅದು ಸುನಿತಾಳ ಬಾಯಿಂದಲೇ ಬರಬೇಕು...ಆದರೆ ಈವರೆಗೆ ಆಕೆ ಮಾತನಾಡುವ ಸುಳಿವನ್ನೇ ಕೊಟ್ಟಿಲ್ಲ.

ತಾನೀಗ ಈ ರಹಸ್ಯ ಭೇದಿಸಬೇಕಾದರೆ ಒಬ್ಬ ಪತ್ತೇದಾರನಂತೆ ಕೆಲಸ ಮಾಡಬೇಕು! ತನ್ನ ಉದ್ದೇಶ ಸುನಿತಾಳಲ್ಲಿ ತಪ್ಪು ಕಂಡುಹಿಡಿಯುವುದಲ್ಲ, ಬದಲಿಗೆ ಆಕೆಯನ್ನು ರಕ್ಷಿಸಿಕೊಳ್ಳುವುದು! ಆಕೆ ಖಂಡಿತವಾಗಿಯೂ ಯಾವುದೋ ಅಪಾಯದಲ್ಲಿ ಸಿಲುಕಿದ್ದಾಳೆ! ಕಳೆದ ಕೆಲವು ವಾರಗಳಲ್ಲಿ ಆಕೆಯಲ್ಲಿ ಕಂಡ ಬದಲಾವಣೆ, ಆಕೆ ಸ್ವಭಾವ, ಕೆಲವು ಮಾತುಗಳಿಗೆ ಪ್ರತಿಕ್ರಿಯಿಸುವ ರೀತಿ-ಎಲ್ಲವೂ ವಿಚಿತ್ರವಾಗಿವೆ! ನಿಶ್ಚಯವಾಗಿ ಸುನೀತಾ ಯಾವುದೋ ಅಪಾಯದಲ್ಲಿ ಸಿಲುಕಿದ್ದಾಳೆ!!

ಆ ಅಪಾಯಕ್ಕೂ ಸುನಿತಾ ಕೆಲಸ ಮಾಡುವ ಲ್ಯಾಬಿಗೂ ಏನೋ ಒಂದು ಲಿಂಕ್ ಇದೆ. ಆ ಲಿಂಕ್ ಯಾವುದು? ಅದನ್ನು ಹೇಗೆ ತಿಳಿದುಕೊಳ್ಳಲಿ? ಇನ್ನು ಆಕೆಯ ಒಂದು ಗಂಟೆಯ ಧೈರ್ಯ ಬಗೆಗೆ ತಾನು ತಲೆಕೆಡಿಸಿಕೊಳ್ಳುವುದಿಲ್ಲ...ಬದಲಿಗೆ ಆ ಲ್ಯಾಬಿನಲ್ಲಿ ಏನು ನಡೆಯುತ್ತಿದೆ? ಅಲ್ಲಿ ಸುನೀತಾಗೆ ಯಾವ ರೀತಿಯ ಅಪಾಯ ಎದುರಾಗಿತ್ತು? ಆಕೆ ಆ ಮಟ್ಟದಲ್ಲಿ ಚೀರಬೇಕಾದರೆ ಆಕೆಯ ಮೇಲೆ ಯಾವ ಕೃತ್ಯ ನಡೆಯಲಿತ್ತು? ಈ ಎಲ್ಲವನ್ನೂ ತಿಳಿದುಕೊಳ್ಳಬೇಕು.

ಇದುವರೆಗೂ ತಾನು ಮತ್ತು ಸುನಿತಾ ಪರಸ್ಪರರ ವೃತ್ತಿಯ ವಿಷಯದಲ್ಲಿ ಮೂಗು ತೋರಿಸಿಲ್ಲ. ಆ ಒಂದು ಮುಕ್ತ ವಾತಾವರಣ ತಮ್ಮಿಬ್ಬರ ನಡುವೆ ಇದೆ.

ಆಕೆಯ ಕಾರ್ಯ ಏನು? ಆಕೆಯ ಹುದ್ದೆ ಯಾವುದು? ಆಕೆಗೆ ಬರುತ್ತಿರುವ ಸಂಬಳ ಎಷ್ಟು? ಇದಾವುದನ್ನು ತಾನು ಕೇಳುವ ಗೋಜಿಗೆ ಹೋಗಿಲ್ಲ...ಅದೇ ರೀತಿಯಲ್ಲಿ ಸುನೀತಾ ಕೂಡ ತನ್ನ ಕಾರ್ಖಾನೆಯ ಬಂಡವಾಳ, ಬರುತ್ತಿರುವ ಆದಾಯ, ಆಗುತ್ತಿರುವ ಖರ್ಚು- ಯಾವುದರ ಬಗೆಗೂ ಒಂದು ಚಕಾರವನ್ನು ಎತ್ತಿಲ್ಲ. ತಮ್ಮಿಬ್ಬರ ವೈಯಕ್ತಿಕ ಸ್ವಾತಂತ್ರ್ಯವನ್ನು ಪರಸ್ಪರ ಗೌರವಿಸುತ್ತಿದ್ದೇವೆ. ಈ ಕಾರಣಗಳಿಂದ ಈವರೆಗೆ ಸುನೀತಾ ತನ್ನ ಕೆಲಸದ ಬಗ್ಗೆ ಏನನ್ನು ಹೇಳಿಲ್ಲ. ಆದರೆ ಈಗ ಸಮಯ ಬಂದಿದೆ! ಆಕೆ ಹೇಳಲೇಬೇಕು!! ಯಾವ ವಿಧಾನದಿಂದಾದರೂ ಆಕೆಯ ಬಾಯಿ ಬಿಡಿಸಬೇಕು!!

ಸಾಮ, ದಂಡ, ಭೇದ-ಈ ಮೂರು ವಿಧಾನಗಳಲ್ಲಿ ಯಾವುದನ್ನು ಮೊದಲು ಉಪಯೋಗಿಸಲಿ ವಿವೇಕ ಚಿಂತಿಸಿದ.

ಹಾಗೆ ಯೋಚಿಸುತ್ತಿರುವಾಗಲೇ ಯಾರೋ ಬಾಗಿಲಲ್ಲಿ ಬಂದು ನಿಂತಂತೆ ಆಯಿತು! ತಿರುಗಿ ನೋಡಿದ ವಿವೇಕ್!

ತಾನು ಯಾರನ್ನು ಬರುವುದಿಲ್ಲ ಎಂದು ಖಚಿತವಾಗಿ ತಿಳಿದಿದ್ದೆನೋ ಆಕೆ ಬಂದು ನಿಂತಿದ್ದಳು!

21

ಅಧ್ಯಾಯ

ಬರುವುದಿಲ್ಲ ಎಂದು ತಾನು ಎಂದುಕೊಂಡಿದ್ದ ಸುನೀತಾ ಬಂದಿದ್ದಳು! ಅವಳನ್ನು ನೋಡುತ್ತಲೇ ಅವಾಕ್ಕಾದ ವಿವೇಕ್.

ಒಂದು ಕ್ಷಣ ಬೆಚ್ಚಿದ ವಿವೇಕ್! ಪ್ರಜ್ಞೆಗೆ ಮಂಕು ಕವಿದಂತಾಯಿತು!

ಮರುಕ್ಷಣ ಸಾವರಿಸಿಕೊಂಡ. ತಾನೇಕೆ ಹೆದರಬೇಕು? ಆಕೆಯ ಕಣ್ತಪ್ಪಿಸಿ ಬಂದಿದ್ದೇನೆ ನಿಜ. ಆದರೆ ಆಕೆಗೆ ತೊಂದರೆ ಮಾಡುವ ಉದ್ದೇಶವೇನೂ ತನಗಿಲ್ಲ.

ತಾನು ಕೆಳಗೆ ಬಂದು, ಆಕೆಯ ಮೊಬೈಲಿನ ಪಕ್ಕದಲ್ಲಿ ಕುಳಿತಿರುವುದನ್ನು ಆಕೆ ಹೇಗೆ ಸ್ವೀಕರಿಸುತ್ತಾಳೆ? ಅದಕ್ಕೆ ಆಕೆ ಹೇಗೆ ಪ್ರತಿಕ್ರಿಯಿಸಬಹುದು ಎಂದು ಕಾಯತೊಡಗಿದ.

ಆಕೆಯ ಮುಖದಲ್ಲಿನ ನಿರಾಳ ಭಾವ ನೋಡಿ ವಿವೇಕನಿಗೆ ಧೈರ್ಯ ಬಂತು.

"ಇಲ್ಲೇನು ಮಾಡುತ್ತಿದ್ದೀಯ...?"

ಏನೂ ಆಗಿಲ್ಲದಂತೆ ಸುನೀತಾ ಕೇಳಿದಳು.

"ನಾನು...ನಾನು..?"

ಏನು ಹೇಳಬೇಕೆನ್ನುವುದು ತಿಳಿಯದೆ ವಿವೇಕ ತೊದಲಿದ.

"ಒಳಗೆ ಬಂದು ಮಲಗು.."

ಎಂದಷ್ಟೇ ಹೇಳಿದ ಸುನೀತಾ ಹಿಂತಿರುಗಿದಳು.

"ಸುನೀ..ನಿಲ್ಲು..ನಾನೇನೋ ಕೇಳಬೇಕು.."

ವಿವೇಕ್ ಆಕೆಯನ್ನು ತಡೆಯಲು ಪ್ರಯತ್ನಿಸಿದ.

"ನನಗೆ ನಿದ್ರೆ ಬರುತ್ತಿದೆ..ಏನು ಕೇಳಬೇಕೋ..ಅದನ್ನು ಬೆಳಿಗ್ಗೆ ಕೇಳು.."

ಸುನೀತಾ ಮಾತಾಡುತ್ತಲೇ ಮನೆಯ ಒಳಭಾಗಕ್ಕೆ ತೆರಳಿದಳು!

ವಿವೇಕ ಆಕೆಯ ಒಂದೊಂದು ನಡೆಯನ್ನೂ ಪರೀಕ್ಷಿಕ ದೃಷ್ಟಿಯಿಂದ ಅವಲೋಕಿಸಿದ. ಸುನೀತಾ ಇಷ್ಟೊಂದು ನಿರ್ಭಾವುಕಳಾಗಲು ಕಾರಣವೇನು? ಅದಕ್ಕೆ ಉತ್ತರ ಕೂಡ ಆ ಲ್ಯಾಬಿನಲ್ಲಿಯೇ ಇರಬೇಕು! ಆ ಲ್ಯಾಬು ಈಗ ಸುನೀತಾಳ ಎಲ್ಲ ಸಮಸ್ಯೆಗೂ ಕಾರಣ ಎಂಬ ನಂಬಿಕೆ ಸ್ಪಷ್ಟವಾಗತೊಡಗಿತ್ತು!

ಸುನೀತಾಗೆ ಅಪಾಯವಿರುವುದು ಆ ಲ್ಯಾಬಿನಲ್ಲಿ ಎನ್ನುವುದು ಖಚಿತವಾಗಿರುವಂತೆ ಭಾಸವಾಗುತ್ತಿದೆ! ಈಗ ಸಮಯ ಬಂದಿದೆ...ಆ ಲ್ಯಾಬಿನಲ್ಲಿ ಏನು ನಡೆಯುತ್ತಿದೆ? ಅವರ ಉತ್ಪಾದನೆ ಏನು? ಅವರ ಕಾರ್ಯವಿಧಾನ ಯಾವುದು? ಅವರ ಮಾರುಕಟ್ಟೆ ಎಷ್ಟು ದೊಡ್ಡದಿದೆ? ಅಲ್ಲಿ ಎಷ್ಟು ಜನ ಕೆಲಸ ಮಾಡುತ್ತಿದ್ದಾರೆ? ಅಲ್ಲಿ ಸುನಿತಾಳ ಹುದ್ದೆ ಯಾವುದು? ಆಕೆಯ ಕೆಲಸ ಏನು?- ಎಲ್ಲವನ್ನೂ ತಿಳಿದುಕೊಳ್ಳುವ ಸಮಯ ಬಂದಿದೆ! ಆ ಲ್ಯಾಬಿನಲ್ಲೇ ಏನೋ ರಹಸ್ಯವಿದೆ.

ಇದನ್ನೆಲ್ಲಾ ತಿಳಿದುಕ್ಕೊಳ್ಳಲು ತಾನು ಖಾಸಗಿ ಪತ್ತೆದಾರರನ್ನು ಗೊತ್ತು ಮಾಡಿಕೊಳ್ಳಲೇ? ಅವರ ಮೂಲಕ ಈ ಎಲ್ಲ ಮಾಹಿತಿ ಸಂಗ್ರಹಿಸಲೆ? ಆದರೆ ಅದು ತನ್ನ ಮತ್ತು ಸುನೀತಾಳ ದಾಂಪತ್ಯದಲ್ಲಿ ಒಡಕು ಮೂಡಿಸುವುದು! ಸಂಸಾರದ ಸಾಮರಸ್ಯವನ್ನು ಹಾಳು ಮಾಡುತ್ತದೆ! ಹಾಲು-ಜೇನು ಬೆರೆತಂತ ತಮ್ಮ ದಾಂಪತ್ಯ ರಾಡಿಯಾಗುತ್ತದೆ!! ಇಲ್ಲ...ಅದು ವಿಪರೀತವಾಗುತ್ತದೆ! ಅದು ತನ್ನ ಖಾಸಗಿ ಜೀವನವನ್ನು ವಿನಾಶದ ಅಂಚಿಗೆ ದೂಡುತ್ತದೆ!! ಇಲ್ಲ ಹಾಗೆ ಆಗಬಾರದು! ಅಂದರೆ ಎಲ್ಲವನ್ನು ತಾನು ಒಬ್ಬನೇ ಮಾಡಬೇಕು-ರಹಸ್ಯವಾಗಿ! ಸುನೀತಾಗೂ ತಿಳಿಯದಂತೆ! ಅದನ್ನು ಯಾವ ರೀತಿಯಲ್ಲಿ ಮಾಡಬೇಕು ಎನ್ನುವುದಕ್ಕೆ ಒಂದು ಪ್ಲಾನ್ ತಯಾರಿಸಬೇಕು. ಈಗ ವಿಜ್ಞಾನ, ತಂತ್ರಜ್ಞಾನ ಮುಂದುವರಿದಿದೆ. ಎಲೆಕ್ಟ್ರಾನಿಕ್ ಗ್ಯಾಜೆಟ್ಗಳ ಮೂಲಕ ಮಾಹಿತಿ ಸಂಗ್ರಹಿಸಬಹುದು. ಮೊದಲಿಗೆ ಅಂತರ್ಜಾಲದಲ್ಲೇ ಸುನೀತಾಳ ಲ್ಯಾಬಿನ ಬಗೆಗೆ ಒಂದಿಷ್ಟು ಮಾಹಿತಿ ಪಡೆದುಕೊಳ್ಳಬೇಕು. ಆನಂತರ ಲ್ಯಾಬಿನ ನಕ್ಷೆಯನ್ನು ತಯಾರಿಸಬೇಕು... ಲ್ಯಾಬಿನ ಯಾವ ಭಾಗದಲ್ಲಿ ಸುನೀತಾ ಕೆಲಸ ಮಾಡುತ್ತಾಳೆ? ಅಲ್ಲಿಯ ಪರಿಸರ ಹೇಗಿದೆ? ಅವಳ ಜೊತೆ ಕೆಲಸ ಮಾಡುವವರ ಚಾರಿತ್ರವೇನು? ಲ್ಯಾಬಿನ ಮುಖ್ಯಸ್ಥ ಯಾರು? ಆತನ ಚಾರಿತ್ರ ಹೇಗಿದೆ? ಅವರ ಹಿನ್ನೆಲೆ ಏನು? ಇದೆಲ್ಲವನ್ನು ತಾನು ಸಂಗ್ರಹಿಸಬೇಕು ಇದಕ್ಕೆ ಕನಿಷ್ಠ ಮೂರರಿಂದ ನಾಲ್ಕು ದಿನಗಳಾದರೂ ಬೇಕಾಗುತ್ತದೆ. ಆ ಸಮಯದಲ್ಲಿ ಸುನೀತಾ ಬಗ್ಗೆ ತಲೆಕೆಡಿಸಿಕೊಳ್ಳುವುದೇ ಬೇಡ..ಆಕೆಯ ಒಂದು ಗಂಟೆಯ ಗೈರಿನ ಬಗೆಗೂ ಚಿಂತೆ ಮಾಡದೆ ನಿರ್ಲಿಪ್ತನಾಗಿ ಇದ್ದುಬಿಡುವುದು ಎಂಬ ನಿರ್ಧಾರಕ್ಕೆ ಬಂದ ಮೇಲೆ

ವಿವೇಕನ ಮನಸ್ಸಿಗೆ ಸಮಾಧಾನವಾಯಿತು.

***

ಮಾರನೆ ದಿನ ವಿವೇಕ್ ತನ್ನ ಫ್ಯಾಕ್ಟರಿಯಲ್ಲಿ ಕೆಲಸದಲ್ಲಿ ನಿರತನಾಗಿದ್ದ. ಕೆಲವು ಗಂಟೆಗಳು ಸುನೀತಾ ಬಗೆಗಿನ ಆತಂಕವನ್ನು ಮರೆತು ಕೆಲಸದಲ್ಲಿ ತನ್ಮಯನಾಗಿದ್ದ. ಸುನೀತಾ ವಿಷಯದಲ್ಲಿ ಹೇಗೆ ಮುಂದುವರಿಯಬೇಕು ಎನ್ನುವುದನ್ನು ಹಿಂದಿನ ರಾತ್ರಿಯೇ ನಿರ್ಧರಿಸಿದ್ದರಿಂದ ಮನಸ್ಸಿನ ಆತಂಕ ಕಮ್ಮಿಯಾಗಿತ್ತು.

ಮಧ್ಯಾನ್ಹದ ಲಂಚ್ ಸಮಯದಲ್ಲಿ ಬಿಡುವು ಮಾಡಿಕೊಂಡು ಲ್ಯಾಪ್ಟಾಪಿನ ಮುಂದೆ ಕೂತ. ತನ್ನ ಪಿ.ಎ ಮಧುಗೆ 'ಒಂದು ಗಂಟೆ ಯಾರನ್ನೂ ಚೇಂಬರಿಗೆ ಕಳಿಸಬೇಡ. ಇಂಪಾರ್ಟೆಂಟ್ ಇದ್ದ ಕಾಲ್ ಮಾತ್ರ ಕನೆಕ್ಟ್ ಮಾಡು" ಎಂದು ಸೂಚನೆ ಕೊಟ್ಟಿದ್ದ.

ಸುನೀತಾ ಹಿಂದೆ ಯಾವಾಗಲೋ ಒಮ್ಮೆ ತಾನು ಕೆಲಸ ಮಾಡುತ್ತಿರುವ ಲ್ಯಾಬಿನ ಹೆಸರು ರಿಪ್ಪಲ್ಸ್ ಎಂದು ಹೇಳಿದ್ದು ನೆನಪಿಗೆ ಬಂತು.

ಅಂತರ್ಜಾಲದಲ್ಲಿ ರಿಪ್ಪಲ್ಸ್ ಎಂದು ಟೈಪು ಮಾಡಿ ಹುಡುಕಿದ. ನೂರಾರು ವೆಬ್ಸೈಟುಗಳ ಮಾಹಿತಿ ಸ್ಕ್ರೀನ್ ಮೇಲೆ ಮೂಡಿತು. ಅದನ್ನು ಸೋಸಿ ತನಗೆ ಬೇಕಾದ ರಿಪ್ಪಲ್ಸ್ ಮಾಹಿತಿಗಾಗಿ ವಿವೇಕ ರಿಪ್ಪಲ್ಸ್, ಬೆಂಗಳೂರು, ಕರ್ನಾಟಕ ಎಂದು ಕಂಪ್ಯೂಟರ್ ಮೇಲೆ ಟೈಪ್ ಮಾಡಿದ.

ಫಿಲ್ಟರ್ ಮಾಡಿದ್ದಕ್ಕೆ ಒಂದೇ ಒಂದು ವೆಬ್ಸೈಟ್ ಕಾಣಿಸಿತು.

ರಿಪ್ಪಲ್ಸ್ ಡಾಟ್ ಕಾಮ್ ಎಂದು ಮತ್ತೆ ಟೈಪು ಮಾಡಿದ್ದಕ್ಕೆ ಲ್ಯಾಬಿನ ವೆಬ್ಸೈಟು ಓಪನ್ ಆಯಿತು.

ಸ್ಕ್ರೀನಿನ ಮೇಲೆ ಸುಂದರವಾದ ನೀಲಿ ಮತ್ತು ಬಿಳಿ ಬಣ್ಣದ ಹಲವು ಸಾಂದ್ರತೆಗಳ ಹಿನ್ನೆಲೆಯಲ್ಲಿ ಕಂಪೆನಿಯ ಮಾಹಿತಿಯ ಸ್ಕ್ರೀನ್ ಕಾಣಿಸಿತು.

ಬಿಳಿ ಬಣ್ಣದ ಕೋಟು ಧರಿಸಿದ ಹೆಂಗಸಿನ ಒಂದು ಕೈಯ್ಯಲ್ಲಿ ಒಂದು ಸಿರೆಂಜ್, ಇನ್ನೊಂದು ಕೈಯಲ್ಲಿ ಗಾಜಿನ ಬಾಟಲ್ ಮತ್ತು ಅದರೊಳಗೆ ಒಂದು ಭ್ರೂಣದ ಚಿತ್ರ ಕಾಣಿಸಿತು.

ಹಲವು ಮಾಹಿತಿಗಳ ಇಲ್ಲಿ ಸಿಗುತ್ತವೆ ಎಂಬ ಬಟನ್ನುಗಳು ಕಾಣಿಸಿದುವು. ಮೊದಲನೆಯದು. 'ನಮ್ಮ ಬಗ್ಗೆ' ಎಂಬ ಬಟನ್ ಮೇಲೆ ಮೌಸ್ ಪಾಯಿಂಟರ್ ಚಲಿಸಿ ಕ್ಲಿಕ್ ಮಾಡಿದ.

'ಈ ಸೌಲಭ್ಯ ಇನ್ನೂ ಅಭಿವೃದ್ಧಿಯ ಹಂತದಲ್ಲಿದೆ' ಎಂದು ತೆರೆಯ ಮೇಲೆ ಮೂಡಿತು. ಇದೇ ರೀತಿ 'ನಮ್ಮ ಉತ್ಪನ್ನಗಳು' ಎಂಬ ಬಟನ್ ಒತ್ತಿದಾಗ ಕೂಡ ಮೆಸೇಜು ಮೂಡಿತು. ಇನ್ನೂ ಹಲವಾರು ಬಟನ್ನುಗಳನ್ನು ಪರೀಕ್ಷಿಸಿದಾಗಲೂ

ಅದೇ ಮಾಹಿತಿ!!

ಇದೊಂದು ಬೋಗಸ್ ಕಂಪೆನಿ ಎಂದು ತಕ್ಷಣವೇ ವಿವೇಕನಿಗೆ ಅನ್ನಿಸಿತು. ಯಾವ ಮಾಹಿತಿಯನ್ನೂ ಹೇಳದ ಇದೆಂತಾ ಕಂಪೆನಿ? ಎಲ್ಲವನ್ನೂ ಗೌಪ್ಯವಾಗಿಡಬೇಕು ಎಂದರೆ ಇದು ಕರಾಳ ಜಾಲ ಎನ್ನಿಸಿತು. 'ನನ್ನ ನಿಷ್ಪಾಪಿ ಸುನಿ ಈ ಜಾಲದಲ್ಲಿ ಸಿಕ್ಕಿಕೊಂಡಿದ್ದಾಳೆ!' ಎಂದು ವಿವೇಕ ಬೆಚ್ಚಿದ! ಇದೆಲ್ಲಾ ತನಗೆ ಮೊದಲೇ ಏಕೆ ತಿಳಿಯಲಿಲ್ಲ? ಬೆಳ್ಳಗಿರುವುದೆಲ್ಲ ಹಾಲು ಎಂದು ತಿಳಿಯುವ ನಮ್ಮ ನಡುವೆಯೇ ಎಂತೆಂತಹ ಕರಾಳ ಜಾಲಗಳಿವೆ ಎಂದು ಧಿಗ್ಭ್ರಮೆಯಾಯಿತು! ಒಂದು ಸಣ್ಣ ತಪ್ಪು ಮಾಡಿದರೂ ಇಂತಾ ಜಾಲಗಳು ತಮ್ಮನ್ನು ಆಪೋಶನ ತೆಗೆದುಕೊಂಡುಬಿಡುತ್ತವೆ! ಪಾಪ..ಸುನೀತಾ..ಅದೆಷ್ಟು ಯಾತನೆ ಅನುಭವಿಸುತ್ತಿದ್ದಾಳೋ..? ಆಕೆ ಲ್ಯಾಬಿನಲ್ಲಿರುವಾಗಲೇ ಚೀರಿರುವುದು ಸತ್ಯ!! ಆಗ ಆಕೆಗೆ ಜೀವ ಬೆದರಿಕೆ ಇತ್ತು! ಆನಂತರ ಏನೋ ಆಗಿದೆ...ಆಕೆಯ ಫೋನ್ ಕೂಡ ಬೇರೆ ಯಾರೋ ಉಪಯೋಗಿಸಿ ಆ ಕಾಲ್ ಡಿಲೀಟ್ ಮಾಡಿದ್ದಾರೆ!!

ಮುಂದೇನು?

ಕಂಪನಿಯ ಇಡೀ ವೆಬ್ಸೈಟ್ ಸಮರ್ಪಕವಾಗಿರಲಿಲ್ಲ. ಮಾಹಿತಿಗಳನ್ನು ನೀಡುವ ಬಗೆಗೆ ಬಟನ್ನುಗಳನ್ನು ಸೃಷ್ಟಿಸಿದ್ದರೂ ಯಾವವೂ ಕೆಲಸ ಮಾಡುತ್ತಿರಲಿಲ್ಲ!! ಯಾವುದೇ ಮಾಹಿತಿಗಾಗಿ ಮೌಸ್ ಕ್ಲಿಕ್ಕಿಸಿದರೆ 'ಈ ಸೌಲಭ್ಯ ಇನ್ನೂ ಡೆವಲಪ್ಮೆಂಟ್ ಸ್ಟೇಜಿನಲ್ಲಿದ

ದೆ' ಎಂಬ ಮಾಹಿತಿ ಬರುತ್ತಿತ್ತು! ಕೊನೆಗೆ ಎಲ್ಲಿಯಾದರೂ ಅವರನ್ನು ಸಂಪರ್ಕಿಸುವ ಮಾಹಿತಿ ಕೊಟ್ಟಿದ್ದಾರೆಯೇ ಎಂದು ಹುಡುಕಾಡಿದ ವಿವೇಕ್ ಒಂದೆಡೆ ಮಾತ್ರ 'ಕಾಂಟ್ಯಾಕ್ಟ್ ಅಸ್' ಎಂಬ ಬಟನ್ ಮೇಲೆ ಮೌಸ್ ಪಾಯಿಂಟರ್ ಕೇಂದ್ರೀಕರಿಸಿ ಕ್ಲಿಕ್ ಮಾಡಿದ. ಅಲ್ಲಿ ಕೂಡ ಅದೇ ಮಾಹಿತಿ 'ಈ ಸೌಲಭ್ಯ ಸದ್ಯಕ್ಕೆ ಡೆವಲಪ್ಮೆಂಟ್ ಸ್ಟೇಜಿನಲ್ಲಿದೆ'

ಯಾವುದೇ ಮಾಹಿತಿ ಸಿಗದ ಆ ವೆಬ್ಸೈಟ್ ನಿಷ್ಪ್ರಯೋಜಕ ಎನಿಸಿತು. ಅದರಿಂದ ಏನನ್ನು ಯಾವುದೇ ರೀತಿಯ ಮಾಹಿತಿಯು ಸಿಗುವುದಿಲ್ಲ ಅಂದರೆ ಕಂಪನಿ ಡ್ಯೂಪ್ಲಿಕೇಟ್ ಅಥವಾ ಗುಪ್ತವಾಗಿರುವ ವ್ಯವಹಾರ ನಡೆಸುತ್ತಿದೆ ವಿವೇಕನಿಗೆ ಅನುಮಾನ ಬಂತು. ಇನ್ನು ಮುಂದುವರೆಯುವ ಬಗೆ ಹೇಗೆ? ತನಗೆ ಬೇಕಾದ ಮಾಹಿತಿ ಪಡೆಯಲು ಸಾಧ್ಯವೇ ಇಲ್ಲ! ಎಂತಾ ಪರಿಸ್ಥಿತಿಯಲ್ಲಿ ಸುನೀತಾ ಇರಬಹುದು? ನಿಸ್ಸಂಶಯವಾಗಿ ಆ ಕಂಪನಿಯವರು ಆಕೆಯನ್ನು ಬ್ಲಾಕ್ ಮೇಲ್ ಮಾಡುತ್ತಿದ್ದಾರೆ! ಆಕೆ ತನ್ನೆಲ್ಲ ಸಂವೇದನೆಗಳನ್ನು ಕಳೆದುಕೊಳ್ಳುವಂತೆ ಬ್ರೈನ್ ವಾಶ್ ಮಾಡುತ್ತಿದ್ದಾರೆ! ಅವಳ ಸೇವೆಯನ್ನು

ದುರುಪಯೋಗಪಡಿಸಿಕೊಳ್ಳುತ್ತಿದ್ದಾರೆ!!

ತನ್ನ ಚಿಂತನೆ ಒಂದು ನಿರ್ದಿಷ್ಟ ಸ್ವರೂಪ ಪಡೆಯುತ್ತಿದೆ ಎನಿಸಿದಾಗ ವಿವೇಕನಿಗೆ ಅನಿವರ್ಚನೀಯವಾದ ಆನಂದವಾಯಿತು! ಕೊನೆಗೂ ಒಂದು ಸ್ಪಷ್ಟತೆ ಸಿಕ್ಕಿದೆ! ಇನ್ನು ಶತಾಯು ಗತಾಯು ಹೋರಾಡಿ ಸುನೀತಾಳನ್ನು ರಕ್ಷಿಸಿಕ್ಕೊಳ್ಳುತ್ತೇನೆ ಎಂಬ ವಿಶ್ವಾಸ ಬಲವಾಯಿತು!

ಸುನೀತಾ ಚಿಂತೆಯಲ್ಲಿ ತನ್ಮಯನಾಗಿದ್ದ ವಿವೇಕನನ್ನು ಒಂದು ಫೋನ್ ಕಾಲ್ ಎಚ್ಚರಿಸಿತು. ಅದು ಲ್ಯಾಂಡ್ಲೈನ್ ಅಲ್ಲ! ಮೊಬೈಲ್ ಕಾಲ್. ಅಂದರೆ ಖಾಸಗಿ ಕಾಲ್! ಹೆಸರಿರಲಿಲ್ಲ! ಫೋನ್ ನಂಬರ್ ಕೂಡ ಇರಲಿಲ್ಲ! ಇದೆಂತಾ ಕರೆ..?

ವಿವೇಕ ಫೋನ್ ಕಿವಿಗಿಟ್ಟುಕೊಂಡ.

"ನೀನು ಮಾಡ್ತಿರೋ ಕೆಲಸದಿಂದ ನಿನ್ನ ಜೀವಕ್ಕೆ ಅಪಾಯ!! ಈಗಲೇ ಈ ಕೆಲಸ ಕೈಬಿಟ್ಟುಬಿಡು..ಇಲ್ಲದಿದ್ದರೆ ನಿನ್ನ ಸಾವು ನಿಶ್ಚಿತ"

ಗಂಡಸಿನ ದನಿ ದಮಕಿ ಹಾಕಿತು!!

ಮರುಕ್ಷಣವೇ ಕಾಲ್ ಕಟ್ ಆಯಿತು!!

ವಿವೇಕನ ಪ್ರಜ್ಞೆಗೆ ನಿಲುಕಿದಂತೆ ಸುನೀತಾ ಒಬ್ಬಳು ಅಪ್ರತಿಮ ವೈದ್ಯೆ! ಆಕೆಯ ಜ್ಞಾನದ ಹರವು ವಿಶಾಲವಾಗಿತ್ತು. ತನ್ನ ವೈದ್ಯಕೀಯ ಕ್ಷೇತ್ರಕ್ಕೂ ಮೀರಿದ ಹಲವಾರು ವಿಷಯಗಳಲ್ಲಿ ಅವಳ ಜ್ಞಾನ ಅಗಾಧವಾಗಿತ್ತು! ಅದು ಒಂದು ರೀತಿಯ ಅತೀಂದ್ರಿಯ ಶಕ್ತಿ ಎಂದೇ ವಿವೇಕ ತಿಳಿದಿದ್ದ. ಆ ಜ್ಞಾನವೇ ಆಕೆಗೆ ಮುಳುವಾಗಿರಬಹುದು! ಆಕೆಯ ಬ್ರೈನ್ವಾಶ್ ನಡೆದಿದೆ, ಇಲ್ಲವೇ ಆಕೆಯನ್ನು ಬ್ಲಾಕ್ ಮೇಲ್ ಮಾಡುತ್ತಿದ್ದಾರೆ! ಯಾವುದನ್ನೋ ಆಧಾರವಾಗಿಟ್ಟುಕೊಂಡು ಅವಳನ್ನು ಬೆದರಿಸುತ್ತಿದ್ದಾರೆ !ಇವೆರಡರಲ್ಲಿ ಒಂದು ಸಾಧ್ಯತೆ ಇದೆ ಆದರೆ ಇದನ್ನು ಖಾತ್ರಿಪಡಿಸಿಕೊಳ್ಳುವುದು ಹೇಗೆ? ಸುನಿತಾಳನ್ನು ರಕ್ಷಣೆ ಮಾಡಿಕೊಳ್ಳುವುದು ಹೇಗೆ? ಲ್ಯಾಬಿಗೆ ಹೋಗಬೇಡ ಎಂದರೆ, ಹೋಗಲೇಬೇಕು ಎಂದು ಹಠ ಮಾಡುತ್ತಾಳೆ! ಬಹುಶಃ ಆಕೆಯನ್ನು ಬಲವಂತವಾಗಿ ಬೇರೆ ಎಲ್ಲಿಗೋ ಕರೆದುಕೊಂಡು ಹೋದರೆ ಆಕೆ ಸರಿಯಾಗಬಹುದು! ಆದರೆ ಈ ಲ್ಯಾಬಿನವರು ಎಷ್ಟು ಶಕ್ತಿಶಾಲಿಗಳು? ಅವರ ಕರಾಳ ಕೈ ಎಲ್ಲಿಯವರೆಗೆ ಚಾಚಬಹುದು? ಎಲ್ಲಿದ್ದರೂ ಅವರು ಸುನಿತಾಳನ್ನು ಸಳೆಯುವಷ್ಟು ಪ್ರಬಲರಾಗಿರಬಹುದು!! ಒಟ್ಟಾರೆಯಾಗಿ ಆ ಸಂಸ್ಥೆ ನಂಬಿಕೆಗೆ ಅರ್ಹವಲ್ಲ ಯಾವುದೋ ಕಾನೂನಿಗೆ ವಿರುದ್ಧವಾದ ಚಟುವಟಿಕೆಗಳಲ್ಲಿ ತೊಡಗಿದ್ದಾರೆ ಅದನ್ನು ಹೇಗೆ ಭೇದಿಸಲಿ... ಅದೂ ಒಂಟಿಯಾಗಿ?

ತನ್ನ ಕೆಲಸಕ್ಕೆ ಪೊಲೀಸರ ಸಹಾಯ ತೆಗೆದುಕೊಳ್ಳಲೆ? ಆದರೆ ಅವರಿಗೆ ಲಿಖಿತ ಕಂಪ್ಲೈಂಟ್ ಹೇಗೆ ಕೊಡಲಿ? ಯಾವುದೇ ಸಾಕ್ಷ- ಪ್ರಮಾಣಗಳಿಲ್ಲದೆ ಪೊಲೀಸರನ್ನು ಸಂಪರ್ಕಿಸಿದರೆ ಅವರು ತನ್ನ ಕೋರಿಕೆಯನ್ನು ಒಪ್ಪಲಾರರು. ಇಂಥ ಪರಿಸ್ಥಿತಿಯಲ್ಲಿ ಸೂಕ್ತ ಮಾಹಿತಿ, ಸೂಕ್ತ ಸಾಕ್ಷ ಸಿಗುವವರೆಗೂ ತಾನು ಒಬ್ಬಂಟಿಯಾಗಿಯೇ ಕೆಲಸವನ್ನು ಮಾಡಬೇಕಾಗುತ್ತದೆ.

ಇಂತಹ ಚಿಂತನೆಯಲ್ಲಿರುವಾಗಲೇ ವಿವೇಕನಿಗೆ ಒಂದು ನೆನಪು ಮಿಂಚಿತು. ಅದು ಪ್ರತಿದಿನವೂ ಸುನೀತಾಳನ್ನು ಫಾಲೋ ಮಾಡುತ್ತ ಅವಳ ರಕ್ಷಣೆಯ ಹೊಣೆ ಹೊತ್ತಿರುವ ಆ ಇಬ್ಬರು ಬೈಕಿಗಳು ಮತ್ತು ಅವರ ಸೆಕ್ಯೂರಿಟಿ ಸಂಸ್ಥೆ! ಆ ಸೆಕ್ಯೂರಿಟಿ ಸಂಸ್ಥೆಯ ಮೂಲಕ ಆ ಕಂಪನಿಯ ಬಗೆಗೆ ತಿಳಿದುಕೊಳ್ಳಲು ಸಾಧ್ಯ! ಅವರು ಬಾಯಿ ಬಿಟ್ಟರೆ ತನಗೆ ಮಾಹಿತಿ!! ಒಂದು ವೇಳೆ ಅವರು ಕೂಡ ತುಟಿ ಬಿಚ್ಚದಿದ್ದರೆ? ಅವರಿಗೆ ಹಣದ ಅಮಿಷ ಒಡ್ಡಬಹುದು!! ಹಣಕ್ಕೆ ಹೆಣ ಕೂಡ ಬಾಯಿ ಬಿಡುತ್ತದೆ ಎನ್ನುವ ಗಾದೆ ನೆನಪಾಯಿತು. ಹೌದು ಅದೇ ಸರಿಯಾದ ಮಾರ್ಗ.

ಇಂದು ಸುನೀತಾ ಲ್ಯಾಬಿನಿಂದ ಹೊರಟ ಸಮಯದಲ್ಲಿ ತಾನು ಆ ಬೈಕಿಗಳನ್ನು ಫಾಲೋ ಮಾಡಿಕೊಂಡು ಹೋಗಿ ನಂತರ ಹೇಗೆ ಪರಿಸ್ಥಿತಿ ಎದುರಾಗುತ್ತೋ ಅದಕ್ಕೆ ಸೂಕ್ತವಾಗಿ ಪ್ರತಿಕ್ರಿಯಿಸೋಣ ಎನಿಸಿತು.

22

ಅಧ್ಯಾಯ

ಫೋನಿನಲ್ಲಿ ಕೇಳಿದ ಧ್ವನಿ ಮತ್ತು ಸಂದೇಶ ಎರಡೂ ವಿವೇಕನನ್ನು ಕೆಲವು ಕ್ಷಣ ನಿಷ್ಕ್ರಿಯನನ್ನಾಗಿಸಿಬಿಟ್ಟವು!! ಆ ಎಚ್ಚರಿಕೆ ಅವನ ಜಂಘಾಬಲವನ್ನು ಉಡುಗಿಸಿತ್ತು! ಸುನೀತಾಳ ಒಂದು ಗಂಟೆಯ ಗೈರು ತಾನು ತಿಳಿದಷ್ಟು ಸರಳವಾಗಿಲ್ಲ!

ಆ ಒಂದು ಗಂಟೆಯ ಗೈರಿನ ಹಿಂದೆ ದೊಡ್ಡ ಜಾಲವೇ ಇದೆ! ಆ ಜಾಲದಲ್ಲಿ ಸುನೀತಾ ಸಿಕ್ಕಿಕೊಂಡಿದ್ದಾಳೆ! ಈಗ ತಾನು ಕೂಡ ಆ ಜಾಲದ ಒಂದು ಭಾಗವಾಗಿಬಿಟ್ಟಿದ್ದೀನಿ. ಸುನೀತಾ ಬಗೆಗೆ ತನ್ನಲ್ಲಿ ಮೂಡಿರುವ ಅನುಮಾನ ಆ ಮಹಾನ್ ಖದೀಮನಿಗೆ ಸ್ಪಷ್ಟವಾಗಿದೆ! ಇದೆ ರೀತಿ ಮುಂದುವರೆದರೆ ಅವನ ಜಾಲವನ್ನು ತಾನು ಭೇದಿಸಿಬಿಡಬಹುದು ಎಂಬ ಅನುಮಾನ ಅವನಿಗಾಗಿದೆ! ಅದಕ್ಕಾಗಿ ಈಗ ಧಮಕಿ ಹಾಕಿದ್ದಾನೆ!

ಫೋನಿನಲ್ಲಿ ಕೇಳಿದ ಆ ಮಾತು ವಿವೇಕನ ಎಲ್ಲ ಅನುಮಾನಗಳನ್ನು ಒಂದೇ ಏಟಿಗೆ ಸ್ಪಷ್ಟಪಡಿಸಿಬಿಟ್ಟಿತ್ತು! ಇದಲ್ಲದರ ಹಿಂದೆ ಯಾವುದೋ ಒಂದು ದೊಡ್ಡ ಜಾಲ ಇದೆ! ಒಬ್ಬ ಭಾರಿ ಕ್ರಿಮಿನಲ್ ಇದ್ದಾನೆ! ಆತ ಯಾರು? ಅವನ ಉದ್ದೇಶ ಏನು? ಯಾವುದೂ ಸರಳವಾಗಿಲ್ಲ! ಅಷ್ಟು ಸರಳವಾಗಿದ್ದರೆ ಆತನಿಗೆ ಅಥವಾ ಆ ಜಾಲಕ್ಕೆ ತನ್ನನ್ನು ಬೆದರಿಸುವ ಪ್ರಮೇಯ ಬರುತ್ತಿರಲಿಲ್ಲ.

ಸುನಿತಾಳ ಇಡೀ ಜೀವನ ಲ್ಯಾಬು ಮತ್ತು ತನ್ನ ಮನೆ ಎರಡರ ನಡುವೆ ನಡೆಯುತ್ತಿದೆ. ತನ್ನ ಮನೆಯಲ್ಲಿ ಆಕೆ ಬೆಳಗಿನ ಜಾವ ಒಂದು ಗಂಟೆ ಯಾವುದೇ ಸುಳಿವನ್ನು ಕೊಡದೆ ಎಲ್ಲಿಗೋ ಹೋಗಿ ಬರುತ್ತಿದ್ದಾಳೆ! ಇನ್ನುಳಿದ ಸಮಯ ಆಕೆ ಲ್ಯಾಬಿನಲ್ಲಿ ಇರುತ್ತಾಳೆ! ಅಂದರೆ ಈ ಎರಡು ಜಾಗಗಳಲ್ಲಿ ಏನೋ ನಡೆಯುತ್ತಿದೆ! ಎರಡೂ ಕಡೆ ಎಂತದೋ ಕಾನೂನು ಬಾಹಿರ ಚಟುವಟಿಕೆ ನಡೆಯುತ್ತಿದೆ! ಅದು

ಏನು ಎಂದು ತಿಳಿಯಬೇಕು...ಅದಕ್ಕೆ ತಾನು ಕೈ ಹಾಕಬಾರದು ಎಂದು ಖದೀಮ ಮಹಾಶಯ ಎಚ್ಚರಿಸಿದ್ದಾನೆ! ಆತ ಯಾರು? ಉದ್ದೇಶ ಏನು? ಅದಕ್ಕೆ ಸುನಿತಾ ಏಕೆ ಬೇಕಾಗಿದ್ದಳು? ಬಹುಶಃ ಆಕೆಯ ಅಗಾಧ ಜ್ಞಾನವನ್ನು ಆತ ಉಪಯೋಗಿಸಿಕೊಳ್ಳುತ್ತಿರುವನೇ? ಅವಳ ಅಗಾಧ ಜ್ಞಾನವನ್ನು ಉಪಯೋಗಿಸಿದರೂ ಅದು ಸುನೀತಾಗೆ ತಿಳಿಯಬಾರದು! ಅದನ್ನು ಸಾಧಿಸಲು ಬಹುಶಃ ಆತ ಸುನೀತಾಳನ್ನು ಬ್ರೈನ್ ವಾಶ್ ಮಾಡುತ್ತಿದ್ದಾನೆ! ಅದರ ಸ್ವರೂಪ ಎಂತದಿರಬಹುದು? ಸಮ್ಮೋಹಿನಿಗೆ ಆಕೆಯನ್ನು ಒಳಪಡಿಸಿ ಆಕೆಯ ಭಾವ ಭಾವನೆಗಳನ್ನೆಲ್ಲ ಗಂಟು ಮೂಟೆ ಕಟ್ಟಿ ಇಡುವಂತೆ ಸೂಚಿಸಿರಬಹುದು! ಆಕೆಯ ವಿಶಿಷ್ಟವಾದ ಜ್ಞಾನವನ್ನು ಮಾತ್ರ ತನಗೆ ಮೀಸಲಾಗಿರಬೇಕೆಂದು ಆತ ಪ್ರಯತ್ನ ಪಡುತ್ತಿದ್ದಾನೆ.

ವಿವೇಕ್ ನನಗೆ ಬಂದಿದ್ದ ಫೋನ್ ಕಾಲಿನ ಮಾಹಿತಿಯನ್ನು ಪಡೆಯಲು ಮೊಬೈಲಿನಲ್ಲಿ ರೀಸೆಂಟ್ ಇತ್ತೀಚಿನ ಫೋನ್ ಕಾಲ್ಗಳು ಎಂಬ ಸಹಾಯವನ್ನು ಪರೀಕ್ಷಿಸಿದ. ಅಲ್ಲಿದ್ದ ಕಂಡ ಫೋನ್ ನಂಬರ್ ವಿಚಿತ್ರವಾಗಿತ್ತು! ಅಲ್ಲಿ ಬರಿಯ ನಂಬರ್ಗಳು ಇರಲಿಲ್ಲ! ಕೆಲವು ವಿಶಿಷ್ಟ ಸಂಕೇತಗಳಿದ್ದವು! ಮೂಲಕ ಅದು ಸ್ಯಾಟಲೈಟ್ ಕಾಲ್ ಎಂದು ವಿವೇಕ ಅರ್ಥ ಮಾಡಿಕೊಂಡ. ಅಂದರೆ ಅಂತಹ ಫೋನ್ ಕಾಲ್ಗಳು ಅಂತರಿಕ್ಷದಲ್ಲಿ ತೇಲಿ ಬಿಟ್ಟಿರುವ ಕೃತಕ ಉಪಗ್ರಹ ಒಂದರ ಮೂಲಕ ತನಗೆ ಬರುತ್ತಿದೆ...ಅಂದರೆ ಅದು ನೂರಕ್ಕೆ ನೂರು ಪಾಲು ಅನೈತಿಕವಾದ ಫೋನ್ ಕಾಲ್!! ಉಪಗ್ರಹದ ಮೂಲಕ ಇಂತಹ ಕಾಲಗಳನ್ನು ಮಾಡುವುದು ನಿಶ್ಚಿತ ಕಾನೂನುಬಾಹಿರ! ಅಂತಹವರು ಶಿಕ್ಷೆಗೆ ಗುರಿಯಾಗುತ್ತಾರೆ! ಆದರೆ ಅಂತವರು ಕೈಗೆ ಸಿಗುವುದೇ ಕಷ್ಟ...ಎಲ್ಲವೂ ನಿಗೂಢವಾಗಿರುತ್ತದೆ! ಯಾವ ಸ್ಯಾಟಲೈಟಿನ ಯಾವ ಕಕ್ಷೆಯ...ಯಾವ ಸ್ಥಾನದಿಂದ ಬರುತ್ತಿದೆ? ಯಾವುದೋ ಗೊತ್ತಾಗುವುದಿಲ್ಲ! ಅದಕ್ಕೇ ಫೋನ್ ಮಾಡಲು ಅಪರಾಧಿಗಳು, ಭಯೋತ್ಪಾದಕರು, ನಕ್ಸಲೈಟುಗಳು..ಸ್ಯಾಟಲೈಟ್ ಉಪಯೋಗಿಸುತ್ತಾರೆ!!

ಕೆಲವೇ ಸಮಯದ ಹಿಂದೆ ಸುನಿತಾಳನ್ನು ರಕ್ಷಿಸಿಕೊಳ್ಳಲು ತಾನೊಬ್ಬನೇ ಹೋರಾಡಲೇ ಇಲ್ಲವೇ ಪೊಲೀಸರ ಸಹಾಯ ತೆಗೆದುಕೊಳ್ಳಲೇ ಎಂದು ಯೋಚಿಸುತ್ತಿದ್ದುದು ನೆನಪಾಯಿತು ವಿವೇಕನಿಗೆ. ಈಗಿನ ಫೋನ್ ಕಾಲ್ ಒಂದು ಸ್ಪಷ್ಟವಾದ ಸಾಕ್ಷ! ಇದನ್ನು ಪೊಲೀಸರಿಗೆ ಒಪ್ಪಿಸಿ ಒಂದು ಕಂಪ್ಲೇಂಟ್ ಕೊಡಬಹುದು...ಈ ಮಾಹಿತಿಯನ್ನು ಅವರಿಗೆ ಪಡೆದುಕೊಳ್ಳಲು ಕಾನೂನಿನ ರಕ್ಷಣೆ ಇದೆ. ಇದು ಮನಸ್ಸಿಗೆ ಬರುತ್ತಲೇ ವಿವೇಕ ತನ್ನ ಸೀಟಿನಿಂದ ಎದ್ದು

ಫ್ಯಾಕ್ಟರಿಯಿಂದ ಈಚೆ ಬಂದ.

ಬರುವಾಗ ತನ್ನ ಪರ್ಸನಲ್ ಅಸಿಸ್ಟೆಂಟ್ ಮಧುಗೆ ತಾನು ಕೆಲವು ಗಂಟೆಗಳು ಹೊರಗೆ ಹೋಗಿ ಬರುವುದಾಗಿ ಹೇಳಿದ್ದ.

***

ಅದೇ ಪೊಲೀಸ್ ಠಾಣೆ!

ಸುನೀತ ತನ್ನನ್ನು ಯಾರೋ ಫಾಲೋ ಮಾಡುತ್ತಿದ್ದಾರೆ ಎಂದು ಕಂಪ್ಲೇಂಟ್ ಕೊಟ್ಟಿದ್ದು ನಂತರ ವಾಪಸ್ಸು ಪಡೆದಿದ್ದ ಠಾಣೆ! ಅದೇ ಪೊಲೀಸ್ ಇನ್ಸ್ಪೆಕ್ಟರ್ ಕಾರ್ಯ ನಿರತರಾಗಿದ್ದರು.

ವಿವೇಕನನ್ನು ಅವರು ಗುರುತಿಸಿದರು.

"ನಿಮ್ಮ ಸಮಸ್ಯೆ ಇನ್ನೂ ಬಗೆಹರಿದಿಲ್ಲವೇ?"

ಅವರು ತಾವಾಗಿಯೇ ಕೇಳಿದರು.

"ಇಲ್ಲ ಸರ್, ಹೊಸ ಸಮಸ್ಯೆ ಸೃಷ್ಟಿಯಾಗಿದೆ. ನನ್ನ ಪತ್ನಿ ಕಂಪ್ಲೇಂಟ್ ವಾಪಸ್ ತೆಗೆದುಕೊಂಡು ಮೇಲೆ ಈಗ ಕೆಲವು ಗಂಟೆಗಳ ಒಂದು ಗಂಟೆಯ ಹಿಂದೆ ಈ ಕಾಲ್ ಬಂದಿದೆ ಎಂದು ವಿವೇಕ ತಮ್ಮ ಮೊಬೈಲನ್ನು ಇನ್ಸ್ಪೆಕ್ಟರಿಗೆ ತೋರಿಸಿದ.

“ಓ...ಮೈ...ಗಾಡ್ ಇದು ಸ್ಯಾಟಲೈಟ್ ಕಾಲ್"

“ಹೌದು ಸರ್ ನನಗೂ ಹಾಗೆ ಅನಿಸ್ತು...ತಾವು ದಯವಿಟ್ಟು ಈ ಕಾಲನ್ನ ಟ್ರೇಸ್ ಮಾಡಬೇಕು... ಅದಕ್ಕೆ ನಾನು ಕಂಪ್ಲೇಂಟ್ ಕೊಡ್ತಾ ಇದ್ದೀನಿ"

“ಯಾಕೆ ಈ ಕಾಲ್ ಟ್ರೇಸ್ ಮಾಡಬೇಕು ಅನ್ನೋದನ್ನ ಹೇಳಿ"

“ಸರ್ ಈ ಕಾಲ್ ಮೂಲಕ ನನಗೆ ಜೀವ ಬೆದರಿಕೆ ಹಾಕಿದ್ದಾರೆ! ನಾನು ಮಾಡ್ತಾ ಇರೋ ಒಂದು ಕೆಲಸವನ್ನು ಕೈ ಬಿಡಬೇಕು ಇಲ್ಲದಿದ್ದರೆ ಪರಿಣಾಮ ನೆಟ್ಟಗಾಗೋದಿಲ್ಲ ಅಂತ ಎಚ್ಚರಿಕೆ ಕೊಟ್ಟಿದ್ದಾರೆ"

“ಸರಿ ಲಿಖಿತ ಕಂಪ್ಲೇಂಟ್ ಕೊಡಿ, ನಾನು ನಮ್ಮ ಸೈಬರ್ ಬ್ರಾಂಚಿಗೆ ಇದನ್ನು ವಹಿಸುತ್ತೇನೆ. ಅವರು ಇಂತಹ ಕಾಲಗಳನ್ನೆಲ್ಲ ಟ್ರೇಸ್ ಮಾಡೋದ್ರಲ್ಲಿ ಸಮರ್ಥರು...ಬಹುಶಃ ಒಂದು ದಿವಸದಲ್ಲಿ ನಿಮಗೆ ಇದರ ಬಗ್ಗೆ ಮಾಹಿತಿ ಸಿಗುತ್ತೆ...ಮಾಹಿತಿ ಸಿಕ್ಕ ಮೇಲೆ ಏನು ಮಾಡಬೇಕು ಅಂತ ಇದ್ದೀರಿ?"

“ಸರ್, ನನಗೆ ಜೀವ ಬೆದರಿಕೆ ಹಾಕಿರೋದು ಕಂಪ್ಲೇಂಟಲ್ಲಿ ಹೇಳಿದೀನಿ. ಅಂದಮೇಲೆ ನನಗೆ ರಕ್ಷಣೆ ಒದಗಿಸಿ ಕಾಲ್ ಮಾಡಿದವರನ್ನ ಹುಡುಕಿ ಬಂಧಿಸುವ ಕೆಲಸ ತಮ್ಮ ಇಲಾಖೆದು"

“ಓ.ಕೆ, ನೋಡೋಣ ಎಂಥ ಮಾಹಿತಿ ಸಿಗುತ್ತೆ? ಏನು ಮಾಡಬೇಕು? ಪರಿಶೀಲನೆ ಮಾಡೋಣ"

“ಸರ್ ನನಗೆ ಅನ್ನಿಸ್ತಾ ಇದೆ ಇದು ಸಣ್ಣ ಜನರ ಕೆಲಸ ಅಲ್ಲ! ಇದು ಯಾವುದೋ ಒಂದು ದೊಡ್ಡ ಕ್ರಿಮಿನಲ್ ಗ್ಯಾಂಗ್ ಕೆಲಸ ಅನಿಸುತ್ತೆ”

“ನೋಡೋಣ, ತನಿಖೆ ಮಾಡೋಣ ಅದರಲ್ಲೂ ದೊಡ್ಡ ಗ್ಯಾಂಗ್ ನ ಕೈವಾಡ ಅಂದ್ರೆ ಬಹುಶಃ ರಾಷ್ಟ್ರೀಯ ಮಟ್ಟದ ತನಿಖೆ ಆದರೂ ಬೇಕಾಗಬಹುದು?

"ಸರಿ ಸರ್ ಥ್ಯಾಂಕ್ಯು ನಾನು ಹೊರಡ್ತೇನೆ"

"ಮುಂದಕ್ಕೆ ಏನಾದರೂ ಬೆಳವಣಿಗೆ ಆದರೆ ಅದನ್ನ ತಕ್ಷಣ ನನ್ನ ಜೊತೆ ಶೇರ್ ಮಾಡಿ...ಒಬ್ಬರೇ ಎಲ್ಲಾ ನಿಭಾಯಿಸ್ತೀನಿ ಅಂತ ಹೋಗ್ಬೇಡಿ... ತೊಂದರೆಗೆ ಸಿಕ್ಕಿ ಹಾಕ್ಕೋತೀರಿ! ಒಬ್ಬ ಸಾಮಾನ್ಯ ಮನುಷ್ಯ ಇಂಥವರ ಜೊತೆ ಹೋರಾಡೋದಕ್ಕೂ ಒಂದು ವ್ಯವಸ್ಥಿತವಾದ ಸಂಸ್ಥೆ ಹೋರಾಡೋದಕ್ಕೂ ಬಹಳ ವ್ಯತ್ಯಾಸ ಇದೆ!”

“ಅದು ನನಗೆ ಅರ್ಥವಾಗಿದೆ ಸರ್...ಅಂತ ಹುಚ್ಚು ಸಾಹಸಕ್ಕೆ ನಾನು ಕೈ ಹಾಕೋದಿಲ್ಲ! ನಿಮ್ಮ ಸಹಾಯ ಕೇಳೋದಕ್ಕೇ ಬರ್ತೀನಿ”

“ಒಳ್ಳೇದು..”

***

ಸ್ಟೇಷನ್ನಿನಿಂದ ಈಚೆ ಬಂದಾಗ ವಿವೇಕ್ ಗಡಿಯಾರ ನೋಡಿಕೊಂಡ ಸಮಯ ಮಧ್ಯಾಹ್ನ ಮೂರು ಗಂಟೆ. ಫ್ಯಾಕ್ಟರಿಯ ಕೆಲಸ ಇನ್ನೂ ಬಾಕಿ ಇತ್ತು. ವಾಪಸ್ಸು ಫ್ಯಾಕ್ಟರಿ ಕಡೆಗೆ ಕಾರು ಚಾಲನೆ ಮಾಡಿದ. ವಿವೇಕ ಸ್ವಲ್ಪ ದೂರ ಸಾಗುತ್ತಲೇ ಅವನ ಮೊಬೈಲ್ ರಿಂಗ್ ಆಯ್ತು

"ಪೊಲೀಸರಿಗೆ ಕಂಪ್ಲೇಂಟ್ ಕೊಟ್ಟು ದೊಡ್ಡ ತಪ್ಪು ಮಾಡ್ತಿದ್ದೀಯಾ? ಮತ್ತೆ ಇಂಥ ತಪ್ಪು ಮಾಡೋಕೆ ಹೋಗಬೇಡ ಇದರಿಂದ ನಿನಗೂ ನಿನ್ನನ್ನು ನಂಬಿದವರಿಗೂ ಅಪಾಯ”

ಮತ್ತೆ ಅದೇ ಗಂಡಸಿನ ದನಿ! ಮತ್ತೆ ಎಚ್ಚರಿಕೆ!

“ಏ...ಯಾರು ನೀನು? ಎಷ್ಟು ಧೈರ್ಯ ನಿನಗೆ? ಪೋಲಿಸ್ ಇಲಾಖೆ ಅಂದ್ರೆ ಏನು ಅಂತ ತಿಳಿದಿದೀಯ? ಇಂತ ಒಂದು ವ್ಯವಸ್ಥಿತವಾದ ಕಾನೂನಿನ ಸಂಸ್ಥೆಯನ್ನು ನೀನು ಎದುರಿಸ್ತೀಯಾ? ನೀನು ಕಾನೂನು ಬಾಹಿರ ಕೆಲಸ ಮಾಡುತ್ತಿದ್ದೀಯಾ! ನೀನು ಎಚ್ಚರಿಕೆಯಿಂದ ಇರು! ಯಾವ ಕ್ಷಣದಲ್ಲಾದರೂ ನಿನ್ನ ರಹಸ್ಯ ಸ್ಫೋಟವಾಗಿ ಅದರ ಜೊತೆ ನೀನು ಸ್ಫೋಟವಾಗಿ ಬಿಡ್ತೀಯಾ..”

ವಿವೇಕ ಕೋಪದಿಂದ ಉರಿಯುತ್ತಿದ್ದ!

ವಿವೇಕನ ಮಾತಿಗೆ ಪ್ರತಿಕ್ರಿಯೆ ಎದುರಾಳಿಯ ಹುಚ್ಚು ನಗುವಾಗಿತ್ತು!

"ಹುಚ್ಚ ನೀನೊಬ್ಬ ದೊಡ್ಡ ಹುಚ್ಚ"

ಎನ್ನುವ ಮಾತಿನೊಂದಿಗೆ ಕಾಲ್ ಕಟ್ಟಾಯಿತು!!

23

ಅಧ್ಯಾಯ

ಸಂಜೆ ಆರೂವರೆ ಸಮಯಕ್ಕೆ ವಿವೇಕ್ ಫ್ಯಾಕ್ಟರಿಯಿಂದ ಮನೆಗೆ ಮರಳಿದ. ಕಾರು ಪೋರ್ಟಿಕೋದಲ್ಲಿ ನಿಲ್ಲಿಸಿ ಕೆಳಗಿಳಿದಾಗ ಮನೆಯ ವಾತಾವರಣದಲ್ಲಿ ಏನೋ ಬದಲಾವಣೆ ಇದೆ ಎನಿಸಿತು! ಅಂತ ಬದಲಾವಣೆ ಏನಿರಬಹುದು ಎಂದು ಕುತೂಹಲ ಮೂಡಿತು! ವಿವೇಕನಿಗೆ ಇಂದು ಬಂದ ಎರಡು ಸ್ಯಾಟಿಲೈಟ್ ಕಾಲ್ಗಳೂ ಮತ್ತು ಅವುಗಳ ಹಿಂದಿರುವ ಖಳನಾಯಕನ ನೆನಪಾಯಿತು! ಸುನೀತಾಳ ಲ್ಯಾಬಿನಲ್ಲಿ ಎಲ್ಲವೂ ಕಾನೂನುಬದ್ಧವಾಗಿ ನಡೆಯುತ್ತಿದ್ದರೆ ಅವರು ಸ್ಯಾಟಲೈಟ್ ಫೋನನ್ನೇಕೆ ಉಪಯೋಗಿಸಬೇಕು?

ಅದರ ಉದ್ದೇಶ ಸ್ಪಷ್ಟವಾಗಿದೆ!! ಆ ಫೋನ್ ಕಾಲ್ ಲ್ಯಾಬಿನಿಂದ ಬಂದದ್ದು ಅಥವಾ ಲ್ಯಾಬಿಗೆ ಸಂಬಂಧಪಟ್ಟ ವ್ಯಕ್ತಿಗಳಿಂದ ಬಂದದ್ದು ಎನ್ನುವ ಯಾವ ಸುಳಿವು ಸಿಗಬಾರದು ಎನ್ನುವ ಉದ್ದೇಶದಿಂದಲೇ ಸ್ಯಾಟಲೈಟ್ ಫೋನ್ ಉಪಯೋಗಿಸಿರುವುದು! ಇದಲ್ಲದೆ ಇನ್ನೂ ಒಂದು ಸಾಧ್ಯತೆ ಇದೆ! ಈ ಸಂಸ್ಥೆಯ ಅಥವಾ ಈ ವ್ಯಕ್ತಿಯ ಎಲ್ಲ ವ್ಯವಹಾರಗಳು ಗುಪ್ತವಾಗಿವೆ! ಪರಮ ರಹಸ್ಯವಾಗಿವೆ! ಬಹುಶಃ ಆತನ ಉತ್ಪನ್ನ ಅಥವಾ ಸೇವೆಯ ಫಲಾನುಭವಿಗಳು ವಿದೇಶೀಯರು!! ಆತನ ಒಟ್ಟು ಮಾರುಕಟ್ಟೆ ವಿದೇಶದಲ್ಲಿದೆ! ವಿದೇಶದ ಯಾವುದೋ ಸಂಸ್ಥೆ ಅಥವಾ ವ್ಯಕ್ತಿಗಳಿಗೆ ಆತನ ಉತ್ಪನ್ನ ತಲುಪುತ್ತಿದೆ...ಆ ಯಾವ ಸುಳಿವೂ ಯಾರಿಗೂ ಸಿಗಬಾರದು ಎನ್ನುವ ಉದ್ದೇಶಕ್ಕೆ ಆ ಲ್ಯಾಬಿನವರು ಸ್ಯಾಟಲೈಟ್ ಫೋನ್ ಉಪಯೋಗಿಸುತ್ತಿದ್ದಾರೆ.

ಮೊದಲು ಆ ಲ್ಯಾಬು ನಡೆಸುತ್ತಿರುವವರು ಒಂದು ಗುಂಪೋ ಅಥವಾ ವ್ಯಕ್ತಿಯೋ ಎನ್ನುವುದೂ ತಿಳಿಯಬೇಕು. ಈ ಲ್ಯಾಬಿನ ನೇರ ಮತ್ತು ಸಾಮಾನ್ಯ

ವ್ಯವಹಾರಕ್ಕೆ ಸ್ಥಳೀಯ ಫೋನು ಉಪಯೋಗಿಸುತ್ತಿರಬೇಕು. ಆದರೆ ಅಪರಾಧಿ ಕೃತ್ಯಗಳಿಗೆ ಸ್ಯಾಟಿಲೈಟ್ ಫೋನ್ ಬಳಕೆ!!

ತನ್ನ ಬಳಿ ಇದ್ದ ಬೀಗದ ಕೈಯಿಂದ ವಿವೇಕ್ ಬಾಗಿಲನ್ನು ತೆರೆದ. ಬಾಗಿಲ ಹಿಂದೆ ನಿಂತಿದ್ದ ಸುನೀತ ಕಂಡು ಬೆರಗಾದ! ಸಂಭ್ರಮಿಸಿದ. ಮರುಕ್ಷಣ ಕ್ಷಣ ಭಯವಾಯಿತು. ಮನಸ್ಸಿನಲ್ಲಿ ವಿಚಿತ್ರ ಸಂವೇದನೆ!! ಯಾರನ್ನು ನೋಡಲು ಇಷ್ಟಪಟ್ಟು ಮನೆಗೆ ಮರಳುತ್ತಿದ್ದನೋ ಈಗ ಅದೇ ವ್ಯಕ್ತಿಯನ್ನು ನೋಡಿ ಭಯಪಟ್ಟಿದ್ದ!!

ಸುನೀತಾಳಲ್ಲಿ ಇಂದು ಇನ್ನೂ ಒಂದು ಬದಲಾವಣೆ ಕಂಡಿತು! ಆಕೆಯ ಮುಖದ ಮೇಲೆ ನಗು ಲಾಸ್ಯವಾಡುತ್ತಿತ್ತು!!

"ವೆಲ್ಕಮ್ ಹೋಂ ಡಾರ್ಲಿಂಗ್"

ಅದೆಷ್ಟೋ ಕಾಲಗಳ ನಂತರ ಈ ಮಾತು ತಾನು ಕೇಳುತ್ತಿದ್ದೇನೆ!!

"ಥ್ಯಾಂಕ್ ಯು ಡಿಯರ್ ಇವತ್ತೇನೋ ವಿಶೇಷವಿದೆ?"

"ಹೌದು ಇಂದು ಎಲ್ಲವೂ ವಿಶೇಷ"

"ಅದೇನೋ ಕೇಳಬಹುದೇ?"

"ಶೂರ್...ಕೇಳಬಹುದು ಆದರೆ ಹೇಳುವುದಿಲ್ಲ! ಇವತ್ತು ಎಲ್ಲವೂ ನಿನಗೆ ಸರ್ಪ್ರೈಸ್ ಆಗಿರಬೇಕು"

ಸುನೀತಾ ಸ್ವಭಾವದಲ್ಲಿ ಬದಲಾವಣೆ ಕಾಣಿಸಿತು! ಆದರೆ ಅದು ಹಿಂದಿನಂತೆ ಇರಲಿಲ್ಲ.... ಕೃತಿಮತೆ ಕಂಡಿತು!!

ಸುನೀತಾಳನ್ನು ಹಿಪ್ನೋಟೈಸ್ ಮಾಡಿರುವ ಸಾಧ್ಯತೆಗಳಿವೆ!! ಇವತ್ತಿನ ಎರಡು ಸ್ಯಾಟಲೈಟ್ ಫೋನ್ ಕಾಲ್ ನಂತರ ತನ್ನನ್ನು ಯಾವುದೋ ಬಲೆಯಲ್ಲಿ ಸಿಕ್ಕಿಸಲು ಹುನ್ನಾರ ನಡೆದಿರಬಹುದು....ಅದಕ್ಕೆ ಬೇಕಾದ ರೀತಿಯಲ್ಲಿ ಸುನೀತಾಳನ್ನು ಸಿದ್ಧ ಮಾಡಿರಬಹುದು! ಆಕೆಯ ಮಾತು, ನಡವಳಿಕೆ ಎಲ್ಲವೂ ಯಾರೋ ಹೇಳಿಕೊಟ್ಟಿರುವ ಪಾಠಗಳು! ಅವಳ ಸುಪ್ತ ಮನಸ್ಸಿಗೆ ತುಂಬಿರುವ ಸೂಚನೆಗಳು!! ಅದನ್ನು ಸುನಿತಾಳ ಚಾಚೂ ತಪ್ಪದೆ ನಿರ್ವಸುತ್ತಿದ್ದಾಳೆ! ಅದೇ ರೀತಿಯಲ್ಲಿ ಸುನಿತಾ ನಡೆಯುತ್ತಿದ್ದಾಳೆ! ಮುಂದೇನು ಕಾದಿರಬಹುದು? ವಿವೇಕನಲ್ಲಿ ಗೊಂದಲ ಹುಟ್ಟಿತ್ತು!

"ಇದೇನು ಹೀಗೆ ಸುಮ್ಮನೆ ನಿಂತು ಬಿಟ್ಟೆ? ಏನೋ ಸರ್ಪ್ರೈಸ್ ಅಂದೆಯಲ್ಲ? ಅದೇನು ಸರ್ಪ್ರೈಸ್ ನೋಡಿಬಿಡೋಣ ಎನ್ನುತ್ತಾ ವಿವೇಕ ಆಕೆಯ ಬಳಿ ಸಾರಿ ಲಘುವಾಗಿ ಚುಂಬಿಸಿದ.

ಆ ಚುಂಬನದ ಮೂಲಕ ಸುನಿತಾಳ ಮೂಲ ಸ್ವರೂಪವನ್ನು ಗುರುತಿಸುವ ಪ್ರಯತ್ನ ಮಾಡಿದ ವಿವೇಕ. ತನ್ನ ಮೂಲ ಸುನೀತಾ ಈ ಚುಂಬನವನ್ನು ಇಷ್ಟು ಅಲ್ಪ ಕಾಲದಲ್ಲಿ ಮುಗಿಸುತ್ತಿರಲಿಲ್ಲ! ತನ್ನನ್ನು ಲತೆಯಂತೆ ಬಳಸಿಕೊಂಡು ಚುಂಬನವನ್ನು ಧೀರ್ಘವನ್ನಾಗಿ ಮಾರ್ಪಡಿಸುತ್ತಿದ್ದಳು. ಇಂದು ಹಾಗೆ ಆಗಲಿಲ್ಲ!! ಅಂದರೆ ಸುನೀತಾ ಇನ್ನು ಸಂಮೋಹನ ಸ್ಥಿತಿಯಿಂದ ಈಚೆ ಬಂದಿಲ್ಲ, ಬದಲಿಗೆ ಯಾರು ಹೇಳಿ ಕೊಟ್ಟಿರುವ ಪಾಠಗಳನ್ನು ಒಪ್ಪಿಸುತ್ತಿದ್ದಳು!

"ನಾನು ಫ್ರೆಶ್ ಆಗಿ ಬರುತ್ತೇನೆ ಅಷ್ಟರಲ್ಲಿ ಕಾಫಿ ಮತ್ತೆ ಸ್ನಾಕ್ಸ್ ರೆಡಿ ಮಾಡು" ಎನ್ನುತ್ತಾ ವಿವೇಕ ಬೆಡ್ರೂಮಿಗೆ ತೆರಳಿದ.

ಹಿಂದೆ ತಿರುಗಿ ಸುನೀತಾ ಹೇಗೆ ಪ್ರತಿಕ್ರಿಯಿಸುತ್ತಿದ್ದಾಳೆ ಎಂದು ತಿಳಿಯುವ ಪ್ರಯತ್ನ ಮಾಡಲಿಲ್ಲ. ಅವನಿಗೆ ಈಗ ಎಲ್ಲವೂ ಮನದಟ್ಟಾಗಿತ್ತು. ತನ್ನ ಮುಂದಿರುವ ಸುನಿತಾ ಸಮೂಹನ ಸ್ಥಿತಿಯಲ್ಲಿ ಇದ್ದಾಳೆ! ಅದು ಅವಳ ಮೂಲ ವ್ಯಕ್ತಿತ್ವವಲ್ಲ! ಅದೆಲ್ಲವೂ ಯಾರು ಹೇಳಿ ಕೊಟ್ಟಿರುವ ಪಾಠ! ಆಜ್ಞೆಗಳು! ಆಕೆಯ ಮೂಲ ವ್ಯಕ್ತಿತ್ವ ಲ್ಯಾಬು ಪ್ರವೇಶಿಸಿದ ಮೇಲೆ ಪ್ರಕಟವಾಗುತ್ತಿರಬಹುದು. ದೈವದತ್ತವಾಗಿ ಒದಗಿರುವ ಆಕೆಯ ಜ್ಞಾನವನ್ನು ಲ್ಯಾಬಿನವರು ತಮ್ಮ ಸಂಶೋಧನೆಗೆ ಉಪಯೋಗಿಸಿಕೊಳ್ಳುತ್ತಿದ್ದಾರೆ!

ಈ ಎಲ್ಲದರ ಹಿಂದೆ ಇರುವ ವ್ಯಕ್ತಿ ತನ್ನ ಮೇಲೆ ಯುದ್ಧ ಸಾರಿದ್ದಾನೆ!! ತಾನು ಸುನಿತಾಳ ವ್ಯಕ್ತಿತ್ವವನ್ನು ಬಗೆದು ನೋಡುವ ಪ್ರಯತ್ನ ಮಾಡಬಾರದು ಎಂದು ಎಚ್ಚರಿಸಿದ್ದಾನೆ! ಅದಕ್ಕೆ ಕಾರಣವೂ ಸ್ಪಷ್ಟವಾಗಿದೆ. ಆದರೂ ಆತ ತನಗೆ ಯಾವುದೇ ರೀತಿಯ ಅಪಾಯವನ್ನು ಮಾಡಲಾರ. ಬರೀ ಬೆದರಿಕೆ ಒಡ್ಡಬಹುದು ಅಷ್ಟೇ...ತನ್ನನ್ನು ಮುಗಿಸಿಬಿಡುವ ಪ್ರಯತ್ನ ಮಾಡಲಾರ...ಈಗಿರುವ ವ್ಯವಸ್ಥೆಯನ್ನೇ ಆತ ಉಪಯೋಗಿಸಿಕೊಳ್ಳಬೇಕು! ಈಗಿರುವ ವ್ಯವಸ್ಥೆಯಲ್ಲಿ ಸ್ವಲ್ಪ ಏರುಪೇರಾದರೂ ಅದು ಅವನಿಗೆ ಅಪಾಯ! ಆದುದರಿಂದ ಸದ್ಯದ ಪರಿಸ್ಥಿತಿಯಲ್ಲಿ ಹೇಗೆ ನಡೆಯುತ್ತಿದೆಯೋ ಹಾಗೆಯೇ ಇನ್ನೂ ಕೆಲವು ಕಾಲ ನಡೆಯಬೇಕೆನ್ನುವ ಉದ್ದೇಶ ತನ್ನ ಶತ್ರುವಿಗೆ ಇದೆ.

ಅಥವಾ...? ಒಂದು ವೇಳೆ ಸುನಿತಾಳ ಮೂಲಕ ತಾನು ಅವನನ್ನು ತಲುಪಬಹುದು ಎನ್ನುವ ಅಂಜಿಕೆ ಇದ್ದರೆ ತನ್ನನ್ನು ಮುಗಿಸಿಬಿಡುವ ಪ್ರಯತ್ನ ಮಾಡಬಹುದು...ಆ ಪ್ರಯತ್ನಕ್ಕೆ ಅವನಿಗೆ ಸುಲಭವಾಗಿ ಸಿಕ್ಕಿರುವ ಆಯುಧವೆಂದರೆ ಸುನೀತಾ!! ಸುನೀತಾಳ ಮೂಲಕವೇ ತನ್ನನ್ನು ಮುಗಿಸಬಹುದು! ತನ್ನ ಸಾವು ಸಹಜ ಎನ್ನುವ ರೀತಿಯಲ್ಲಿ ಕಾಣಿಸಲು ಯಾವುದೋ ಯೋಜನೆ ಮಾಡುತ್ತಾನೆ! ತನ್ನನ್ನು ಮುಗಿಸಿ ಸುನೀತಾಳ

ಪರಿಪೂರ್ಣ ಜ್ಞಾನವನ್ನು ಆತ ಉಪಯೋಗಿಸಬಹುದು.

ಹಾಗಾದರೆ ತಾನು ಸುನಿತಾಳ ಬಗೆಗೆ ಎಚ್ಚರಿಕೆಯಿಂದ ಇರಬೇಕು!! ಇದೆಂತಹ ವಿಪರ್ಯಾಸ?! ಇದು ತಾನು ಪ್ರೀತಿಸಿ ಮದುವೆಯಾದ ಸುನೀತಾಳೇ ತನಗೆ ಅಪಾಯವಾಗಿದ್ದಾಳೆ! ಇದೇ ತನ್ನ ಬದುಕಿನ ಘೋರ ದುರಂತ! ಆದರೆ ಹಾಗಾಗುವ ಸಾಧ್ಯತೆ ಬಹಳ ಕ್ಷೀಣ ಎನಿಸಿತು. ಆದರೂ ತಾನು ಎಚ್ಚರದಿಂದ ಇರಲೇಬೇಕು. ಈಗ ತನಗೆ ಸುನೀತಾಳ ಬಗೆಗೆ ಅನುಮಾನ ಬಂದಿರುವುದು ತನ್ನ ಶತ್ರುವಿಗೂ ಸ್ಪಷ್ಟವಾಗಿ ತಿಳಿದಿದೆ!

ತನ್ನ ಶತ್ರು, ಬೆಳಗಿನ ಜಾವದ ಆ ಒಂದು ಗಂಟೆಯ ಸಮಯವನ್ನು ಆಕೆಯನ್ನು ಬ್ರೈನ್ ವಾಶ್ ಮಾಡಲು ಉಪಯೋಗಿಸುತ್ತಿದ್ದಿರಬೇಕು! ಅದಕ್ಕೆ ಒಂದು ಜಾಗ ಬೇಕಾಗಿತ್ತು! ಅದು ತನ್ನ ಮನೆಯಲ್ಲೇ ಇದೆ! ಏಕೆಂದರೆ ತಾನು ಮಲಗುವ ಮುನ್ನ ಎಲ್ಲ ಬಾಗ್ಯಗಳನ್ನು ಮುಚ್ಚುತ್ತಿದ್ದೆ! ಗ್ಯಾರೇಜಿನ ಬಾಗಿಲ ಬಳಿಯ ರಂಧ್ರದಲ್ಲಿ ಹಾವು ಹೋದ ಆ ಒಂದು ಹೋಗಿದ್ದು ಬಿಟ್ಟರೆ ಆಕೆ ಮನೆಯಿಂದ ಆಚೆ ಹೋದ ಯಾವ ಸುಳಿವೂ ಈವರೆಗೆ ಸಿಕ್ಕಿಲ್ಲ.

ಸುನೀತಾಳ ಬ್ರೈನ್ವಾಶನ್ನು ಆತ ಹೇಗೆ ಸಾಧಿಸಿರಬಹುದು? ತನ್ನದೇ ಮನೆಯಲ್ಲಿ....ತಾನು ಇರುವಂತೆಯೇ ಸುನೀತಾ ತನ್ನ ಕಣ್ತಪ್ಪಿಸಿ ಹೋಗುತ್ತಿರುವುದು ಎಲ್ಲಿಗೆ? ಆ ಒಂದು ಗಂಟೆ ಸಮಯದಲ್ಲಿ ಏನಾಗುತ್ತಿದೆ? ಆ ಒಂದು ಗಂಟೆಯ ಸಮಯದಲ್ಲಿ ಯಾರೋ ತನ್ನ ಮನೆಗೆ ಬರುತ್ತಿರಬಹುದು!! ಯಾವ ಅನುಮಾನವೂ ಬಾರದ ರೀತಿಯಲ್ಲಿ ಆಕೆಯನ್ನು ಹೊರಗೆ ಕರೆದುಕೊಂಡು ಹೋಗಿ ಮತ್ತೆ ವಾಪಸ್ಸು ತಂದು ಬಿಡಬಹುದು!! ಅಂತಹ ಸಾಧ್ಯತೆ ತುಂಬಾ ತುಂಬಾ ಕಡಿಮೆ...ಅಥವಾ ಅದು ಸಾಧ್ಯವೇ ಇಲ್ಲ! ಒಂದು ಗಂಟೆ ಬ್ರೈನ್ವಾಶ್ ಮಾಡಲು ತೀರಾ ಅತ್ಯಲ್ಪವಾದ ಸಮಯ! ಅಷ್ಟು ಅಲ್ಪ ಸಮಯದಲ್ಲಿ ಸುನೀತಾಳ ಸ್ವಭಾವವನ್ನು, ನಡವಳಿಕೆಯನ್ನು ಮಾರ್ಪಡಿಸುವುದು ಸುಲಭದ ಕೆಲಸವಲ್ಲ.. ಸುನೀತಾ ವಿಷಯ ಯೋಚಿಸಿದಷ್ಟು ಗೋಜಲಾಗುತ್ತಿದೆ!! ಸುನೀತಾಳ ಆ ಒಂದು ಗಂಟೆಯ ಗೈರು ಭೇದಿಸಲಾರದ ರಹಸ್ಯವಾಗೇ ಉಳಿದುಬಿಟ್ಟಿದೆಯಲ್ಲ?

ತಾನು ಬಹಳ ಹೊತ್ತು ಯೋಚಿಸುತ್ತಾ ಬಾತ್ರೂಮ್ನಲ್ಲೇ ಇದ್ದೇನೆ ಎನ್ನುವ ಅರಿವು ವಿವೇಕನಿಗಾಯಿತು. ಕೆಳಗೆ ಸುನೀತಾ ಕಾಫಿಯೊಂದಿಗೆ ತನಗಾಗಿ ಕಾಯುತ್ತಿದ್ದಾಳೆ ಎನ್ನುವ ನೆನಪಾಯಿತು. ಮುಖ ತೊಳೆದು ನೀರನ್ನೂ ಒರೆಸಿಕೊಳ್ಳದೆ ವಾಷ್ ಬೇಸಿನ್ನಿನ ಕನ್ನಡಿಯಲ್ಲಿ ಮುಖ ನೋಡಿಕೊಳ್ಳುತ್ತಾ ಯೋಚನೆಯಲ್ಲಿ ಮುಳುಗಿದ್ದ ವಿವೇಕನಿಗೆ ಎಚ್ಚರವಾಯಿತು.

ಆಚೆ ದಬದಮನೆ ಬಾಗಿಲು ಬಡೆಯುತ್ತಿದ್ದಳು ಸುನೀತ!

ಆಕೆಯ ವರ್ತನೆಯಲ್ಲಿ ಒರಟುತನ ಕಾಣಿಸುತ್ತಿತ್ತು!

ಹಿಂದೆ ಎಂದೂ ಆಕೆ ಈ ರೀತಿ ಬಾಗಿಲು ಬಡಿದಿದ್ದು ನೆನಪಿರಲಿಲ್ಲ.

ಹೀಗೇಕೆ ಮಾಡುತ್ತಿದ್ದಾಳೆ ಸುನಿತಾ?

ಅಥವಾ ಸ್ಯಾಟಲೈಟ್ ಫೋನ್ ಉಪಯೋಗಿಸಿ ತನಗೆ ಕಾಲ್ ಮಾಡಿ ಬೆದರಿಕೆ ಹಾಕಿದವನು ಸುನೀತಾಳ ಮೂಲಕ ತನ್ನನ್ನು ಹತ್ಯೆ ಮಾಡಲು ಆಜ್ಞೆ ಮಾಡಿದ್ದಾನೆಯೇ..?

ವಿವೇಕನಿಗೆ ಅಳುಕು!

ಬಾಗಿಲು ತೆರೆಯಲು ಕೈ ಮುಂದಕ್ಕೆ ಚಾಚಲೇ ಇಲ್ಲ!!

ಸುನೀತಾ ಬಾಗಿಲು ಬಡಿಯುತ್ತಲೇ ಇದ್ದಳು!!

24

ಅಧ್ಯಾಯ

ಇಷ್ಟಕ್ಕೇ ಭಯಪಟ್ಟರೆ ಇನ್ನೂ ಮುಂದೆ ಎಂಥ ಪರಿಸ್ಥಿತಿಯನ್ನು ಎದುರಿಸಬೇಕಾಗುತ್ತದೆಯೋ ಗೊತ್ತಿಲ್ಲ! ತಾನು ಹೆದರಬಾರದು.. ಬಾಗಿಲು ಬಡೆಯುತ್ತಿರುವುದು ತನ್ನ ಪತ್ನಿ ಸುನೀತಾ... ವಿವೇಕ್ ಧೈರ್ಯ ತಂದುಕೊಂಡು ಬಾಗಿಲು ತೆರೆದ.

ಬಾಗಿಲಾಚೆ ಕೈಯಲ್ಲಿ ಕಾಫಿ ಕಪ್ಪು ಹಿಡಿದು ನಿಂತಿದ್ದಳು ಸುನೀತಾ!

ಆಕೆಯ ಇನ್ನೊಂದು ಕೈ ಖಾಲಿ ಇದ್ದುದನ್ನು ನೋಡಿ ವಿವೇಕನಿಗೆ ಧೈರ್ಯ ಬಂತು. ಒಂದು ವೇಳೆ ಆಕೆ ಗನ್ ಅಥವಾ ಚಾಕು ಹಿಡಿದಿರಬಹುದು ಎಂಬ ಅನುಮಾನ ಮಾಯವಾಯಿತು!

"ಏನಾಯಿತು? ಇಷ್ಟು ಹೊತ್ತು ನೀನು ಬರಲಿಲ್ಲ...ಅದಕ್ಕೆ ನಾನೇ ಮೇಲೆ ಕಾಫಿ ತಂದೆ"

ಆಕೆಯ ಮಾತಿಗೆ ವಿವೇಕ್ ನಿಟ್ಟುಸಿರಿಟ್ಟ.

"ಇಷ್ಟೊಂದು ಶ್ರಮ ಯಾಕೆ ತಗೊಂಡೆ? ನಾನೇ ಬರ್ತಿದ್ದೆ.... ನಡಿ ಡೈನಿಂಗ್ ಹಾಲಿಗೆ ಹೋಗೋಣ" ಎನ್ನುತ್ತಾ ಕಾಫಿಯ ಕಪ್ಪನ್ನು ಆಕೆಯ ಕೈಯಿಂದ ತೆಗೆದುಕೊಂಡು ಡೈನಿಂಗ್ ಹಾಲ್ ಕಡೆಗೆ ನಡೆಯತೊಡಗಿದ.. ಸುನಿತಾ ತನ್ನನ್ನು ಹಿಂಬಾಲಿಸುತ್ತಿರುವ ಅನುಭವ! ಮಹಡಿಯ ಮೆಟ್ಟಿಲು ಇಳಿಯುವಾಗ ಒಮ್ಮೆಲೇ ಅವನಿಗೆ ಭಯವಾಯಿತು! ಒಂದು ವೇಳೆ ಆಕೆ ತನ್ನನ್ನು ತಳ್ಳಿಬಿಟ್ಟರೆ? ಹೆದರಿ ಹಿಂದೆ ತಿರುಗಿ ನೋಡಿದ. ಆಕೆ ನಗುತಿದ್ದಳು! ಆ ನಗುವಿನಲ್ಲಿ ಅಮಾಯಕತೆ ಇದೆಯೆ? ಇಲ್ಲ ತಾನು ಭಯಗೊಂಡಿದ್ದಕ್ಕೆ ಗೆಲುವಿನ ನಗೆ ಇದೆಯೇ? ಅದು, ಕೃತಿಮವಾದ ಮೋಸದ ನಗೆಯಿರಬಹುದೆ?

ಡೈನಿಂಗ್ ಹಾಲ್ ತಲುಪಿದಾಗ ಸುನಿತಾ ವಿವೇಕನಿಂದ ಕಾಫಿ ಕಪ್ಪನ್ನು ತೆಗೆದುಕೊಂಡು, ಮೈಕ್ರೋವೇವ್ನಲ್ಲಿ ಮತ್ತೆ ಬಿಸಿ ಮಾಡಿಕೊಂಡು ಬಂದಳು.

ಇದೆಲ್ಲ ಸ್ವಲ್ಪ ವಿಭಿನ್ನವಾದ ನಡವಳಿಕೆ ಎನಿಸಿತು! ಈ ಹಿಂದೆ ಎಂದಿಗೂ ಎಂದು ಸುನೀತಾ ಹೀಗೆ ಮಾಡಿದ್ದು ನೆನಪಿರಲಿಲ್ಲ.

"ಏನೋ ಸರ್ಪ್ರೈಸ್ ಎಂದು ಹೇಳಿದ್ದೆಯಲ್ಲ ಏನದು?"

ತನ್ನಲ್ಲಿ ಮೂಡುತ್ತಿದ್ದ ಭಯವನ್ನು ಹತ್ತಿಕ್ಕಿಕೊಂಡು ಕೇಳಿದ ವಿವೇಕ್.

"ಆ ಸರ್ಪ್ರೈಸ್ ಏನು ಅನ್ನೋದು ಗೊತ್ತಾಗುತ್ತೆ..ಮೊದಲು ಕಣ್ಣು ಮುಚ್ಚಿಕೋ. ನಾನು ಇಪ್ಪತ್ತು ಎಣಿಸುವವರೆಗೂ ನೀನು ಕಣ್ಣು ಬಿಡಬಾರದು"

ಸುನೀತಾ ಮುಗುಳ್ನಗುತ್ತಾ ಹೇಳಿದಾಗ ವಿವೇಕನಿಗೆ ತನ್ನ ಕಿವಿಯನ್ನು ತಾನೇ ನಂಬಲಾಗಲಿಲ್ಲ! ತಾನು ಕಣ್ಣು ಮುಚ್ಚಿಕೊಂಡಾಗ ತನಗೆ ಅಪಾಯ ಮಾಡಬಹುದಲ್ಲವೆ? ಮರಕ್ಷಣ ತನ್ನ ಬಗೆಗೆ ನಾಚಿಕೆಯಾಯಿತು! ತನ್ನ ಪ್ರೀತಿಯ ಪತ್ನಿಯ ವಿಷಯದಲ್ಲಿ ಇಷ್ಟೊಂದು ಹೆದರಿಕೆ ಸರಿಯಲ್ಲ! ನನ್ನ ಈ ನಡವಳಿಕೆ ನಾಚಿಕೆಗೇಡು ಎನಿಸಿತು!

"ಓ.ಕೆ ಕಣ್ಣ ಮುಚ್ಚುತ್ತೇನೆ...ನೀನೀಗ ಕೌಂಟ್ ಮಾಡೋದಕ್ಕೆ ಶುರುಮಾಡು..ಇಪ್ಪತ್ತು ಮುಗಿಯುತ್ತಲೇ ಕಣ್ಣು ತೆರೆದುಬಿಡುತ್ತೇನೆ..ಈಗ ಶುರು ಮಾಡು"

ವಿವೇಕ ಕಣ್ಣ ಮುಚ್ಚಿಕೊಂಡ. ಆದರೆ ಮನಸ್ಸನ್ನು ಮುಚ್ಚಲಾಗಲಿಲ್ಲ! ಮನಸ್ಸು ಯೋಚಿಸತೊಡಗಿತ್ತು! ಈಗ ಏನಾಗಬಹುದು? ಆಕೆ ತನಗೆ ಅಪಾಯ ಮಾಡಲಾರಳೆ? ಆಕೆ ಸಂಮೋಹಿನಿಯ ಸ್ಥಿತಿಯಲ್ಲಿ ಇದ್ದಾಳೆ! ಅದು ತನಗೆ ಸ್ಪಷ್ಟವಾಗಿದೆ! ಆಕೆಯ ನಡವಳಿಕೆ ಅಮೂಲಾಗ್ರವಾಗಿ ಬದಲಾಗಿದೆ. ಆಕೆ ನಕ್ಕರೂ... ಪ್ರೀತಿಯ ಮಾತನಾಡಿದರೂ-ಅದೆಲ್ಲವೂ ಕೃತಿಮ ಎನಿಸುತ್ತಿದೆ! ಇಂಥ ಸ್ಥಿತಿಯಲ್ಲಿರುವ ಸುನೀತಾ ತನಗೆ ಅಪಾಯ ಮಾಡಬಹುದು! ಅದನ್ನು ತಾನು ತಳ್ಳಿ ಹಾಕುವಂತಿಲ್ಲ! ಇಂದು ತನಗೆ ಬಂದ ಆ ಎರಡು ಸ್ಯಾಟಲೈಟ್ ಕಾಲಗಳು ಸುನಿತಾಳ ನಡವಳಿಕೆ ಹೇಗೆ ಅನುಮಾನ ತರಿಸುತ್ತಿವೆ!

ಸುನೀತಾ ಒಂದು ಎರಡು ಎಂದು ನಂಬರಗಳನ್ನು ನಂಬರುಗಳನ್ನು ಎಣಿಸುತ್ತಿದ್ದಳು.

ಅಳುಕಿನಿಂದಲೇ ವಿವೇಕ ಕಣ್ಣನ್ನು ಮುಚ್ಚಿದ್ದರೂ ಸುತ್ತ ನಡೆಯುವುದರ ಬಗೆಗೆ ಜಾಗರೂಕನಾಗಿದ್ದ.

ಇಪ್ಪತ್ತು ಅಂಕೆಗಳನ್ನು ಸಾವಕಾಶವಾಗಿ ಎಣಿಸಿದಳು ಸುನೀತಾ. ಇಪ್ಪತ್ತರ ಸಂಖ್ಯೆಯನ್ನು ಹೇಳಿದ ನಂತರ ಸುನೀತಾ, "ಈಗ ಕಣ್ಣು ಬಿಡಿ" ಎಂದು ಹೇಳಿದಳು

ಡೈನಿಂಗ್ ಟೇಬಲ್ ಮೇಲೆ ಹೃದಯದ ಆಕಾರದ ಕೇಕ್ ಕಂಡಿತು! ಅದರ ಬಾರ್ಡರನ್ನು ಪಿಂಕ್ ಬಣ್ಣದಿಂದ ಅಲಂಕರಿಸಲಾಗಿತ್ತು! ಕೇಕ್ ಮಧ್ಯದಲ್ಲಿ 'ಹ್ಯಾಪಿ ವೆಡ್ಡಿಂಗ್ ಆನಿವರ್ಸರಿ ವಿವೇಕ" ಎಂಬ ಗುಲಾಬಿ ಬಣ್ಣದ ಅಕ್ಷರಗಳು ಕಂಡವು!

"ಹ್ಯಾಪಿ ವೆಡ್ಡಿಂಗ್ ಆನಿವರ್ಸರಿ ವಿವೇಕ್"

ಎಂದು ಸುನೀತಾ ವಿವೇಕನ ಹಣೆಗೆ ಮುತ್ತಿಟ್ಟಳು.

ವಿವೇಕನ ಕಣ್ಣುಗಳಲ್ಲಿ ನೀರು ಒಸರಿತು!

ಸುನೀತಾಳ ಒಂದು ಗಂಟೆಯ ಗ್ಯರನ್ನು ತಲೆಗೆ ಹಚ್ಚಿಕೊಂಡು ತಾನು ವಿಚಿತ್ರ ಮಾನಸಿಕ ಸ್ಥಿತಿಯಲ್ಲಿ ತೊಳಲುತ್ತಾ ತನ್ನ ಮದುವೆಯ ದಿನವನ್ನೇ ಮರೆತುಬಿಟ್ಟಿದ್ದೆ! ಆದರೆ ಸುನೀತಾಗೆ ನೆನಪಿದೆ! ಅಂದರೆ ಈಗ ಆಕೆ ಆ ಸಂಮೋಹನ ಸ್ಥಿತಿಯಲ್ಲಿ ಇಲ್ಲ! ಆ ಸ್ಥಿತಿಯಿಂದ ಈಚೆ ಬಂದಿದ್ದಾಳೆ! ಅಂದರೆ ಈಗ ತನ್ನ ಜೊತೆ ಇರುವವಳು ಮೂಲ ಸುನೀತಾ! ಇವಳಲ್ಲಿ ತಾನು ತಪ್ಪು ಹುಡುಕಬಾರದು.

"ಥ್ಯಾಂಕ್ ಯು ಡಾರ್ಲಿಂಗ್ ಥ್ಯಾಂಕ್ಯೂ ವೆರಿ ಮಚ್ ವಿಶ್ ಯು ಹ್ಯಾಪಿ ವೆಡ್ಡಿಂಗ್ ಅನಿವರ್ಸರಿ"

ವಿವೇಕ್ ಎದ್ದುನಿಂತ ಆಕೆಯನ್ನು ಆಲಂಗಿಸಿಕೊಂಡು ಕೆನ್ನೆಗೆ ಮುತ್ತಿಟ್ಟ.

ಮುಖವನ್ನು ಹಿಂದೆ ತೆಗೆದುಕೊಂಡು ಆಕೆಯ ಮುಖವನ್ನು ನೋಡಿದ! ಅಲ್ಲಿ ಯಾವ ಭಾವನೆಯಿದೆ? ಅಲ್ಲಿ ಪ್ರೀತಿಯಿದೆಯೆ? ಸಂಭ್ರಮ ಇದೆಯೇ? ಲಜ್ಜೆಯಿದೆಯೆ? ಇಲ್ಲವೇ ಯಂತ್ರದಂತೆ ಸುನಿತಾ ವರ್ತಿಸುತ್ತಿದ್ದಾಳೇನು?

***

ಸುನೀತಾಳ ಸ್ಥಿತಿಯನ್ನು ನಿಖರವಾಗಿ ಗುರುತಿಸಲು ಇನ್ನು ಒಂದೇ ಒಂದು ಮಾನದಂಡವಿದೆ! ಆ ಪರೀಕ್ಷೆಯನ್ನೂ ಮಾಡಿಯೇಬಿಡೋಣ ಎನ್ನಿಸಿತು ವಿವೇಕನಿಗೆ. ಶೃಂಗಾರ ಸಮಯದಲ್ಲಿ ಸುನೀತಾ ಯಾವ ರೀತಿ ಪ್ರತಿಕ್ರಿಯಿಸಬಹುದು? ಆಕೆಯ ಒಂದು ಗಂಟೆಯ ಗ್ಯರನ್ನು ತಿಳಿದ ದಿನದಿಂದ ತನ್ನ ಮತ್ತು ಸುನೀತಾಳ ದಾಂಪತ್ಯ ಬರಡಾಗಿದೆ! ಹಾಸಿಗೆ ಸೇರುತ್ತಲೇ ವಿರುದ್ಧ ದಿಕ್ಕಿಗೆ ತಿರುಗಿ ಮಲಗಿಬಿಡುತ್ತಿದ್ದೇವೆ! ಅದರ ಬಗೆಗೆ ತನಗಿರುವ ಕಾಳಜಿ ಆಕೆಗಿರುವಂತಿಲ್ಲ! ಅಥವಾ ಆಕೆಗೂ ಆ ಭಾವನೆ ಇದ್ದರೂ ಇರಬಹುದೆ? ಅದನ್ನು ಹೇಗೆ ಪರೀಕ್ಷಿಸಲಿ?

ಆ ಒಂದು ಕ್ಲಿಷ್ಟ ಪರೀಕ್ಷೆಗೆ ವಿವೇಕ ಸಿದ್ಧನಾದ. ಇದರ ಸುಳಿವು ಸುನೀತಾಗಿರಬಹುದೆ? ಆಕೆಯನ್ನು ಸಮ್ಮೋಹಿನಿಗೆ ಒಳಪಡಿಸಿದವರಿಗೆ ಇಂತಾ ಒಂದು ಸ್ಥಿತಿಯನ್ನು ಆಕೆ ಎದುರಿಸಬೇಕಾದೀತು ಎನ್ನುವ ಅನುಮಾನ ಬಂದಿರಬಹುದೆ? ಏನಾದರಾಗಲಿ ಸುನೀತಾಳ ನಿಜ ಸ್ಥಿತಿ ಇಂದು ಗೊತ್ತಾಗಿಬಿಡುತ್ತದೆ!

ರಾತ್ರಿ ಹತ್ತು ಗಂಟೆ ಸಮಯ. ಟಿವಿಯನ್ನು ವೀಕ್ಷಿಸುತ್ತಿದ್ದ ವಿವೇಕ ಎದ್ದು ಮನೆಯ ಮುಂಬಾಗಿಲನ್ನು ಲಾಕ್ ಮಾಡಿದ. ಮನೆಯ ರಕ್ಷಣೆಗೆ ಬೇಕಾದ ಎಲ್ಲ ಕ್ರಮಗಳನ್ನೂ ಯಾಂತ್ರಿಕವಾಗಿ ಮುಗಿಸಿದ.

ಸುನೀತಾ ಅರ್ಧ ಗಂಟೆಯ ಹಿಂದೆಯೇ ಮಲಗಲು ತೆರಳಿದ್ದಳು. ಅದು ಅವಳ ಮಾಮೂಲು ದಿನಚರಿ. ರಾತ್ರಿ ಒಂಬತ್ತಕ್ಕೆ ಊಟ. ಒಂಬತ್ತುವರೆಗೆ ಊಟ ಮುಗಿಯುತ್ತಲೇ..ಎಲ್ಲ ಪಾತ್ರಗಳನ್ನು ಡಿಶ್ವಾಶರಿಗೆ ತುಂಬಿ ಅದನ್ನು ಚಾಲೂ ಮಾಡಿ ಸುನೀತಾ ಮಲಗುವ ಕೋಣೆ ಸೇರುತ್ತಿದ್ದಳು. ವಿವೇಕ್ ಅರ್ಧ ಗಂಟೆ ನ್ಯೂಸ್ ಚಾನಲ್ಲು ವಿಕ್ಷಿಸಿ ಹತ್ತಕ್ಕೆ ಮಲಗಲು ಹೋಗುತ್ತಿದ್ದ. ಇಂದೂ ಅದೇ ಕ್ರಿಯಗಳ ಪುನರಾವರ್ತನೆಯಾಗಿತ್ತು.

ವಿವೇಕ ಬೆಡ್ರೂಮ್ ಪ್ರವೇಶಿಸಿದಾಗ ಸುನೀತಾ ತಿರುಗುತ್ತಿದ್ದ ಫ್ಯಾನು ನೋಡುತ್ತಾ ಮಲಗಿದ್ದಳು!

ಆಕೆ ಏನು ಯೋಚಿಸಿತ್ತಿರಬಹುದು?

ವಿವೇಕ ಮೆಲ್ಲನೆ ಆಕೆಯ ಪಕ್ಕದಲ್ಲಿ ಮಲಗಿದ.

"ಏನು ಯೋಚಿಸುತ್ತಿದ್ದೀಯಾ..?" ಕೇಳಿದ.

"ಏನೂ ಇಲ್ಲ.."

"ಇಲ್ಲ ನೀನು ಯಾವುದರ ಬಗೆಗೋ ಚಿಂತೆ ಮಾಡುತ್ತಿದ್ದೀಯ..?"

"ನಾನಾ..? ಇಲ್ಲ...ನನಗೆ ಯಾವ ಚಿಂತೆಯೂ ಇಲ್ಲ.."

ಕೆಲವು ನಿಮಿಷ ಇಬ್ಬರ ನಡೆವೆ ಮೌನ.

"ಸುನೀ.."

"ಹಾ..?"

"ನಾವಿಬ್ಬರೂ ಸರಸವಾಗಿ ಮಾತಾಡುತ್ತಾ..ರಾತ್ರಿ ಕಳೆದು ಎಷ್ಟೋ ದಿನಗಳಾಗಿವೆ ಅಲ್ಲವೆ..?"

ವಿವೇಕನ ಪ್ರಶ್ನೆಗೆ ಸುನೀತಾಳ ಉತ್ತರ ಮೌನ!

"ನಾವಿಬ್ಬರೂ ಒಂದಾಗಿ ಬಹಳ ದಿನಗಳಾಗಿಲ್ಲವೆ..?"

ಅದಕ್ಕೂ ಮೌನ.

"ಇಂದು ನಮ್ಮ ಅನಿವರ್ಸರಿ.."

ಎಂದು ವಿವೇಕ ಸುನೀತಾಳ ಮೇಲೆ ಬಾಗಿ ತುಟಿಗಳನ್ನು ಚುಂಬಿಸಿದ. ಆಕೆಯ ಪ್ರತಿಕ್ರಿಯೆ ತಣ್ಣಗಿತ್ತು! ವಿವೇಕನ ಮನಸ್ಸು ಮುದುಡಿತು!

ವಿವೇಕ ಹಿಂದೆ ಸರಿಯುತ್ತಲೇ ಸುನೀತಾ ಪಕ್ಕಕ್ಕೆ ಹೊರಳಿ "ಗುಡ್ ನೈಟ್" ಹೇಳಿ ಮಲಗಿಬಿಟ್ಟಳು!

ವಿವೇಕ ಭಾವಣೀಯಲ್ಲಿ ತಿರುಗುತ್ತಿದ್ದ ಫ್ಯಾನು ನೋಡುತ್ತಾ ಯೋಚಿಸತೊಡಗಿದ! ಸುನೀತಾ ಸಮ್ಮೋಹಿನಿಯಿಂದ ಈಚೆ ಬಂದೇ ಇಲ್ಲ! ತನ್ನ ಪಕ್ಕದಲ್ಲಿರುವವಳು ಸುನೀತಾಳೇ ಅಲ್ಲ..!! ಆಕೆ ಕೀ ಕೊಟ್ಟ ಬೊಂಬೆಯಂತೆ ವರ್ತಿಸುತ್ತಿದ್ದಾಳೆ! ಈ ಪರಿಯ ಸಮ್ಮೋಹಿನಿ ಮಾಡಲು ಸಾಧ್ಯವೆ? ಸಮ್ಮೋಹನದಿಂದ ವ್ಯಕ್ತಿಗೆ ಇಷ್ಟವಿಲ್ಲದ ಕೆಲಸವನ್ನು ಬಲವಂತವಾಗಿ ಮಾಡಿಸಲು ಸಾಧ್ಯವಿಲ್ಲ ಎನ್ನುವುದನ್ನು ಹಿಂದೆ ಎಲ್ಲೋ ಓದಿದ್ದು ನೆನಪಾಯಿತು. ಸುನೀತಾಳ ಮೇಲೆ ಹಿಪ್ನೋಟಿಸಮ್ಮಿನ ಪ್ರಯೋಗವಾಗಿಲ್ಲ ಎಂದರೆ ಬೇರೆ ಇನ್ನೇನು ನಡೆದಿದೆ ಎನ್ನುವ ಚಿಂತೆಯಿಂದ ಮನಸ್ಸು ಭಾರವಾಗಿತ್ತು! ನಿದ್ರೆ ದೂರವಾಗಿತ್ತು!

25

ಅಧ್ಯಾಯ

ನಿದ್ರೆ ಬಾರದೆ ಹೊರಳಾಡುತ್ತಿದ್ದ ವಿವೇಕನ ಮನಸ್ಸಿನಲ್ಲಿ ನೂರಾರು ಯೋಚನೆಗಳು ಹುಟ್ಟುತ್ತಾ, ಬೆಳೆಯುತ್ತಾ, ಅಳಿಯುತ್ತಾ ಸಾಗಿದ್ದವು.

ನೂರಕ್ಕೆ ತೊಂಬತ್ತು ಭಾಗ ಸುನೀತಾಳ ಮೇಲೆ ಯಾವುದೋ ವಿಚಿತ್ರವಾದ ಪ್ರಯೋಗ ನಡೆಯುತ್ತಿರುವುದು ಸ್ಪಷ್ಟವಾಗುತ್ತಿತ್ತು! ಆದರೆ ಹಿಂದೆ ಇರುವುದು ಆ ಲ್ಯಾಬೋರೇಟರಿಯ ವ್ಯವಸ್ಥೆ! ಅದು ಒಬ್ಬ ವ್ಯಕ್ತಿಯೋ ಇಲ್ಲ ಒಂದು ಗುಂಪೋ ಗೊತ್ತಾಗುತ್ತಿಲ್ಲ...ಆದರೆ ಧಮಕಿ ಹಾಕುತ್ತಿರುವವನು ಮಾತ್ರ ಒಬ್ಬನೇ ವ್ಯಕ್ತಿ! ಇಡೀ ಲ್ಯಾಬಿನ ಮುಖ್ಯಸ್ಥ ಆ ಒಬ್ಬ ವ್ಯಕ್ತಿ ಇರಬಹುದು.

ಸ್ಯಾಟಲೈಟ್ ಫೋನ್ ಮೂಲಕ ತನಗೆ ಬೆದರಿಕೆ ಹಾಕಿದವನು ಒಬ್ಬ ವ್ಯಕ್ತಿಯೇ... ಅದೂ ಗಂಡಸು.

ಸುನೀತಾಳ ಮಾನಸಿಕ ಸ್ಥಿತಿಯನ್ನು ಪ್ರಮಾಣ ಪಡಿಸಲು ಇನ್ನೂ ಒಂದು ಪರೀಕ್ಷೆ ಇದೆ. ಆ ಪರೀಕ್ಷೆಯನ್ನೂ ಮಾಡಿದರೆ ಸುನಿತಾಳ ಮಾನಸಿಕ ಸ್ಥಿತಿ ನೂರಕ್ಕೆ ನೂರು ಪಾಲು ಅರ್ಥವಾಗಿಬಿಡುತ್ತದೆ. ಆಕೆ ಯಾರದಾದರೂ ನಿಯಂತ್ರಣದಲ್ಲಿರುವುದು ಸ್ಪಷ್ಟವಾಗಿಬಿಡುತ್ತದೆ.

ವಿವೇಕ ಎದ್ದು ಬಾತ್ರೂಮ್ ಉಪಯೋಗಿಸಿ ಬಂದ. ಆನಂತರ ಸುನೀತಾ ಮಲಗಿದ್ದ ಬದಿಗೆ ಹೋಗಿ ಲೈಟಿನ ಬೆಳಕಿನಲ್ಲಿ ಆಕೆಯನ್ನು ದಿಟ್ಟಿಸಿ ನೋಡಿದ. ಆಕೆ ಗಾಢ ನಿದ್ರೆಯಲ್ಲಿ ಇರುವ ಸೂಚನೆಗಳು ಕಂಡವು. ಉಸಿರಾಟ ಸಮಸ್ಥಿತಿಯಲ್ಲಿತ್ತು, ರೆಪ್ಪೆಯ ಒಳಗೆ ಕಣ್ಣು ಗುಡ್ಡೆಗಳ ಚಲನೆಯಿತ್ತು. ಅದು ರೆಮ್ ಎಂದು ಗುರುತಿಸಿದ. ಅಂದರೆ ರ್ಯಾಪಿಡ್ ಐ ಮೂವ್ಮೆಂಟ್! ಅಂದರೆ ಆಕೆ ನಿದ್ರೆಯ ಆಳದಲ್ಲಿದ್ದಾಳೆ! ಆದರೆ...ಹಿಂದೆಂದೂ ಸುನೀತ ನಿದ್ರೆಯ ಆಳಕ್ಕೆ ಹೋದವಳೇ ಅಲ್ಲ! ಆಕೆಯ ನಿದ್ರೆ

ಏನಿದ್ದರೂ ಮೇಲ್ಪದರದಲ್ಲೇ ಇರುತ್ತಿತ್ತು.

ಆಕೆ ಎಷ್ಟು ಸೂಕ್ಷ್ಮ ಸಂವೇದಿ ಎಂದರೆ ಎಲ್ಲೋ ದೂರದಲ್ಲಿ ಒಂದು ಸಣ್ಣ ಶಬ್ದವಾದರೂ ಆಕೆಗೆ ಎಚ್ಚರವಾಗಿಬಿಡುತ್ತಿತ್ತು! ರಾತ್ರಿ ತಾನು ಎಷ್ಟು ಸಲ ಎದ್ದಿದ್ದೆ, ಎಷ್ಟು ಸಲ ಬಾತ್ರೂಮಿಗೆ ಹೋಗಿದ್ದೆ, ಎನ್ನುವುದನ್ನು ಬೆಳಗಾದಾಗ ಹೇಳುತ್ತಿದ್ದಳು! ಎಲ್ಲೋ ದೂರದಲ್ಲಿ ನಾಯಿ ಬೊಗಳಿದ್ದು, ಬೆಕ್ಕೊಂದು ಕೂಗಿದ್ದು , ದೂರದಲ್ಲಿ ಯಾರೋ ಸಿಗರೇಟ್ ಸೇದಿದ್ದು ಎಲ್ಲವೂ ಆಕೆಯ ಸಂವೇದನೆಗೆ ನಿಲುಕುತ್ತಿತ್ತು! ಆದರೆ ಈಗ ಇಲ್ಲಿ ಮಲಗಿರುವ ಸುನಿತಾ ಗಾಢ ನಿದ್ರೆಯಲ್ಲಿದ್ದಾಳೆ!

ತನ್ನ ಸ್ಥಿತಿ ಈಗ ಅಯೋಮಯ!! ಏನೆಂದು ತಿಳಿಯುತ್ತಿಲ್ಲ! ಏನು ಮಾಡಬೇಕು ತಿಳಿಯುತ್ತಿಲ್ಲ! ಯಾರೋ ತನಗೆ ಜೀವ ಬೆದರಿಕೆ ಹಾಕಿದ ಸುದ್ದಿ ಪೊಲೀಸರಿಗೆ ಮುಟ್ಟಿಸಿದ್ದಾಗಿದೆ. ಅವರು ಸ್ಯಾಟಲೈಟ್ ಕಾಲನ್ನು ಟ್ರೇಸ್ ಮಾಡಿ, ಅದು ಎಲ್ಲಿಂದ ಬಂತು ಎಂದು ಹೇಳುತ್ತಾರೆ. ಅದರಿಂದ ಏನು ಪ್ರಯೋಜನ ಆಗುವುದೋ ಅರ್ಥವಾಗುತ್ತಿಲ್ಲ...ಏನಾದರೂ ಆಗಲಿ ಕಾನೂನು ರಕ್ಷಕರಿಗೆ ಈ ಸುದ್ದಿ ತಿಳಿಸಿದ್ದು ಒಳ್ಳೆಯದೇ ಆಗಿದೆ. ಮತ್ತೆ ಆ ಬೆದರಿಕೆಯ ಕಾಲ್ ಬರುವುದೋ ಇಲ್ಲವೋ ಗೊತ್ತಿಲ್ಲ. ತನ್ನ ಜೀವಕ್ಕಂತೂ ಅಪಾಯ ಇದೆ! ಅದನ್ನು ಉಡಾಫೆ ಮಾಡುವಂತಿಲ್ಲ.

ಸುನಿತಾಳ ಮುಖವನ್ನು ದಿಟ್ಟಿಸಿ ನೋಡುತ್ತಿದ್ದರೂ ಆಕೆಗೆ ಎಚ್ಚರವಾಗಲಿಲ್ಲ! ವಿವೇಕ ಬೆಡ್ರೂಮಿನಿಂದ ಲಿವಿಂಗ್ ರೂಮಿಗೆ ಬಂದು ಕುಳಿತ. ಏನು ಮಾಡುವುದು ತಿಳಿಯದೆ ಟಿವಿ ಆನ್ ಮಾಡಿದ. ಟಿವಿ ನೋಡುವುದರಲ್ಲಿ ಅವನಿಗೆ ಆಸಕ್ತಿ ಇರಲಿಲ್ಲವಾದರೂ ಸುನೀತಾಳ ಯೋಚನೆಯಿಂದ ಕೆಲ ಸಮಯ ದೂರ ಇರಲು ಸಾಧ್ಯವಾಗಬಹುದು ಎನಿಸಿತು. ಆದರೆ ಅದು ಸಾಧ್ಯವಾಗಲಿಲ್ಲ.

ಇದ್ದಕ್ಕಿದ್ದಂತೆ ಅವನಿಗೆ ಹೊಸದೊಂದು ಯೋಚನೆ ಬಂತು. ಸುನೀತಾ ಹೇಗೆ ಸರಿಯಾಗಿ ನಾಲ್ಕು ಗಂಟೆಗೆ ಏಳುತ್ತಾಳೆ ಎನ್ನುವುದು ಅವನಿಗಿನ್ನೂ ಆಶ್ಚರ್ಯವಾಗಿ ಉಳಿದಿತ್ತು! ಆಕೆ ಮಲಗಿದಾದ ವಾಚನ್ನು ಧರಿಸುತ್ತಿರಲಿಲ್ಲ! ಯಾವುದೇ ಅಲಾರಂನ ಸಹಾಯವನ್ನೂ ಪಡೆಯುತ್ತಿರಲಿಲ್ಲ! ಆದರೆ ಕರಾರುವಕ್ಕಾಗಿ ನಾಲ್ಕು ಗಂಟೆಗೆ ಎದ್ದು ಹೋಗುತ್ತಿದ್ದಳು.

ಆಕೆಯನ್ನು ಸಂಮೋಹಿನಿಗೆ ಒಳಪಡಿಸಿದವರೂ ಊಹಿಸಲಾರದಂತ ಒಂದು ಕಾರ್ಯವನ್ನು ಮಾಡಲು ನಿರ್ಧರಿಸಿದ ವಿವೇಕ. ಮನಸ್ಸಿನಲ್ಲಿ ಕ್ಷಿಪ್ರವಾಗಿ ಒಂದು ಯೋಜನೆಯನ್ನು ತಯಾರಿಸಿದ. ಅದರ ಬಗ್ಗೆ ಕುಲಂಕುಶವಾಗಿ ಯೋಚಿಸಿ ಮಲಗುವ ಕೋಣೆಗೆ ವಾಪಸ್ಸಾಗಿ ಮಲಗಿದ.

ಸರಿಯಾಗಿ ಮೂರು ಗಂಟೆಗೆ ವಿವೇಕನ ಅಲಾರಂ ವೈಬ್ರೇಟ್ ಮಾಡಿತು... ಅವನಿಗಷ್ಟೇ ಆ ಕಂಪನ ಅರಿವಾಯಿತು.. ವಿವೇಕ ಮೆಲ್ಲನೆ ಎದ್ದು ಸುನೀತಾಳತ್ತ

ನೋಡಿದ ಆಕೆ ಇನ್ನೂ ನಿದ್ರೆಯಲ್ಲಿರುವಂತೆ ಕಂಡಿತು. ತಾನು ಮಲಗಿದ್ದ ಕಡೆ ಎರಡು ದಿಂಬುಗಳನ್ನು ಉದ್ದ ಜೋಡಿಸಿ, ಸೇರಿಸಿ ಅದರ ಮೇಲೆ ರಗ್ಗನ್ನು ಎಳೆದು ತನ್ನ ಕೆಲಸವನ್ನು ನೋಡಿದ. ಅಲ್ಲಿ ತಾನು ನಿದ್ರಿಸುತ್ತಿರುವಂತೆ ಮಲಗಿರುವಂತೆ ಕಾಣಿಸಿತು. ಇಷ್ಟು ಸಾಕು ಸುನಿತಾ ತಾನು ಅಲ್ಲಿ ಮಲಗಿದ್ದೇನೆ ಎಂದು ಭಾವಿಸುತ್ತಾಳೆ.

ವಿವೇಕ ಈಚೆ ಬಂದು ವರಾಂಡದಲ್ಲಿ ಕೆಲವು ನಿಮಿಷ ಕೂತಿದ್ದು ನಂತರ ಮನೆಯ ಮುಂಬಾಗಿಲ ಲಾಕ್ ಶಬ್ದವಾಗದಂತೆ ತೆರೆದು ಆಚೆ ನಡೆದ, ಆಚೆಯಿಂದ ಮನೆಯ ಮುಂಬಾಗಿಲನ್ನು ಲಾಕ್ ಮಾಡಿದ. ನಂತರ ಗ್ಯಾರೇಜಿನ ಬಾಗಿಲನ್ನು ಹೊರಭಾಗದಿಂದ ತೆರೆದು ಗ್ಯಾರೇಜ್ ಪ್ರವೇಶಿಸಿದ. ಅಲ್ಲಿ ಹೇಗೆ ಬಚ್ಚಿಟ್ಟುಕೊಳ್ಳಲಿ ಎಂದು ಯೋಚಿಸಿದ. ಗ್ಯಾರೇಜಿನ ಬಲ ಭಾಗದಲ್ಲಿ ಗೋಡೆಯ ಕಡೆ ರೆಫ್ರಿಜರೇಟರ್ ತರಿಸಿದ್ದ ರಟ್ಟಿನ ದೊಡ್ಡಾ ಬಾಕ್ಸ್ ಇತ್ತು. ಆ ಬಾಕ್ಸಿನ ಹಿಂದೆ ನಿಂತು ನೋಡಿದ. ಅವನು ನಿಂತಿರುವುದು ಮೇಲ್ನೋಟಕ್ಕೆ ಯಾರಿಗೂ ಗೋಚರವಾಗುತ್ತಿರಲಿಲ್ಲ. ಸಮಾಧಾನದಿಂದ ವಿವೇಕ ಕಾಯುತ್ತ ನಿಂತ.

ಸರಿಯಾಗಿ ನಾಲ್ಕು ಗಂಟೆಗೆ ಸುನೀತಾ ಬರುವ ಅನುಮಾನ ದಟ್ಟವಾಗಿತ್ತು! ಆದರೆ ಆಕೆಯನ್ನು ಎಂದೂ ಗ್ಯಾರೇಜಿನಲ್ಲಿರುವುದನ್ನು ಕಂಡು ಹಿಡಿಯಲು ಸಾಧ್ಯವಾಗಿರಲಿಲ್ಲ! ಆದರೆ ಇಂದು ಕೊನೆಯ ಪರೀಕ್ಷೆ! ಈಗ ತಾನು ಅವಳನ್ನು ಹಿಂಬಾಲಿಸುತ್ತಿಲ್ಲ! ಆದರೆ ಗ್ಯಾರೇಜಿನಲ್ಲೇ ಸೇರಿದ್ದೇನೆ! ಸುನೀತಾ ಇಲ್ಲಿ ಬಂದು ಏನು ಮಾಡುತ್ತಾಳೆ ನೋಡಿ, ಆಕೆಯನ್ನು ರೆಡ್ ಹ್ಯಾಂಡೆಡ್ ಆಗಿ ಹಿಡಿದುಬಿಡುತ್ತೇನೆ ಎಂಬ ವಿಶ್ವಾಸ ಮೂಡಿತು!

ಕಾಯುವುದು ಅತೀವ ಸಂಕಟ ಎನ್ನಿಸಿತು. ಕ್ಷಣಗಳು ಯುಗಗಳಾಗಿದ್ದವು...ನಿರಾಳವಾಗಿ ಉಸಿರಾಡುವುದು ಕಷ್ಟ ಎನಿಸಿತು! ಮನಸ್ಸನ್ನು ತಹ ಬಂದಿಗೆ ತಂದುಕೊಂಡು ಉಸಿರಾಟವನ್ನು ಸಮಸ್ಥಿತಿಗೆ ತರಲು ಪ್ರಯತ್ನಿಸಿದ. ತಾನು ಹಿಂದೆ ಧ್ಯಾನವನ್ನು ಮಾಡುತ್ತಿದ್ದುದು ನೆನಪಾಯಿತು. ಆ ವಿಧಾನಗಳನ್ನು ಮತ್ತೆ ಪ್ರಯೋಗಿಸಿದ. ಐದಾರು ಸಲ ದೀರ್ಘವಾಗಿ ಉಸಿರಾಡಿದ...ನಂತರ ತನ್ನ ಉಸಿರಾಟ ಸಮಸ್ಥಿತಿಗೆ ಬರುತ್ತಿದೆ, ಅದು ಅತ್ಯಂತ ಕ್ಷೀಣವಾಗುತ್ತಿದೆ....ಎಂದು ಹೇಳಿಕ್ಕೊಳ್ಳುತ್ತಾ ಮೂಗಿನ ತುದಿಯಲ್ಲಿ ಉಸಿರು ತೆಗೆದುಕೊಂಡು ಬಿಡುವುದನ್ನು ಏಕಾಗ್ರತೆಯಿಂದ ವೀಕ್ಷಿಸತೊಡಗಿದ. ಕ್ರಮೇಣ ಉಸಿರಾಟ ಕ್ಷೀಣವಾಯಿತು. ಮನಸ್ಸು ಶಾಂತವಾಯಿತು! ಆ ಶಾಂತತೆಯನ್ನು ವಿವೇಕ ಅನುಭವಿಸ ತೊಡಗಿದ. ಈಗ ತನ್ನಲ್ಲಿ ಯಾವುದೇ ದುಗುಡವಿಲ್ಲ, ಯಾವುದೇ ಕ್ಲೇಶವಿಲ್ಲ, ಯಾವುದೇ ಆತಂಕವೂ ಇಲ್ಲ ಎಂದುಕೊಂಡ...ಕ್ರಮೇಣ ಅವನ ಮನಸ್ಸು ಶಾಂತವಾಯಿತು.

ಈಗ ಅವನು ನಿರೀಕ್ಷಿಸುತ್ತಿದ್ದ ಸುನೀತಗಾಗಿ!

ತುಂಬಾ ದೀರ್ಘ ಸಮಯ...ಬಹುಶಃ ದಿನಗಳೇ ಕಳೆದವೇನೋ ಎನ್ನುವಂತೆ ಅವನು ಕಾಯುತ್ತಿದ್ದ. ಕೊನೆಗೊಮ್ಮೆ ಗ್ಯಾರೇಜಿನ ಬಳಿ ಸೂಕ್ಷ್ಮವಾದ ಹೆಜ್ಜೆಯ ಸಪ್ಪಳ ಕೇಳಿಸಿತು! ವರಾಂಡದಿಂದ ಗ್ಯಾರಜು ಪ್ರವೇಶಿಸುವ ಬಾಗಿಲು ತೆರೆದ ಶಬ್ದವಾಯಿತು! ಸುನೀತಾ ಕಡಿಮೆ ಪ್ರಕಾಶದ ಲೈಟಿನ ಸ್ವಿಚ್ ಆನ್ ಮಾಡಿದ ಟಕ್ ಎನ್ನುವ ಶಬ್ದ ಕೇಳಿಸಿತು! ಕೊನೆಗೂ ಸುನೀತಾ ಗ್ಯಾರೇಜಿಗೆ ಬರುವುದನ್ನು ಕಂಡುಹಿಡಿದೇಬಿಟ್ಟೆ! ಆ ಒಂದು ಗಂಟೆಯ ರಹಸ್ಯ ಇಂದು...ಈ ಕ್ಷಣ ಬಯಲಾಗಿಬಿಟ್ಟಿದೆ!! ಆದರೆ ಮುಂದೆ ಏನು ಮಾಡುತ್ತಾಳೆ? ಆ ಒಂದು ಗಂಟೆಯನ್ನು ಇಲ್ಲಿ ಹೇಗೆ ಕಳೆಯುತ್ತಾಳೆ? ಮೈಯೆಲ್ಲಾ ಕಣ್ಣಾಗಿ, ಕಿವಿಯಾಗಿ ಆಲಿಸಿತೊಡಗಿದ ವಿವೇಕ! ಸುನೀತಾ ಗ್ಯಾರೇಜಿನ ಬಾಗಿಲನ್ನು ಮುಚ್ಚಿ ಒಳಗೆ ನಿಧಾನವಾಗಿ ಶಬ್ದವಾಗದ ರೀತಿಯಲ್ಲಿ ಬಂದಳು! ನೇರವಾಗಿ ನಡೆಯುತ್ತಾ ಗ್ಯಾರೇಜಿನ ಹಿಂದಿನ ಗೋಡೆಯ ಹಿಂಭಾಗದಲ್ಲಿದ್ದ ಒಂದು ದೊಡ್ಡ ವಾರ್ಡ್ರೋಬಿನಂತ ಬೀರುವಿನ ಹತ್ತಿರ ಬಂದಳು!.. ಗ್ಯಾರೇಜಿನ ನಿರುಪಯೋಗಿ ವಸ್ತುಗಳನ್ನು, ಕಾರು, ಬೈಕು ಮುಂತಾದವುಗಳ ಬಿಡಿ ಭಾಗಗಳನ್ನು ಕ್ರಮಬದ್ಧವಾಗಿ ಶೇಖರಣೆ ಮಾಡಲು ನಿರ್ಮಿಸಿದ್ದ ಬೀರು ಅದು! ಬಹಳ ದೊಡ್ಡದಾಗಿತ್ತು, ಎಂಟು ಅಡಿ ಅಗಲ ಏಳು ಅಡಿ ಎತ್ತರವಿತ್ತು! ಒಳಗಿನ ಆಳ ನಾಲ್ಕೂವರೆ ಅಡಿ. ಅದನ್ನು ತನ್ನ ನಿರ್ದೇಶನದಲ್ಲೇ ನಿರ್ಮಿಸಲಾಗಿತ್ತು. ಆದರೆ ಅದನ್ನು ಎಂದೂ ಉಪಯೋಗಿಸುವ ಪರಿಸ್ಥಿತಿ ಎದುರಾಗಿರಲಿಲ್ಲ! ಆ ಬೀರುವಿನ ಬಳಿ ಬಂದು ಸುನೀತಾ ಒಮ್ಮೆ ಹಿಂದೆ ತಿರುಗಿ ನೋಡಿದಳು! ನಂತರ ಬೀರುವಿನ ಸ್ಲೈಡಿಂಗ್ ಬಾಗಿಲನ್ನು ಸರಿಸಿ ಒಳಗೆ ಪ್ರವೇಶಿಸಿದಳು. ಅಲ್ಲಿ ಒಬ್ಬರು ಆರಾಮವಾಗಿ ನಿಲ್ಲುವಷ್ಟು ಜಾಗವಿತ್ತು. ಆ ಬೀರುವಿನ ಒಳಗೆ ಸೇರಿ ಸುನೀತಾ ಏನು ಮಾಡುತ್ತಾಳೆ ಎಂಬ ಕುತೂಹಲವಾಯಿತು!

ಅಲ್ಲಿ ಏನಾದರೂ ಇದೆಯೇ?

ಅಲ್ಲಿ ಯಾರಾದರೂ ಇರಬಹುದೆ?

ಏನು ಆ ಬೀರುವಿನ ರಹಸ್ಯ?

ಒಂದು ಗಂಟೆಯ ಗೈರಿನಲ್ಲಿ ಸುನೀತಾ ಏನು ಮಾಡುತ್ತಾಳೆ ಎಂದು ವಿವೇಕ ಕುತೂಹಲದಿಂದಲೂ, ಭಯದಿಂದಲೂ ನೋಡುತ್ತಿದ್ದ!

26

ಅಧ್ಯಾಯ

ಸುನೀತಾ ಒಳಗೆ ಸೇರಿ ಬೀರುವಿನ ಬಾಗಿಲನ್ನು ಮುಕ್ಕಾಲು ಭಾಗ ಎಳೆದುಕೊಂಡಳು. ಬೀರುವಿನ ಬಾಗಲು, ಮುಂದೆ ತೆರೆಯುವಂತದ್ದಲ್ಲ, ಬದಲಿಗೆ ಪಕ್ಕಕ್ಕೆ ತಳ್ಳುವಂತಾದ್ದು ಅಂದರೆ ಸ್ಲೈಡಿಂಗ್ ಡೋರ್. ಆಕೆ ಒಳಗೆ ಸೇರಿದ ಐದು ನಿಮಿಷಗಳ ನಂತರ ಆ ಬೀರುವಿನಿಂದ ಮನುಷ್ಯರು ಮಾತಾಡಿದ ಶಬ್ದಗಳು ಕೇಳಿಸತೊಡಗಿದವು! ಅದರ ಜೊತೆಗೆ ಬೀರುವಿನೊಳಗೆ ಬೆಳಕು ಮೂಡುತ್ತಾ, ಆರುತ್ತಾ -ನೆರಳು ಬೆಳಕಿನ ಚಲನೆ ಕಾಣಿಸಿತು!! ಏನಾಗುತ್ತಿದೆ?

ಸುನೀತಾ ಅಲ್ಲಿ ಯಾರೊಂದಿಗೋ ಮಾತನಾಡುತ್ತಿದ್ದಾಳೆ?!!

ಇದೇ ಆಕೆಯ ಒಂದು ಗಂಟೆಯ ರಹಸ್ಯ!!

ಅಂದರೆ ಆಕೆಗೆ ಯಾರೋ ಕಾಲಕಾಲಕ್ಕೆ ಸೂಚನೆಗಳನ್ನೂ, ಆಜ್ಞೆಗಳನ್ನೂ ನೀಡುತ್ತಿದ್ದಾರೆ! ಅದಕ್ಕೆ ತಕ್ಕಂತೆ ಸುನೀತ ವರ್ತಿಸುತ್ತಿದ್ದಾಳೆ! ಇದೇ.....ಇದೇ... ಆ ಒಂದು ಗಂಟೆಯ ರಹಸ್ಯ!!

ಆದರೆ ಹೇಗೆ ಮಾತನಾಡುತ್ತಾಳೆ? ಮೊಬೈಲು ಉಪಯೋಗಿಸುತ್ತಿದ್ದಾಳೆಯೇ? ಆದರೆ ಆಕೆ ಹೋಗುವಾಗ ಕೈಯಲ್ಲಿ ಮೊಬೈಲು ಇರಲಿಲ್ಲ!! ಮತ್ತೆ ಹೇಗೆ ಸಂಭಾಷಿಸುತ್ತಾಳೆ? ಯಾರೊಂದಿಗೆ? ಯಾವುದೋ ವಯರ್ಲೆಸ್ ಉಪಕರಣ ಇರಬಹುದು! ಇದು ಇನ್ನೂ ಎಷ್ಟು ಹೊತ್ತು ಸಾಗುತ್ತದೆ? ತಾನು ಎಷ್ಟು ಹೊತ್ತು ಇಲ್ಲಿ ಕಾಯಲಿ? ಈಗ ಒಮ್ಮೆಲೇ ಹೋಗಿ ಇಣುಕಿ, ಬೀರುವಿನೊಳಗೆ ಏನು ನಡೆಯುತ್ತಿದೆ ನೋಡಿಬಿಡಲೇ? ಬೇಡ, ಅದು ಅಪಾಯ!! ಏಕೆಂದರೆ ಸುನೀತಾ ಮಾಮೂಲಿನ ಸುನಿತಾ ಅಲ್ಲ! ಆಕೆ ಯಾವುದೋ...ಯಾರದೋ ಪ್ರಭಾವದಲ್ಲಿದ್ದಾಳೆ!! ಯಾರದೋ ಸೂಚನೆಗಳನ್ನು ಪಾಲಿಸುತ್ತಿದ್ದಾಳೆ! ಆ ಸೂಚನೆಯಲ್ಲಿ ತನ್ನನ್ನು

ಮುಗಿಸಿಬಿಡುವ ಆದೇಶವೂ ಇರಬಹುದು!! ಈ ತಕ್ಷಣ ತಾನಲ್ಲಿ ಹೋಗುವುದು ಬೇಡ! ನೋಡೋಣ ಮುಂದೆ ಏನಾಗುವುದು? ವಿವೇಕ ಆಲಿಸುತ್ತಿದ್ದ! ಸುನೀತಾ ಮಾತಾಡಿದ್ದು ಕಡಿಮೆ ಆದರೆ ಆಕೆಗೆ ಹೇಳುತ್ತಿದ್ದ ಶಬ್ದಗಳೇ ಹೆಚ್ಚಾಗಿದ್ದವು! ಯಾರೋ ಒಬ್ಬರೇ ಮಾತಾಡುತ್ತಿದ್ದರು! ಅದು ಹೆಣ್ಣು ದನಿಯಂತೆ ಇತ್ತು! ಇನ್ನೂ ಸೂಕ್ಷ್ಮವಾಗಿ ಆಲಿಸಿದಾಗ ಆ ದನಿ ತನಗೆ ತೀರ ಚಿರಪರಿಚಿತ ಎನಿಸಿತು! ಅಂತ ದನಿ ಯಾರದು?

ಸುಮಾರು ಒಂದು ಗಂಟೆ ಸಮಯ ಕಳೆದಿದೆ ಎನಿಸತೊಡಗಿತು ವಿವೇಕನಿಗೆ... ಅದನ್ನು ಖಾತ್ರಿಪಡಿಸುವಂತೆ ಬೀರು ಒಳಗಿದ್ದ ನೆರಳು ಬೆಳಕಿನ ಆಟ ಮುಗಿದಿತ್ತು!! ಶಬ್ದಗಳು ನಿಂತುವು! ಬೀರುವಿನ ಬಾಗಿಲು ತೆರೆಯಿತು...ಸುನೀತಾ ಈಚೆ ಬಂದಳು!! ನಿಧಾನವಾಗಿ ನಡೆಯುತ್ತಾ ವರಾಂಡದ ಬಾಗಿಲು ತೆರೆಯುವ ಮುನ್ನ ಲೈಟ್ ಆರಿಸಿ ಆಚೆ ಹೋದಳು! ಗ್ಯಾರೇಜಿನ ಬಾಗಿಲು ಮುಚ್ಚಿತು!! ವಿವೇಕ ಖಾಲಿ ರೆಫ್ರಿಜಿರೇಟರ್ ಬಾಕ್ಸಿನ ಹಿಂದೆ ಉಸಿರು ಬಿಗಿ ಹಿಡಿದು ನಿಂತಿದ್ದ!!

ಆಕೆ ನಿಷ್ಕ್ರಮಿಸುತ್ತಲೇ ನಿರಾಳವಾಗಿ ಉಸಿರಾಡಿದ! ಈಗ ಕೊನೆಯ ರಹಸ್ಯ ಸ್ಫೋಟ ಆಗಲೇಬೇಕು! ಮತ್ತೂ ಐದು ನಿಮಿಷ ತಡೆದು ಸುನೀತಾಳ ಹೆಜ್ಜೆಯ ಸಪ್ಪಳ ಆಲಿಸುತ್ತಾ ಮೆಲ್ಲನೆ ತಾನು ಅವಿದುಕೊಂಡಿದ್ದ ಜಾಗದಿಂದ ಈಚೆ ಬಂದು, ಬೀರುವಿನ ಕಡೆಗೆ ನಡೆದ ವಿವೇಕ.

ಬೀರುವಿನ ಹತ್ತಿರ ಬಂದು ಮೆಲ್ಲನೆ ಬಾಗಿಲು ಒಂದು ಪಕ್ಕಕ್ಕೆ ತಳ್ಳಿದ ವಿವೇಕ. ಬೀರು ಬಾಗಿಲು ಸರಿಸಿದ ಶಬ್ದ ಸುನೀತಾಗೆ ಕೇಳಿರಬಹುದೆ? ಅನುಮಾನ! ಆ ಅನುಮಾನವನ್ನು ಹತ್ತಿಕ್ಕಿಕೊಂಡು, ಒಳಗೆ ಇಣುಕಿ ನೋಡಿದ!

ಅಲ್ಲಿದ್ದ ವ್ಯವಸ್ಥೆ ನೋಡಿ ದಂಗಾದ!!

ಇಂಥದೊಂದು ತನ್ನದೇ ಮನೆಯಲ್ಲಿ, ತನ್ನ ಮೂಗಿನ ನೇರಕ್ಕೇ ನಡೆಯುತ್ತಿದೆ ಎನ್ನುವುದು ಅವನ ಕಲ್ಪನೆಗೂ ಮೀರಿದ್ದಾಗಿತ್ತು!

ಅಲ್ಲಿ ಒಂದು ಕಂಪ್ಯೂಟರ್ ಮಾನಿಟರ್, ಆದಕ್ಕೊಂದು, ಮೋಡಂ, ಕೀಬೋರ್ಡ್, ಹೆಡ್ಫೋನ್ ಮತ್ತು ಅವಕ್ಕೆ ವಿದ್ಯುತ್ ಸಂಪರ್ಕ ಎಲ್ಲವನ್ನೂ ಪುಟ್ಟ ಟೇಬಲ್ಲಿನ ಮೇಲೆ ಅಚ್ಚುಕಟ್ಟಾಗಿ ಜೋಡಿಸಿತ್ತು! ಟೇಬಲ್ ಮುಂದೆ ಕುಳಿತುಕೊಳ್ಳಲು ಒಂದು ಕುರ್ಚಿಯೂ ಇತ್ತು! ಎಲ್ಲ ವ್ಯವಸ್ಥಿತವಾದ ಸಿದ್ಧತೆ!

ಅದೆಲ್ಲವನ್ನೂ ಯಾವ ಉದ್ದೇಶಕ್ಕಾಗಿ ಮಾಡಲಾಗಿದೆ?

ಯಾರು ಇದನ್ನು ಮಾಡಿದ್ದಾರೆ?

ಇಲ್ಲಿ ಏನು ನಡೆಯುತ್ತಿದೆ?

ಒಳಗೆ ಕಾಲಿಟ್ಟು ಆ ಕುರ್ಚಿ ಮೇಲೆ ಕುಳಿತು ಎದುರು ನೋಡಿದ ವಿವೇಕ್. ನೇರವಾಗಿ ಆ ಮಾನಿಟರ್ ಸ್ಕ್ರೀನ್ ಕಾಣಿಸುತ್ತಿತ್ತು! ಆದರೆ ಆ ಸಿಸ್ಟಮ್ ಆಫ್ ಮಾಡಲಾಗಿತ್ತು. ಅದೀಗ ತಣ್ಣಗೆ, ನಿಷ್ಕ್ರಿಯವಾಗಿ ಕುಳಿತಿತ್ತು! ವಿವೇಕನ ಎದೆಬಡಿತ ಏರತೊಡಗಿತ್ತು. ಸಿಸ್ಟಮ್ ಆನ್ ಮಾಡಿ ನೋಡಿದರೆ ಹೇಗೆ ಎನಿಸಿ ನಡುಗುವ ಕೈಗಳಿಂದ ಹತ್ತಿರದಲ್ಲಿದ್ದ ಸ್ವಿಚ್ ಮತ್ತು ಮೋಡಮ್ ಎಲ್ಲವನ್ನು ಆನ್ ಮಾಡಿದ!! ಮಾನಿಟರ್ ಮೇಲೆ ನೀಲಿ ಬಣ್ಣದ ಬೆಳಕು ಕಾಣಿಸಿತು. ಮುಂದಿದ್ದ ಹೆಡ್ಫೋನ್ ಕಿವಿಗೆ ಸಿಕ್ಕಿಸಿಕೊಂಡು ಮಾನಿಟರ್ ಕಡೆ ನೋಡುತ್ತಾ, “ಹಲೋ ಯಾರಿದ್ದೀರಿ? ಮಾತನಾಡಿ” ಎಂದು ಹೇಳಿದ! ಅವನ ದನಿ ಕಂಪಿಸುತ್ತಿತ್ತು!

ಆದರೆ ಅತ್ತಲಿಂದ ಯಾವ ಪ್ರತಿಕ್ರಿಯೆಯೂ ಇರಲಿಲ್ಲ! ಬಹುಶಃ ಇದು ಬೆಳಗಿನ ನಾಲ್ಕು ಗಂಟೆಗೆ ಮಾತ್ರ ಆನ್ ಆಗುತ್ತದೆ! ಆಗ ಅಲ್ಲಿ ಯಾರೋ ಈ ವ್ಯವಸ್ಥೆಯ ಮೂಲಕ ಮಾತನಾಡುತ್ತಾರೆ! ತನ್ನ ಜೊತೆಯಲ್ಲಿರುವ ಸುನಿತಾಗೆ ಸೂಚನೆಗಳು ಮತ್ತು ಆಜ್ಞೆಗಳನ್ನು ಕೊಡುತ್ತಾರೆ!! ಅದಕ್ಕೆ ಕಾರಣ ಇದೆ...ತನ್ನ ಸಂಗಾತಿ ಸುನಿತಾ, ಇದೀಗ ಯಾರದೋ ಸಮ್ಮೋಹಿನಿ ವಶದಲ್ಲಿ ಇದ್ದಾಳೆ! ಆಕೆಗೆ ಅಡಿಗಡಿಗೆ ಸೂಚನೆಗಳನ್ನು ಕೊಡುತ್ತಿರಬೇಕಾಗುತ್ತದೆ...ಬಹುಶಃ ಇಡೀ ದಿನ ಲ್ಯಾಬಿನ ಕೆಲಸದ ನಂತರ ಆಕೆಗೆ ಮನೆಗೆ ಹೋಗಿ ಏನೇನು ಮಾಡಬೇಕು ಎನ್ನುವುದನ್ನು ಕೂಲಂಕುಶವಾಗಿ ಹೇಳಿ ಕಳಿಸಿರುತ್ತಾರೆ. ರಾತ್ರಿ ಮಲಗಿದ ನಂತರ ಬಹುಶಃ ಆ ಎಲ್ಲಾ ನೆನಪುಗಳೂ, ಎಲ್ಲ ಸೂಚನೆಗಳೂ ಅಳಿಸಿ ಹೋಗುತ್ತವೆ! ಮತ್ತೆ ಆಕೆಗೆ ಮುಂದೇನು ಮಾಡಬೇಕು ಎನ್ನುವ ಸೂಚನೆಗಳ ಅಗತ್ಯವಿರುತ್ತದೆ! ಅದಕ್ಕಾಗಿಯೇ ಬೆಳಿಗ್ಗೆ ನಾಲ್ಕು ಗಂಟೆಗೆ ಸುನೀತ ಇಲ್ಲಿ ಬಂದು ಕೂರುತ್ತಾಳೆ! ಆ ಒಂದು ಗಂಟೆಯ ಸಮಯದಲ್ಲಿ ಆಕೆಗೆ ಹೇಳಬೇಕಾದುದನ್ನೆಲ್ಲ ಹೇಳಿಬಿಡುತ್ತಾರೆ! ಆನಂತರ ಆಕೆ ವಾಪಸ್ಸು ಹೋಗಿ ಎಂದಿನಂತೆ ಏನೂ ಆಗಿಲ್ಲದಂತೆ ವರ್ತಿಸುತ್ತಾಳೆ! ಇದು ಬಗೆಹರಿಯಬೇಕಾದರೆ ನಾಳೆಯವರೆಗೂ ತಾನು ಕಾಯಬೇಕು. ನಾಳೆ, ಬೆಳಗಿನ ನಾಲ್ಕು ಗಂಟೆಗೆ ಹೇಗಾದರೂ ಮಾಡಿ ಸುನಿತಾ ಇಲ್ಲಿಗೆ ಬರದಂತೆ ತಡೆಯಬೇಕು! ಆನಂತರ ಅವಳ ಜಾಗದಲ್ಲಿ ತಾನು ಕೂತು ಈ ಸಿಸ್ಟಮ್ ಅನ್ನು ಆನ್ ಮಾಡಬೇಕು! ಆಗ ತೆರೆಯ ಮೇಲೆ ಯಾರು ಬರುತ್ತಾರೆ ನೋಡಬಹುದು! ಏನು ಹೇಳುತ್ತಾರೆ ಕೇಳಬಹುದು! ಇದು ಒಂದು ಏಕಮುಖವಾದ ಸಿಸ್ಟಮ್ ಅಲ್ಲ...ತಾನು ಇಲ್ಲಿ ಕುಳಿತ ತಕ್ಷಣ ತನ್ನ ಚಿತ್ರವೂ ಇನ್ನೊಂದು ತುದಿಯಲ್ಲಿ ಇರುವವರಿಗೆ ಪ್ರಸಾರವಾಗುತ್ತದೆ! ತನ್ನ ಮುಖ ನೋಡಿದ ತಕ್ಷಣ ಅತ್ತಲಿನ ವ್ಯಕ್ತಿ ಈ ಸಿಸ್ಟಮ್ ಅನ್ನು ಆಫ್ ಮಾಡಿಬಿಡಬಹುದು!! ಆದರೂ ಆತ ಯಾರು ಎಂಬುದು ತಿಳಿಯುತ್ತದೆ!

ಇನ್ನು ಇಡೀ ದಿನ ಇಲ್ಲಿ ಕೂತರೂ ಈ ಸಿಸ್ಟಂನಲ್ಲಿ ಯಾರೂ ಸಂಪರ್ಕ ಮಾಡುವುದಿಲ್ಲ!! ಮತ್ತೆ ಇಪ್ಪತ್ತುಮೂರು ಗಂಟೆ ಕಾಯಬೇಕು ವಿವೇಕನಿಗೆ ಏನೋ ಸಾಧಿಸಿದ ಹೆಮ್ಮೆಯಾಗಿತ್ತು! ಒಂದು ಹಂತವನ್ನು ಮುಟ್ಟಿಬಿಟ್ಟೆ...ಇನ್ನುಒಂದು ಕೊನೆಯ ಹಂತ, ಅದನ್ನೂ ಮುಟ್ಟಬೇಕು! ಆನಂತರ ಸುನೀತಾಳನ್ನು ಸಂಮೋಹನಿಗೆ ಒಳಪಡಿಸಿರುವ ವ್ಯಕ್ತಿ ಯಾರು? ಆತನ ಉದ್ದೇಶವೇನು-ಎಲ್ಲ ತಿಳಿದುಕೊಳ್ಳಲು ಸಾಧ್ಯ! ಈಗ ಸದ್ಯಕ್ಕೆ ಇದರಿಂದ ಯಾವ ಪ್ರಯೋಜನವೂ ಇಲ್ಲ.

ಇಷ್ಟೆಲ್ಲಾ ವ್ಯವಸ್ಥೆ ತಾನು ಇರುವಂತೆಯೇ ಇಲ್ಲಿ ನಡೆದಿದೆ! ಅದು ಹೇಗೆ ಸಾಧ್ಯ? ಇದನ್ನು ಸ್ವತಃ ಸುನೀತಾ ಮಾಡಿರೋದು ಅಸಾಧ್ಯ! ಇಷ್ಟೆಲ್ಲಾ ತಾಂತ್ರಿಕ ವಿಷಯಗಳು ವೈದ್ಯೆಯಾದ ಆಕೆಗೆ ತಿಳಿದಿರಲಾರದು! ಬಹುಶಃ ಎಲೆಕ್ಟ್ರಾನಿಕ್ ಉಪಕರಣಗಳ ನೆಟ್ವರ್ಕ್‌ನಲ್ಲಿ ಪರಿಣಿತರು ಕೆಲವು ಜನರು ಬಂದು ಈ ವ್ಯವಸ್ಥೆಯನ್ನು ಮಾಡಿ ಹೋಗಿದ್ದಾರೆ! ಯಾರು ಬಂದಿದ್ದರು ಎನ್ನುವುದನ್ನು ಬಹಳ ಸುಲಭವಾಗಿ ಮನೆಯ ಸಿಸಿ ಟಿವಿ ರೆಕಾರ್ಡ್ಸ್‌ನಲ್ಲಿ ನೋಡಬಹುದು...ಆ ವ್ಯಕ್ತಿಗಳು ಯಾರು? ಯಾವಾಗ ಬಂದಿದ್ದರು? ಎಷ್ಟು ಕಾಲದಿಂದ ಇದು ನಡೆಯುತ್ತಿದೆ ಇದೆಲ್ಲವನ್ನು ತಿಳಿಯಲು ಸಾಧ್ಯವಿದೆ.

ಸುನೀತಾ ಬಗ್ಗೆ ತಾನು ಅನುಮಾನಿಸಿದ ಆ ಒಂದು ಸಣ್ಣ ಘಟನೆ ಈಗ ಬಹಳ ದೊಡ್ಡದಾಗಿ ಕಾಣುತ್ತಿದೆ! ಇದರ ಆಳ...ವಿಸ್ತಾರ ಎಷ್ಟಿದೆಯೋ ಅರ್ಥವಾಗುತ್ತಿಲ್ಲ!! ಒಂದು ಸಣ್ಣ ಅನುಮಾನ ಬೃಹದಾಕಾರವಾಗಿ ಬೆಳೆಯುತ್ತಿರುವ ಲಕ್ಷಣಗಳು ಗೋಚರಿಸುತ್ತಿವೆ. ಇದರ ನಡುವೆ ತನಗೆ ಧಮಕಿ ಹಾಕಿದ ಆ ವ್ಯಕ್ತಿ ನಿಜಕ್ಕೂ ಪ್ರಭಾವಶಾಲಿಯಾಗಿದ್ದು, ಶಕ್ತಿವಂತನಾಗಿದ್ದರೆ ತನ್ನ ಸಾವು ನಿಶ್ಚಿತ!! ಅದಕ್ಕೂ ಮುಂಚೆ ಅವನಿಗೆ ಅನುಮಾನ ಬಾರದ ರೀತಿಯಲ್ಲಿ ಈ ರಹಸ್ಯವನ್ನು ಸ್ಫೋಟಿಸಬೇಕು! ತಾನೊಬ್ಬನೇ ಈ ವ್ಯವಸ್ಥೆಯೆದುರು ಹೋರಾಡುವುದು ಸಾಧ್ಯವಿಲ್ಲ! ಕಾನೂನಿನ ನೆರವು ಪಡೆದುಕೊಳ್ಳಲೇಬೇಕು. ಅದನ್ನು ಹೇಗೆ ನಿರ್ವಹಿಸಲಿ?

ಸುನೀತಾಳನ್ನೇ ಮುಖಾಮುಖಿಯಾಗಿ ಕೇಳಲೆ? ಆಕೆ ಉತ್ತರಿಸುವಳೆ? ಪ್ರಶ್ನೆ ಕಾಡಿತು!

27

ಅಧ್ಯಾಯ

ತಕ್ಷಣವೇ ವಿವೇಕನಿಗೆ ಪೊಲೀಸ್ ಇಲಾಖೆಯ ನೆನಪಾಯಿತು. ಎಸ್ಸೈ ಭಾಸ್ಕರ್ ನೆನಪಾದರು. ತಾನು ಸ್ಯಾಟಲೈಟ್ ಕಾಲ್ ಬಗ್ಗೆ ಕೊಟ್ಟಿರುವ ದೂರು ನೆನಪಿಗೆ ಬಂತು. ಅಲ್ಲಿಂದ ಮುಂದೆ ನಡೆದಿರುವ ಘಟನಾವಳಿಗಳನ್ನು ಪೊಲೀಸ್ ಇಲಾಖೆಗೆ ತಿಳಿಸಬೇಕು...ಅಷ್ಟೇ ಅಲ್ಲದೆ ಅವರನ್ನು ಕರೆದು ಈ ವ್ಯವಸ್ಥೆಯನ್ನು ತೋರಿಸಬೇಕು.

ನೋಡೋಣ...ಪೊಲೀಸ್ ವ್ಯವಸ್ಥೆ ಇದನ್ನು ಹೇಗೆ ಭಾವಿಸುತ್ತದೆ? ತಾನು ಹಿಂದೆ ಸಂಪರ್ಕಿಸಿದ್ದ ದೂರು ಕೊಟ್ಟ ಎಸ್ಸೈ ಭಾಸ್ಕರ್ ಕರೆದು ಎಲ್ಲವನ್ನು ತೋರಿಸಬೇಕು! ಇಲ್ಲಿ ನಡೆದಿದ್ದೆಲ್ಲವನ್ನು ಅವರಿಗೆ ವಿವರಿಸಬೇಕು.

ವಿವೇಕ ಬೀರುವಿನ ಬಾಗಿಲನ್ನು ಮುಚ್ಚಿ ಮತ್ತೆ ಗ್ಯಾರೇಜಿನ ಮುಂದಿನ ಬಾಗಿಲನ್ನು ತೆರೆದು ಮನೆಯಿಂದ ಈಚೆ ಬಂದ. ಮತ್ತೆ ಮನೆಯ ಮುಂಭಾಗದ ಮೂಲಕ ಮನೆಯನ್ನು ಪ್ರವೇಶ ಮಾಡಿದ. ಮುಂಬಾಗಿಲು ಡೋರ್ ಲಾಕ್ ಮಾಡಿ ಮಲಗುವ ಕೋಣೆಗೆ ತೆರಳಿದ. ಬಾಗಿಲಲ್ಲಿ ನಿಂತು, ಒಳಗೆ ಪ್ರವೇಶ ಮಾಡಲು ಅನುಮಾನಿಸಿದ. ತಾನು ಈವರೆಗೆ ಮಾಡಿದ ಕೆಲಸಗಳು ಸುನೀತಾಳ ಅರಿವಿಗೆ ಬಂದಿರಬಹುದೆ? ಹಾಗಿದ್ದರೆ ಅದು ಖಂಡಿತಾ ಅಪಾಯ! ಆಕೆ ಏನು ಮಾಡುತ್ತಾಳೋ ಗೊತ್ತಿಲ್ಲ! ಸುನೀತಾ ಈಗ ಭಿನ್ನವಾದ ವ್ಯಕ್ತಿತ್ವ ಧಾರಣೆ ಮಾಡಿದ್ದಾಳೆ! ಅವಳಿಗೂ ತನಗೂ ಇರುವ ಸಂಬಂಧ ತೆಳುವಾಗಿದೆ...ಆಕೆಗೆ ಸೂಚನೆ ಸಿಕ್ಕರೆ ಆಕೆ ತನ್ನನ್ನು ಕೊಲ್ಲುವುದಕ್ಕೂ ಹಿಂದುಮುಂದು ನೋಡಲಾರಳು!! ತಾನು ಬಹಳ ಜಾಗೃತನಾಗಿರಬೇಕು... ಪ್ರತಿಯೊಂದು ಕ್ಷಣವೂ ಆಕೆಯನ್ನು ಗಮನಿಸುತ್ತಿರಬೇಕು.

ಕಿಟಕಿಯ ಕರ್ಟನನ್ನು ಸ್ವಲ್ಪ ತೆರೆದು ಆಚೆ ನೋಡಿದ ವಿವೇಕ. ಆಗಲೇ ನಸು ಬೆಳಗು! ಇನ್ನು ಮಲಗುವುದು ಸಾಧ್ಯವಿಲ್ಲ ಎನಿಸಿತು. ಮಲಗಿದರೂ ನಿದ್ರೆ ಬರುವುದಿಲ್ಲ...ಈಗ ಎದ್ದು ದೈನಂದಿನ ಕೆಲಸಗಳಲ್ಲಿ ತೊಡಗಿಬಿಡುವುದು ಎನ್ನುತ್ತಾ ಹಾಸಿಗೆ ಮೇಲೆ ಕುಳಿತಿದ್ದವನು ಎದ್ದು ಬೆಡ್ರೂಮಿನಿಂದ ಈಚೆ ಬಂದ. ಇದಾವುದರ ಅರಿವು ಇಲ್ಲದಂತೆ ಸುನೀತಾ ಮಲಗಿದ್ದಳು!!

***

ಸುನೀತಾ ಲ್ಯಾಬಿಗೆ ತೆರಳಿದ ನಂತರ ವಿವೇಕ ತನ್ನ ಫ್ಯಾಕ್ಟ್ರಿಗೆ ಫೋನ್ ಮಾಡಿ, ತಾನು ತಡವಾಗಿ ಬರುತ್ತಿರುವುದನ್ನು ಪರ್ಸನಲ್ ಅಸಿಸ್ಟೆಂಟ್ ಮಧುಗೆ ಹೇಳಿದ. ಆನಂತರ ಫೋನ್ ಮೂಲಕ ಪೊಲೀಸ್ ಇನ್ಸ್ಪೆಕ್ಟರ್ ಭಾಸ್ಕರ್ ಸಂಪರ್ಕಿಸಿದ.

“ಸರ್ ತಾವು ಸ್ವಲ್ಪ ಬಿಡುವು ಮಾಡಿಕೊಂಡು ನನ್ನ ಮನೆಗೆ ಬರಬೇಕು...ಮನೆಯ ಲೋಕೇಶನ್ ಕಳಿಸುತ್ತೇನೆ. ನನ್ನ ಕಲ್ಪನೆಗೂ ಮೀರಿದ ಒಂದು ಅಪಾಯದ ಸುಳಿವು ಸಿಕ್ಕಿದೆ! ಇಲ್ಲೇನೋ ತುಂಬಾ ಅಪಾಯಕಾರಿ ರಹಸ್ಯ ನಡೆಯುತ್ತಿದೆ! ಅದರ ಪ್ರಮಾಣವನ್ನು ಇನ್ನೂ ಊಹಿಸಲು ಸಾಧ್ಯವಾಗಿಲ್ಲ! ತಾವು ದಯಮಾಡಿ ಬರಬೇಕು...ಇದು ಕೇವಲ ನನ್ನ ವೈಯುಕ್ತಿಕ ಸಮಸ್ಯೆಯಂತೆ ಕಾಣಿಸುತ್ತಿಲ್ಲ! ಬದಲಿಗೆ ಇದು ಇಡೀ ಸಮಾಜಕ್ಕೆ ಸಂಬಂಧಿಸಿದಂತೆ ಭಾಸವಾಗುತ್ತಿದೆ"

ವಿವೇಕನ ಮಾತುಗಳನ್ನು ಕೇಳಿ ಇನ್ಸ್ಪೆಕ್ಟರ್ ಭಾಸ್ಕರ್ ಆಶ್ಚರ್ಯಪಟ್ಟರು. ಈತ ಏನೇನೋ ಕಲ್ಪಿಸಿಕೊಂಡು ಬಿಟ್ಟಿದ್ದಾನೆ..ತುಂಬಾ ಭ್ರಮೆಯಲ್ಲಿ ಇದ್ದಾನೆ ಎನಿಸಿತು. ಅವನ ವೈಯಕ್ತಿಕ ಸಮಸ್ಯೆಯನ್ನು ಸಮಾಜದ ಸ್ವಾಸ್ಥ್ಯಕ್ಕೆ ತಳುಕು ಹಾಕುತ್ತಿದ್ದಾನೆ ಎಂದುಕೊಂಡರು!

"ಸರ್ ನಾನು ಹೇಳುತ್ತಿರುವುದು ವಿಚಿತ್ರವಾಗಿ ಕಾಣಿಸಬಹುದು...ಆದರೆ ವಸ್ತುಸ್ಥಿತಿ ಭಯಾನಕವಾಗಿದೆ! ಇದನ್ನು ನೀವು ನೋಡಲೇಬೇಕು...ಇದನ್ನು ನಿಮ್ಮ ಮೇಲಿನವರ ಗಮನಕ್ಕೂ ತರಬೇಕು...ಪ್ಲೀಸ್ ಆದಷ್ಟು ಬೇಗನೆ ಬನ್ನಿ"

“ಓಕೆ ವಿವೇಕ್, ಆಗಲಿ ಬರ್ತೀನಿ ನಿಮ್ಮ ಮನೆಯ ಲೋಕೇಶನ್ ಕಳಿಸಿ”

“ಒಂದೇ ನಿಮಿಷ ಸರ್ ಕಳಿಸುತ್ತೇನೆ... ನಿಮಗಾಗಿ ಕಾಯುತ್ತಿದ್ದೇನೆ”

ವಿವೇಕನ ಆತಂಕ ಕ್ಷಣಕ್ಷಣಕ್ಕೂ ಹೆಚ್ಚುತ್ತಿತ್ತು. ಮೈ ಬಿಸಿಯಾಗಿತ್ತು...ಬಾಯಿ ಆಗಾಗ ಒಣಗುತ್ತಿತ್ತು! ಇಂಥ ಒಂದು ಪರಿಸ್ಥಿತಿ ತನ್ನ ವೈವಾಹಿಕ ಜೀವನ ಮುಳುವಾಗಬಹುದು ಎಂದು ಎಂದೂ ಅವನಿಗನಿಸಿರಲಿಲ್ಲ. ಇಷ್ಟೆಲ್ಲಾ ಆದದ್ದು, ಆಗುತ್ತಿರುವುದು ಸುನೀತಾ ಲ್ಯಾಬಿನಲ್ಲಿ ಕೆಲಸಕ್ಕೆ ಸೇರಿದಾಗಿನಿಂದ! ಆಕೆ ಹಲವಾರು ಸಲ ತನ್ನ ಕನಸುಗಳನ್ನು ಹೇಳಿದ್ದಳು...ತನಗೆ ಅವು ಭಾಗಶಃ

ಅರ್ಥವಾಗುತ್ತಿದ್ದವು. ಜೀವಕೋಶಗಳ ನಕಲು ಮಾಡುವುದು, ಅವುಗಳ ದೋಷಗಳನ್ನು ಸರಿಪಡಿಸುವುದು, ಮರು ವಿನ್ಯಾಸ ಮಾಡುವುದು, ಜೀವಕೋಶಗಳ ಮೂಲಕ ಅತ್ಯಂತ ಬುದ್ಧಿಶಾಲಿ ಮತ್ತು ಶಕ್ತಿಶಾಲಿ ಪ್ರಾಣಿ ಮತ್ತು ಮನುಷ್ಯರ ತಳಿಯನ್ನು ಅಭಿವೃದ್ಧಿ ಪಡಿಸುವುದು... ಮುಂತಾದ ವಿಷಯಗಳ ಬಗ್ಗೆ ಇದ್ದಕ್ಕಿದ್ದಂತೆ ಅವಳು ಮಾತನಾಡುತ್ತಿದ್ದಳು. ಯಾವುದೋ ಸ್ಫೂರ್ತಿಗೆ ಒಳಗಾದಂತೆ...ಯಾವುದೋ ಒಂದು ಉನ್ನತವಾದ ಅಶರೀರ ಚೈತನ್ಯ ಅವಳನ್ನು ಯಾವುದೋ ಕೆಲಸಕ್ಕೆ ಪ್ರೇರೇಪಿಸುತ್ತಿದೆ ಎನ್ನುವಂತೆ ಮಾತನಾಡುತ್ತಿದ್ದಳು. ಅದೆಲ್ಲದರ ಪರಿಣಾಮವನ್ನೇ ತಾನೀಗ ಕಾಣುತ್ತಿದ್ದೇನೆ!! ವೈಯಕ್ತಿಕವಾಗಿ ಸುನಿತಾಳ ಜೀವ ಅಪಾಯದಲ್ಲಿದೆ....ಆಕೆಯಷ್ಟೇ ಅಲ್ಲ....ತನ್ನ ಜೀವ ಕೂಡ ಅಪಾಯದಲ್ಲಿದೆ! ಆಕೆಯ ಕನಸುಗಳನ್ನು, ಆಕೆಯ ಜ್ಞಾನವನ್ನು, ಆಕೆಗೆ ಆಗಾಗೆ ಸ್ಫುರಿಸುವ ವಿಲಕ್ಷಣ ಆಲೋಚನೆಗಳನ್ನು ಯಾರೋ ಅಪರಾಧಿ ಕೃತ್ಯಗಳಿಗೆ ಬಳಸುತ್ತಿದ್ದಾರೆ!! ಈಗ ಆಕೆಯನ್ನು ರಕ್ಷಿಸಬೇಕು, ಜೊತೆಗೆ ತನ್ನನ್ನೂ ರಕ್ಷಿಸಿಕೊಳ್ಳಬೇಕು ಅದು ಅಷ್ಟಕ್ಕೆ ನಿಲ್ಲುವಂತೆ ಕಾಣುತ್ತಿಲ್ಲ! ಇದೆಲ್ಲದರ ಹಿಂದೆ ಇರುವವರು ಈಗಾಗಲೇ ಸಮಾಜವನ್ನು ಯಾವ ರೀತಿಯಲ್ಲಿ ಹಾಳು ಮಾಡಿದ್ದಾರೋ ಗೊತ್ತಿಲ್ಲ?

ವಿವೇಕ ಚಡಪಡಿಸುತ್ತಾ ಇಡೀ ಮನೆಯನ್ನು ಸುತ್ತು ಹಾಕುತ್ತಿದ್ದ! ಪೋಲೀಸರ ದಾರಿ ಎದುರು ನೋಡುತ್ತಿದ್ದ!!

***

ಎಸ್ಸೈ ಭಾಸ್ಕರ್ ಒಬ್ಬರೇ ಬಂದಿರಲಿಲ್ಲ! ತಮ್ಮ ಜೊತೆ ಎಸ್ಪಿಯವರನ್ನೂ ಕರೆದುಕೊಂಡು ಬಂದಿದ್ದರು; ಒಂದು ವ್ಯಾನಿನ ತುಂಬಾ ಪೊಲೀಸ್ ಸಿಬ್ಬಂದಿ ಕೂಡ ಬಂದಿದ್ದರು.

ಕೆಲವರು ಮನೆಯ ಒಳಗೆ ಬಂದು ಪರೀಕ್ಷಿಸುತ್ತಿದ್ದರು. ಇನ್ನು ಕೆಲವರು ಮನೆಯ ಹೊರ ಭಾಗವನ್ನು ಪರೀಕ್ಷಿಸುತ್ತಿದ್ದರು... ಒಂದಿಬ್ಬರು ಎಲೆಕ್ಟ್ರಾನಿಕ್ ಪರಿಣಿತರು ಅಲ್ಲಿ ಅಳವಡಿಸಿದ್ದ ಸಿಸ್ಟಮ್ ಪರೀಕ್ಷಿಸುತ್ತಿದ್ದರು. ಸಿಸಿಟಿವಿಯ ಫೂಟೇಜನ್ನು ಕೆಲವರು ಪರೀಕ್ಷಿಸುತ್ತಿದ್ದರು

"ಮೈ ಗಾಡ್ ವಿವೇಕ್ ಇದು ನಿಜಕ್ಕೂ ಊಹಿಸಲಾರದ ಸಂಗತಿ. ಈ ರೀತಿ ಯಾರ ಗಮನಕ್ಕೂ ಬಾರದಂತೆ ಇಲ್ಲಿ ನಡೆಯುತ್ತಿರುವುದು ನಿಮ್ಮಿಬ್ಬರ ಜೀವನಕ್ಕೆ ಮಾತ್ರ ಸೀಮಿತವಾಗಿಲ್ಲ! ಅದಕ್ಕೂ ಮೀರಿದ್ದು ಏನೋ ನಡೆಯುತ್ತಿದೆ! ನಾವು ಈಗಲೇ ಇದನ್ನು ಇನ್ನು ಮೇಲಿನವರಿಗೂ ತಿಳಿಸುತ್ತೇವೆ. ಸಮಸ್ಯೆ ಸರಳವಾಗಿ ಕಾಣಿಸುತ್ತಿಲ್ಲ...ನೋಡೋಣ ಇದು ಹೇಗೆ ಮುಂದುವರಿಯುತ್ತದೆ?'

ಎಸ್ಪಿಯವರು ಆಶ್ಚರ್ಯ ವ್ಯಕ್ತಪಡಿಸಿದರು.

ಸಿಸಿಟಿವಿ ಫೂಟೇಜ್ ನೋಡುತ್ತಿದ್ದವರು ಎಲ್ಲರನ್ನೂ ಆತುರದಿಂದ ಕರೆದರು! ಎಲ್ಲರೂ ಹೋಗಿ ನೋಡಿದಾಗ ಸಿಸಿಟಿವಿಯ ತೆರೆಯ ಮೇಲೆ ಐದು ಜನರು ಟೂಲ್ ಕಿಟ್ಟುಗಳ ಸಮೇತ ಮನೆಯನ್ನು ಪ್ರವೇಶಿಸುತ್ತಿರುವುದು ಕಾಣಿಸಿತು ಮತ್ತೆ ಅವರು ಐದಾರು ಗಂಟೆಗಳ ನಂತರ ಮನೆಯಿಂದ ಆಚೆ ಹೋಗುವುದೂ ಕಾಣಿಸಿತು! ಮತ್ತೊಂದು ದಿನ ಅದೇ ಕೆಲಸಗಾರರು ಕಡಿಮೆ ಸಂಖ್ಯೆಯಲ್ಲಿ ಬಂದು ಹೋಗಿದ್ದರು! ತಮ್ಮ ಗ್ಯಾರೇಜಿನ ಬೀರು ಒಳಗಿನ ವಿಡಿಯೋ ಕಾನ್ಫರೆನ್ಸ್ ವ್ಯವಸ್ಥೆಯನ್ನು ಮಾಡಿದ್ದವರು ಅವರೇ ಎನ್ನುವುದರಲ್ಲಿ ಸಂಶಯವೇ ಇರಲಿಲ್ಲ! ಪೊಲೀಸರು ಆ ಸಿಸಿ ಟಿವಿ ಫೂಟೇಜನ್ನು ಕಾಪಿ ಮಾಡಿಕೊಂಡು ಅದನ್ನು ವಿಶ್ಲೇಷಣೆ ಮಾಡುತ್ತೇವೆ ಎಂದು ಹೇಳಿದರು.

"ಸರ್ ಸ್ಯಾಟಲೈಟ್ ಫೋನ್ ಕಾಲಗಳನ್ನು ಟ್ರೇಸ್ ಮಾಡಲು ಸಾಧ್ಯವಾಯಿತೆ?"

"ಹೌದು ವಿವೇಕ್ ಸಾಧ್ಯವಾಯಿತು...ಆ ಫೋನ್ ಕಾಲ್, ಆನೇಕಲ್ ಹೊರವಲಯದ ಒಂದು ತಾಣದಿಂದ ಸ್ಯಾಟಲೈಟ್ ಗೆ ಬೀಮಾಗಿದೆ(ಪ್ರಸಾರ). ಅಲ್ಲಿಂದ ಮತ್ತೆ ಅದು ನಿಮ್ಮ ಫೋನಿಗೆ ಪ್ರಸಾರವಾಗಿದೆ. ನಿಮ್ಮ ಫೋನ್ ಮತ್ತು ಇನ್ನೊಂದು ಫೋನ್ ಇವುಗಳ ನಡುವಿನ ಸಂಪರ್ಕ ಸ್ಯಾಟಲೈಟ್ ಮೂಲಕ ನಡೆದಿದೆ. ಸ್ಯಾಟಲೈಟ್ ಗುರುತಿಸುವ ಪ್ರಯತ್ನದಲ್ಲಿ ಅದು ಯಾವುದೋ ಅನಾಮಿಕ ಸ್ಯಾಟಲೈಟ್ ಎನ್ನುವುದು ತಿಳಿಯಿತು...ಅದಕ್ಕೆ ನಿರ್ದಿಷ್ಟವಾದ ಗುರುತೇ ಇಲ್ಲ... ಬಹುಶಃ ಯಾವುದೋ ಭಯೋತ್ಪಾದಕರು ಉಪಯೋಗಿಸುತ್ತಿದ್ದ ಸ್ಯಾಟಲೈಟ್ ಅದು"

ಎಸ್ಪ್ಪೆ ವಿವರಿಸಿದರು.

"ಇದನ್ನೆಲ್ಲಾ ಗಮನಿಸಿದಾಗ ನಿಮ್ಮ ಒಂದು ಸಣ್ಣ ವೈಯಕ್ತಿಕ ಸಮಸ್ಯೆ ಈ ಮಟ್ಟದಲ್ಲಿ ಬೆಳೆದು ನಿಂತಿದೆ!! ಅದು ಇನ್ನೂ ಎಷ್ಟು ವಿಸ್ತಾರವಾಗಿದೆಯೋ ಗೊತ್ತಾಗುತ್ತಿಲ್ಲ! ಇದು ಪೊಲೀಸ್ ಇಲಾಖೆಯನ್ನೂ ಮೀರಿದಂತ ಘಟನೆ! ಇದನ್ನು ಹೇಗೆ ಮ್ಯಾನೇಜ್ ಮಾಡಬೇಕು? ನಮಗಿನ್ನೂ ಅದರ ಕಲ್ಪನೆ ಬರುತ್ತಿಲ್ಲ...ಒಟ್ಟಿನಲ್ಲಿ ನೀವು ಬಹಳ ಎಚ್ಚರಿಕೆಯಿಂದ ಇರಬೇಕು"

ಎಸ್ಪಿ ವಿವೇಕನನ್ನು ಎಚ್ಚರಿಸಿದರು.

"ನೀವು ಹೇಳುವುದು ಕೇಳಿ ನನ್ನ ಭಯ ಇನ್ನಷ್ಟು ಹೆಚ್ಚಾಯಿತು"

"ಯೋಚಿಸಬೇಡಿ, ನಿಮ್ಮ ರಕ್ಷಣೆಗೆ ವ್ಯವಸ್ಥೆ ಮಾಡುತ್ತೇವೆ! ನೀವು ನಿಶ್ಚಿಂತೆಯಿಂದ ಇರಿ...ಆದರೆ ನೀವೊಬ್ಬರೇ ಏನನ್ನೂ ಮಾಡಲು ಹೋಗಬೇಡಿ...ಎಲ್ಲವನ್ನು ನಮಗೆ ಬಿಟ್ಟುಬಿಡಿ"

ಪೊಲೀಸ್ ಸಿಬ್ಬಂದಿ ಅಲ್ಲಿಂದ ಹೋದ ನಂತರ ವಿವೇಕನ ಆತಂಕ ಇನ್ನು ಹೆಚ್ಚಾಯಿತು!!

ಎಲ್ಲವನ್ನೂ ಅವರಿಗೆ ಬಿಟ್ಟು ತಾನು ಕೈಕಟ್ಟಿ ಕೂರಲು ಸಾಧ್ಯವೇ..? ಇಲ್ಲ...ಅಪಾಯವಿದ್ದರೂ ಸರಿ, ತಾನು ಮಾಡುವುದೆಲ್ಲವನ್ನೂ ಮಾಡಲೇಬೇಕು!!

28

ಅಧ್ಯಾಯ

ಎರಡನೆ ಹಂತದ ಪರೀಕ್ಷೆ ವಿವೇಕ ಮಾಡಲು ಸಿದ್ಧನಾಗಿದ್ದ. ಮೊದಲಿಗೆ, ಸುನೀತಾ ಬೆಳಿಗ್ಗೆ ನಾಲ್ಕು ಗಂಟೆಗೆ ಏಳಬಾರದು! ಆ ಸಮಯದಲ್ಲಿ ತಾನು ಎದ್ದು ಹೋಗಿ ಆ ಬೀರುವಿನಲ್ಲಿ ಸಿಸ್ಟಮ್ಮಿನಲ್ಲಿ ಏನು ನಡೆಯುತ್ತದೆ ಎಂದು ತಿಳಿದುಕೊಳ್ಳಬೇಕು! ಸುನೀತಾ ಹೇಳದಂತೆ ಮಲಗಿಸಲು ನಿದ್ರೆಯ ಮಾತ್ರೆಗೆ ಮೊರೆ ಹೋಗಿದ್ದ ವಿವೇಕ್. ಎರಡು ನಿದ್ರೆ ಮಾತ್ರಗಳನ್ನು ರಾತ್ರಿ ಊಟದ ನಂತರ ಆಕೆ ಕುಡಿಯುವ ಹಾಲಿಗೆ ಬೆರೆಸಿದ್ದ. ಆಕೆ ರಾತ್ರಿ ಗಾಢವಾಗಿ ನಿದ್ರೆ ಮಾಡುತ್ತಾಳೆ! ಆ ಸಮಯ ತನಗೆ ಪ್ರಶಸ್ತವಾಗಿರುತ್ತದೆ... ತಾನು ಗ್ಯಾರೇಜಿನ ಒಳಗೆ ಹೋಗಿ ಕೊನೆಯ ಪರೀಕ್ಷೆಯನ್ನು ಮುಗಿಸಿಬಿಡಬೇಕು! ಸುನಿತಾಗೆ ಯಾರು ಸೂಚನೆಗಳನ್ನು ಕೊಡುತ್ತಿದ್ದಾರೆ? ಆಜ್ಞೆಗಳನ್ನು ನೀಡುತ್ತಿದ್ದಾರೆ? ಆಕೆಯನ್ನು ಸತತವಾಗಿ ಹಿಪ್ನೋಟಿಕ್ ಹಂತದಲ್ಲೇ ಇಟ್ಟುಕೊಂಡಿದ್ದಾರೆ? ಇದೆಲ್ಲವೋ ಇಂದು ತಿಳಿಯಲೇಬೇಕು! ಅಷ್ಟು ತಿಳಿದರೆ ಮುಂದಿನ ದಾರಿ ಯೋಚಿಸಬಹುದು. ಒಂದು ಕಡೆ ಪೊಲೀಸರು ತಮ್ಮ ಕಾರ್ಯದಲ್ಲಿ ನಿರತರಾಗಿದ್ದಾರೆ. ಎಲ್ಲಾ ಕೋನಗಳಿಂದಲೂ ಪರೀಕ್ಷಿಸಿದರೆ ಸುನೀತಾಳ ಲ್ಯಾಬಿನಲ್ಲಿ ನಡೆಯುತ್ತಿರುವುದು ಯಾವುದೋ ಕಾನೂನು ಬಾಹಿರ ಕೆಲಸ; ಅಪರಾಧ! ಕಾನೂನಿನ ಕಣ್ಣು ತಪ್ಪಿಸಿ ಮಾಡುತ್ತಿರುವ ಕೆಲಸ! ಅದಕ್ಕೆ ಬಲಿಯಾಗಿರುವುದು ತನ್ನ ಸುನೀತ! ಆಕೆಯನ್ನು ರಕ್ಷಿಸಲು ತಾನು ಏನನ್ನು ಬೇಕಾದರೂ ಮಾಡಲು ಸಿದ್ಧನಾಗಿದ್ದೇನೆ.

ರಾತ್ರಿ ಎಂದಿಗಿಂತಲೂ ಬೇಗನೆ ಸುನೀತಾ ಮಲಗಿಬಿಟ್ಟಳು. ಅದು ಸಹಜವಾಗಿತ್ತು. ನಿದ್ರೆಯ ಮಾತ್ರೆಗಳು ಫಲಕಾರಿಯಾಗಿವೆ! ಇನ್ನು ತಾನು ಕರಾರುವಾಕ್ಕಾಗಿ ಬೆಳಗಿನ ಜಾವ ನಾಲ್ಕು ಗಂಟೆಗೆ ಎದ್ದು ಗ್ಯಾರೇಜ್

ಪ್ರವೇಶಿಸಬೇಕು. ಆ ಸಮಯಕ್ಕಾಗಿ ಕಾಯಬೇಕು.

ರಾತ್ರಿ ಹತ್ತು ಗಂಟೆಗೆ ಮಲಗಿದ ವಿವೇಕನಿಗೆ ನಿದ್ರೆ ಬರಲಿಲ್ಲ. ಒಂದು ಮಹತ್ವದ ಆದರೆ ವಿಚಿತ್ರವಾದ, ಯಾರೂ ನಂಬದ ಕೆಲಸ ಮಾಡಲು ಹೊರಟಿದ್ದ. ಬಹಳ ಹೊತ್ತು ಯೋಚನೆಯಲ್ಲಿಯೇ ಎಚ್ಚರವಾಗಿದ್ದ! ಆದರೆ ಬಹಳ ಹೊತ್ತು ನಿದ್ರಾದೇವಿ ಆತನನ್ನು ದೂರ ಇಡಲು ಸಾಧ್ಯವಾಗದೆ ಕೊನೆಗೆಮ್ಮೆ ತನ್ನ ಮಡಿಲಿಗೆ ಸೇರಿಸಿಕೊಂಡಿದ್ದಳು.

ಬೆಳಗಿನ ಜಾವ ಮೂರು ಮುಕ್ಕಾಲು ಗಂಟೆಗೆ ಗಂಟೆಗೆ ವಿವೇಕನ ಕೈಯಲ್ಲಿನ ವಾಚಿನ ಅಲಾರಂ ವೈಬ್ರೇಟ್ ಮಾಡಿತು. ಆ ಕಂಪನಕ್ಕೆ ಎಚ್ಚರಗೊಂಡ ವಿವೇಕ್. ಇಂದು ತುಂಬಾ ಎಚ್ಚರಿಕೆಯಿಂದ ಏಳಬೇಕಾದ ಅವಶ್ಯಕತೆ ಇರಲಿಲ್ಲ, ಕಾರಣ ಸುನೀತಾ ನಿದ್ರೆಯ ಮಾತ್ರೆಯ ಪ್ರಭಾವದಿಂದ ಮಲಗಿದ್ದಳು. ವಿವೇಕ ನಿಧಾನಕೆ ಎದ್ದು ಬಾತ್ರೂಮನ್ನು ಉಪಯೋಗಿಸಿ ಮಹಡಿಯ ಮೆಟ್ಟಿಲುಗಳನ್ನು ಇಳಿದು, ಲಿವಿಂಗ್ ರೂಮಿನ ಮೂಲಕ ಹಾದು ವರಾಂಡಕ್ಕೆ ಬಂದು ನಿಂತ. ಮತ್ತೊಮ್ಮೆ ತಾನು ಮಾಡಲಿರುವ ಕೆಲಸದ ಬಗೆಗೆ ಆಲೋಚನೆ ಮಾಡಿದ. ಇದು ಅನಿವಾರ್ಯ... ಈ ಕೆಲಸವನ್ನು ತಾನು ಮಾಡಲೇಬೇಕು! ಇಲ್ಲದಿದ್ದರೆ ಈ ರಹಸ್ಯ ಸಂಪೂರ್ಣವಾಗಿ ತಿಳಿಯುವುದಿಲ್ಲ.

ಗ್ಯಾರೇಜ್ ಪ್ರವೇಶದ ಬಾಗಿಲ ಮೇಲೆ ಕೈ ಇಟ್ಟು ಒಂದು ಕ್ಷಣ ಯೋಚಿಸಿದ. ಇದರಿಂದ ಸುನಿತಾಗೆ ಅಪಾಯವಾಗಬಹುದೆ? ಎಂದಿನಂತೆ ಮಾನಿಟರ್ ಮುಂದೆ ಸುನೀತಾ ಕುಳಿತು ಆಜ್ಞೆ ಮತ್ತು ಸೂಚನೆಗಳನ್ನು ಸ್ವೀಕರಿಸಿದಿದ್ದರೆ ಮುಂದೆ ಏನು ಅನಾಹುತವಾಗಬಹುದು? ಅದರ ಕಲ್ಪನೆ ವಿವೇಕನಿಗೆ ಬರಲಿಲ್ಲ. ಏನಾದರೂ ಆಗಲಿ...ಈ ರಹಸ್ಯದ ಆಳದವರೆಗೂ ಹೋಗಿ ನೋಡಿಯೇ ಬಿಡಬೇಕು ಎಂಬ ನಿರ್ಧಾರ ಅಚಲವಾಗಿತ್ತು!

ಗ್ಯಾರೇಜಿನ ಪ್ರವೇಶದ ಬಾಗಿಲನ್ನು ತೆರೆದು ನಾಲ್ಕು ಹೆಜ್ಜೆ ಒಳಗೆ ಇಟ್ಟು ನಂತರ ಏನು ಮರೆತಂತೆ ಹಿಂದೆ ತಿರುಗಿ ಬಾಗಿಲನ್ನು ಮುಚ್ಚಿ, ಒಳಗಿನಿಂದ ಚಿಲಕ ಹಾಕಿದ. ನೇರ ಬೀರುವಿನ ಬಳಿ ಬಂದು ಅದರ ಸ್ಲೈಡಿಂಗ್ ಬಾಗಿಲನ್ನು ತಳ್ಳಿ ಒಳಗೆ ಪ್ರವೇಶಿಸಿ, ತಲೆಗೆ ಹೆಡ್ ಫೋನ್ ಸಿಕ್ಕಿಸಿ ಕೊಂಡು ಸಿಸ್ಟಮ್ ಆನ್ ಮಾಡಿದ. ಕೆಲವು ನಿಮಿಷ ಖಾಲಿಯಾಗಿದ್ದ ಸ್ಕ್ರೀನ್ ಮೇಲೆ ಇದ್ದಕ್ಕಿದ್ದ ಹಾಗೆ ಕಂಡಿದ್ದು ಸುನೀತಾ!!

ಇದು ಸುನಿತಾ ಆದರೆ ಅಲ್ಲಿ ರೂಮಿನಲ್ಲಿ ಮಲಗಿರುವುದು ಯಾರು?

"ಸುನೀತಾ ಏನಿದು? ಎಲ್ಲಿದ್ದೀಯ? ಏನಾಗುತ್ತಿದೆ?" ಧಿಗ್ಭ್ರಮೆಯಿಂದ ಕೇಳಿದ ವಿವೇಕ.

"ವಿಕ್ಕಿ... ವಿಕ್ಕಿ.. ಪ್ಲೀಸ್ ಹೆಲ್ಪ್ ಮಿ! ನನ್ನನ್ನು ಈ ಜೈಲಿಂದ ಬಿಡಿಸು.."

ಒಂದೇ ಉಸಿರಿಗೆ ಹೇಳಿದ ಸುನೀತಾಳ ದನಿಯಲ್ಲಿ ಅರ್ಥತೆಯಿತ್ತು!! ಆಕೆಯ ಕಣ್ಣುಗಳಲ್ಲಿ ನೀರಿತ್ತು! ಆಕೆ ತುಂಬಾ ಅಸಹಾಯಕಳಾಗಿರುವ ಭಾಸವಾಯಿತು.

"ಏನು ಹೇಳುತ್ತಿದ್ದೀಯ ಸುನಿತಾ? ನಿನ್ನನ್ನು ಜೈಲಿಂದ ಬಿಡಿಸಬೇಕೆ? ನೀನು ಬಂಧನದಲ್ಲಿ ಇದ್ದೀಯ? ಏನಿದು ? ಇದೆಲ್ಲ ಹೇಗಾಯಿತು? ಇದಕ್ಕೆ ಯಾರು ಕಾರಣ?"

"ಅದೆಲ್ಲಾ ಹೇಳಲು ಸಮಯ ಇಲ್ಲ! ನೀನು ತಕ್ಷಣ ಕಾನೂನಿನ ನೆರವು ತೆಗೆದುಕೊಂಡು...ನನ್ನನ್ನು ಈ ಮೃತ್ಯು ಕೂಪದಿಂದ ಬಿಡಿಸು...ಇಲ್ಲಿನ ಪ್ರತಿಯೊಂದು ಕ್ಷಣವು ನರಕಾಯತನೆ...ಇಲ್ಲಿ ಏನಾಗುತ್ತಿದೆ ಎಂದು ಹೇಳಲು..."

ಸುನೀತಾ ಇನ್ನು ಮಾತನಾಡುತ್ತಿರುವಂತೆಯೇ ಗಂಡಸೊಬ್ಬ ಆಕೆಯ ಕೆನ್ನೆಗೆ ರಪ್ಪೆಂದು ಬಾರಿಸಿದರು!! ಆತನ ಕೈ ಮಾತ್ರ ಕಾಣಿಸಿತು!!

"ಏ...ಸಾಕು ನಿನ್ನ ಬಡಬಡಕೆ ನಿಲ್ಲಿಸು"

ಒರಟು ದಾನಿಯೊಂದು ಚೀರಿತು! ಮರಕ್ಷಣವೇ ಮಾನಿಟರ್ ಮೇಲೆ ಖಾಲಿ ನೀಲಿ ಬಣ್ಣದ ಸ್ಕ್ರೀನ್ ಕಾಣಿಸಿತು!

"ಸುನಿ... ಸುನೀತಾ... ಸುನೀತಾ... ವಾಪಸು ಬಾ... ಅಲ್ಲಿ ಏನು ನಡೆಯುತ್ತಿದೆ ನನಗೆ ಹೇಳು..."

ವಿವೇಕ ವೇಗವಾಗಿ ಬಡಬಡಿಸಿದ! ಆದರೆ ತಾನು ಮಾತನಾಡುತ್ತಿರುವುದು ಖಾಲಿ ಸ್ಕ್ರೀನಿಗೆ ಎನ್ನುವುದರಿವಾಯಿತು!

"ಏ... ಯಾರಿದ್ದೀರಿ ಅಲ್ಲಿ? ಏನು ಮಾಡುತ್ತಿದ್ದೀರಿ? ಏಕೆ ನನ್ನ ಸುನಿತಾಳನ ಬಂಧನದಲ್ಲಿ ಇಟ್ಟುಕೊಂಡಿದ್ದೀರಿ? ಅವಳನ್ನು ಈ ತಕ್ಷಣ ಬಿಡಿಸಿ... ಇಲ್ಲದಿದ್ದರೆ ನಿಮ್ಮ ಪರಿಸ್ಥಿತಿ ನೆಟ್ಟಗಾಗುವುದಿಲ್ಲ"

ಗಟ್ಟಿಯಾಗಿ ಏರಿದ ದನಿಯಲ್ಲಿ ಕೂಗಿ ಹೇಳಿದ!

ಅವನ ಮಾತುಗಳನ್ನು ಕೇಳುವವರು ಯಾರು ಇರಲಿಲ್ಲ! ಗೋಡೆಯ ಮುಂದೆ ನಿಂತು ಮಾತನಾಡಿದ ಅನುಭವವಾಯಿತು!

ಅಂದರೆ ಈಗ ತನ್ನ ಜೊತೆ ಇರುವವಳು ಸುನೀತಾ ಅಲ್ಲ! ಅದು ಸುನೀತಾಳ ಪ್ರತಿರೂಪ! ಅಂದರೆ ಕ್ಲೋನ್!! ಕೃತಕವಾಗಿ ಸುನೀತಾಳ ಜೀವಕೋಶದಿಂದ ಬೆಳೆಸಿದ ಮಾನವಾಕೃತಿ!! ನೂರಕ್ಕೆ ನೂರು ಪಾಲು ಸುನೀತಾಳನ್ನು ಹೋಲುವ ಪ್ರತಿರೂಪ!!

ಸುನೀತಾಳ ಪ್ರತಿರೂಪವನ್ನು ತನ್ನೊಂದಿಗೆ ವಾಸಿಸಲು ಬಿಟ್ಟು ಮೂಲ ಸುನಿತಾಳನ್ನು ಲ್ಯಾಬಿನಲ್ಲಿ ಬಂಧಿಸಿದ್ದಾರೆ! ಅವಳ ಜ್ಞಾನ ಮತ್ತು ಕೌಶಲವನ್ನು

ದುರುಪಯೋಗಪಡಿಸಿಕೊಳ್ಳುತ್ತಿದ್ದಾರೆ? ಅದು ಯಾರು? ಯಾವ ಕಾರಣಕ್ಕಾಗಿ ಈ ಕೆಲಸ ಮಾಡುತ್ತಿದ್ದಾರೆ?

ವಿವೇಕ ನಖಶಿಖಾಂತ ಕಂಪಿಸುತ್ತಿದ್ದ! ಇಡೀ ಘಟನೆ ಒಂದು ದುಃಸ್ವಪ್ನದಂತೆ ಭಾಸವಾಗುತ್ತಿತ್ತು! ಇದುವರೆಗೂ ಇಂಥದೆಲ್ಲ ನಡೆದೇ ಇಲ್ಲ...ಎಲ್ಲವೂ ತನ್ನ ಭ್ರಮೆ ಎನ್ನುವ ಭಾವನೆ, ಆದರೆ ಮರುಕ್ಷಣವೇ ಇದು ಕಲ್ಪನೆಯಲ್ಲ, ಭ್ರಮೆಯಲ್ಲ ಸತ್ಯ...ಈಗ ತನ್ನ ಜೀವನದಲ್ಲಿ ಇದು ನಡೆಯುತ್ತಿದೆ! ಕನಸು ಮನಸಿನಲ್ಲೂ ಎಣಿಸದ ವಿಚಿತ್ರ ಘಟನೆಗಳ ಸರಮಾಲೆ ತನ್ನ ಜೀವನವಾಗಿದೆ!

ಇದರಿಂದ ಹೇಗೆ ಹೊರಬರಲಿ? ಹೇಗೆ ತನ್ನ ಸುನಿತಾಳನ್ನು ರಕ್ಷಿಸಿಕೊಳ್ಳಲಿ? ಈಗ ತನ್ನ ಜೊತೆ ಇರುವ ಸುನಿತಾಳನ್ನು ಹೇಗೆ ಸೃಷ್ಟಿ ಮಾಡಿದರು? ಅಡಿಗಡಿಗೂ ಸೂಚನೆ ಮತ್ತು ಆಜ್ಞೆಗಳನ್ನು ಬಯಸುವ ಆ ಕ್ಲೋನ್ ಸೃಷ್ಟಿಯಾಗಿರುವುದಂತೂ ಸತ್ಯ! ಆ ಕ್ಲೋನನ್ನು ಹೇಗೆ ನಿಭಾಯಿಸಬೇಕು? ಸುನಿತಾಳನ್ನು ಹೇಗೆ ಬಿಡಿಸಿಕೊಳ್ಳಬೇಕು? ಸ್ವತಃ ಎಂಜಿನಿಯರ್ ಆಗಿರುವ ವಿವೇಕನಗೆ ಸುನೀತಾಳ ಪ್ರತಿರೂಪವನ್ನು ಹೇಗೆ ತಯಾರಿಸಿರಬಹುದು ಎನ್ನುವ ಬಗೆಗೆ ಒಂದು ಸ್ಥೂಲ ಚಿತ್ರಣ ಕಣ್ಮುಂದೆ ಬಂತು.

ಸುನೀತಾಳ ಶರೀರದಿಂದ ಜೀವಕೋಶವನ್ನು ತೆಗೆದು ಅದನ್ನು ಪ್ರಮಾಣಬದ್ಧ ವಾತಾವರಣದಲ್ಲಿ ಕೃತಕವಾಗಿ ಅಭಿವೃದ್ಧಿಪಡಿಸಲಾಗಿದೆ! ಅದು ತೀವ್ರ ಗತಿಯಲ್ಲಿ ಬೆಳೆದು ಸುನೀತಳಾಗಿ ರೂಪುಗೊಳ್ಳಲು ಬೂಸ್ಟರ್ ಡೋಸೇಜುಗಳನ್ನು ಕೊಟ್ಟು ಬೆಳೆಸಿದ್ದಾರೆ.

ಇಷ್ಟೆಲ್ಲ ಮಾಡುವ ಮೂಲ ಉದ್ದೇಶ? ಸುನಿತಾ ಲ್ಯಾಬಿನಲ್ಲೇ ಇರಬೇಕು! ಕೆಲಸ ಮಾಡುತ್ತಿರಬೇಕು!! ಆದರೆ ಆಕೆ ಸಾಮಾಜಿಕ ಜೀವನದಿಂದ ದೂರ ಇರಬೇಕು...ಮತ್ತು ಆಕೆಯನ್ನು ಯಾರೂ ಹುಡುಕಬಾರದು! ಅದಕ್ಕಾಗಿಯೇ ಇಂಥ ಒಂದು ವ್ಯವಸ್ಥೆ! ಆ ಲ್ಯಾಬಿನಲ್ಲಿ ತಯಾರು ಮಾಡುತ್ತಿರುವ ಉತ್ಪನ್ನಗಳು ಯಾವ ರೀತಿಯ ಗೊತ್ತಿಲ್ಲ! ಅದಕ್ಕಾಗಿ ಸುನೀತಾಳಂತ ವಿಜ್ಞಾನಿಗಳ ನೆರವು ಬೇಕಾಗಿದೆ. ಅದಕ್ಕಾಗಿಯೇ ಆಕೆಯನ್ನು ಬಂಧನದಲ್ಲಿ ಇಟ್ಟಿರುವುದು! ಇಂತಹ ಸಂಶೋಧನೆ ಪರಿಣತಿ ಇರುವ ಇನ್ನೂ ಕೆಲವು ವಿಜ್ಞಾನಿಗಳೂ ಬಂಧನಕ್ಕೆ ಒಳಗಾಗಿರಬಹುದು ಎನ್ನುವ ಅನುಮಾನ ವಿವೇಕನನ್ನು ಕಾಡಿತು..

ತನ್ನ ಜೊತೆ ಇರುವ ಕ್ಲೋನ್ ಸುನೀತಾಳನ್ನು ಏನು ಮಾಡಲಿ? ಯಾವುದೇ ಸೂಚನೆಗಳೂ, ಆಜ್ಞೆಗಳೂ ಇಲ್ಲದೆ ಸುನೀತಾ ಕ್ಲೋನ್ ಹೇಗೆ ವರ್ತಿಸಬಹುದು? ಅದಕ್ಕೆ ಸ್ವತಂತ್ರ ಬುದ್ಧಿ, ವಿವೇಚನಾ ಶಕ್ತಿ ಇರಬಹುದೆ? ತಾನೀಗ ಅವಳಿಗೆ ದೊರೆಯಬೇಕಾದ ಸೂಚನೆಗಳನ್ನು ಸೂಚನೆಗಳಿಗೆ ಅಡ್ಡಿ ಮಾಡಿದ್ದೇನೆ! ಮುಂದೆ

ಆಕೆ ಹೇಗೆ ವರ್ತಿಸುತ್ತಾಳೆ?

ಆ ಸ್ಥಿತಿಯನ್ನು ನೆನೆಸಿಕೊಂಡು ವಿವೇಕನಿಗೆ ಗಾಬರಿಯಾಯಿತು! ಏನೋ ಮಾಡಲು ಹೋಗಿ ಏನು ಮಾಡಿಬಿಟ್ಟಿದ್ದೇನೆ? ಈಗ ತನ್ನ ಈ ಕೃತ್ಯ ಅವಳ ಮೇಲೆ ನಕಾರಾತ್ಮಕ ಪರಿಣಾಮ ಬೀರಿದರೆ ಮುಂದೇನು?

ಈ ವಿಷಯವನ್ನು ಈ ತಕ್ಷಣ ತಾನು ಪೊಲೀಸರಿಗೆ ಮುಟ್ಟಿಸಬೇಕು ಆ ಲ್ಯಾಬಿನಲ್ಲಿ ಏನೋ ಮಾಡಬಾರದ ಕೆಲಸವಂತೂ ನಡೆಯುತ್ತಿದೆ! ತನ್ನ ಪತ್ನಿಯನ್ನು ಬಂಧನದಿಂದ ಬಿಡಿಸಿ ಎಂದು ಅಹವಾಲು ಸಲ್ಲಿಸಬೇಕು! ವಿವೇಕ ಗಡಿಯಾರ ನೋಡಿಕೊಂಡ ನಾಲ್ಕುವರೆ ಗಂಟೆ...ಈ ಸಮಯದಲ್ಲಿ ಇಡೀ ಜಗತ್ತು ನಿದ್ರಿಸುತ್ತಿರುತ್ತದೆ ತನ್ನ ಮಾತು ಕೇಳುವವರು ಯಾರು ಇರುವುದಿಲ್ಲ ಇನ್ನು ಕನಿಷ್ಠ ಎರಡು ಮೂರು ಗಂಟೆ ತಾನು ಕಾಯಲೇಬೇಕು. ಮೊದಲಿಗೆ ಸುನೀತಾಳ ಕ್ಲೋನ್ ಏನು ಮಾಡುತ್ತಿದೆ ನೋಡಬೇಕು? ಆಕೆ ಹೇಗೆ ವರ್ತಿಸುತ್ತಾಳೆ ಅವಳನ್ನು ಹೇಗೆ ನಿಭಾಯಿಸಬೇಕು? ಆಕೆ ಸಂಪೂರ್ಣ ತನ್ನ ನಿಯಂತ್ರಣಕ್ಕೆ ಒಳಪಡುವ ಸಾಧ್ಯತೆ ಇದೆಯೇ?

ಈಗ ಗ್ಯಾರೇಜಿನಲ್ಲಿ ತಾನು ಮಾಡಬೇಕಾದುದು ಏನೂ ಇಲ್ಲ. ವಿವೇಕ ಎದ್ದು ಬೀರು ಬಾಗಿಲು ಮುಚ್ಚಿದ. ವರಾಂಡದ ಬಾಗಿಲು ತೆಗೆದು ಒಳಕ್ಕೆ ಬಂದು ಕುಳಿತು ಕೆಲ ಸಮಯ ಇದುವರೆಗೂ ನಡೆದ ಘಟನೆಯನ್ನು ಪರಿಶೀಲಿಸಿದ. ತನ್ನ ಮುಂದಿನ ಕ್ರಮ ಏನು ಎನ್ನುವ ಬಗೆಗೆ ಯೋಚಿಸಿದ. ತಕ್ಷಣ ಎರಡು ವಿಷಯಗಳ ಬಹಳ ಮುಖ್ಯ...ಒಂದು ಬಂಧನದಲ್ಲಿರುವ ಸುನಿತಾಳನ್ನು ಬಿಡಿಸಿಕೊಳ್ಳುವುದು, ಎರಡನೆಯದು ಸುನೀತಾಳ ಕ್ಲೋನನ್ನು ಹೇಗೆ ನಿಯಂತ್ರಣಕ್ಕೆ ತೆಗೆದುಕೊಂಡು ಸಂಭಾಳಿಸುವುದು? 'ದೇವರೇ ಇದೆಂಥ ವಿಚಿತ್ರವಾದ ಪರಿಸ್ಥಿತಿ? ಈ ಪರಿಸ್ಥಿತಿಯಿಂದ ತನ್ನನ್ನು ಸುರಕ್ಷಿತವಾಗಿ ಪಾರು ಮಾಡು! ಸುನೀತಾ ಮರಳಿ ತನ್ನ ಜೀವನ ಪ್ರವೇಶಿಸುವಂತೆ ಮಾಡು' ಎಂದು ಮನಸ್ಸಿನಲ್ಲೇ ದೇವರನ್ನು ಬೇಡಿಕೊಂಡ ವಿವೇಕ.

ಸ್ವಲ್ಪ ಸಮಯ ಸಾವರಿಸಿಕೊಂಡು ನಂತರ ಎದ್ದು ಬೆಡ್ರೂಮಿಗೆ ನಡೆದ. ಮಂಚದ ಮೇಲೆ ಮಲಗಿದ್ದ ಸುನೀತಾಳ ಕ್ಲೋನನ್ನು ನೋಡಿದ. ಅವಳು, ಸುನೀತಾಳ ಪ್ರತಿರೂಪ....ನಿರ್ಲಿಪ್ತವಾಗಿ ನಿದ್ರಿಸುತ್ತಿರುವಂತೆ ಗೋಚರಿಸಿತು!

29

ಅಧ್ಯಾಯ

ವಿವೇಕನ ಮನಸ್ಸು ಕ್ಷೋಭೆಗೆ ಒಳಗಾಗಿತ್ತು...ಮುಂದೇನು ಮಾಡಬೇಕೆನ್ನುವುದು ತೋಚದೆ ಪರಿತಪಿಸಿದ.

ಸಮಯ ಬೇರೆ ಆಮೆಯಂತೆ ಚಲಿಸುತ್ತಿತ್ತು! ಎಷ್ಟು ಬೇಗ ಬೆಳಗಾಗುತ್ತದೆ, ಅಷ್ಟೂ ಬೇಗನೆ ತಾನು ನಿರ್ವಹಿಸಬೇಕಾದ ಕೆಲಸಗಳನ್ನು ಮಾಡಬೇಕು! ಮೊದಲಿಗೆ ಪೊಲೀಸರನ್ನು ಮನೆಗೆ ಕರೆದು ಇಲ್ಲಿನ ಪರಿಸ್ಥಿತಿಯನ್ನು ಮನವರಿಕೆ ಮಾಡಬೇಕು. ಆಮೇಲೆ ಅವರಿಗೆ ದೂರು ನೀಡಬೇಕು. ಇಲ್ಲಿ ನಡೆದುದೆಲ್ಲವನ್ನು ಹೇಳಬೇಕು ಎನ್ನುವ ನೂರಾರು ಯೋಚನೆಗಳು ಮನಸ್ಸಿನಲ್ಲಿ ಸಮುದ್ರದ ಅಲೆಗಳಂತೆ ಪ್ರಜ್ಞೆಗೆ ರಾಚಿ ಮಾಯವಾಗುತ್ತಿದ್ದವು! ಒಂದು ಯೋಚನೆ ಮುಗಿಯುತ್ತಲೇ ಇನ್ನೊಂದು ಯೋಚನೆ ಉದ್ಭವವಾಗುತ್ತಿತ್ತು! ಒಂದು ವೇಳೆ ಸುನೀತಾಳ ಪ್ರತಿರೂಪ ಸ್ವತಂತ್ರವಾಗಿ ಚಿಂತಿಸಲಾರದ, ಸ್ವತಂತ್ರ ವ್ಯಕ್ತಿತ್ವ ಬೆಳಸಿಕೊಳ್ಳದೆ ಇದ್ದರೆ ತಾನು ಅವಳನ್ನು ಹೇಗೆ ಮ್ಯಾನೇಜ್ ಮಾಡಬಹುದು ಎನ್ನುವುದು ಒಂದು ಸಮಸ್ಯೆಯಾದರೆ, ಇನ್ನೊಂದು ಸಮಸ್ಯೆ ಲ್ಯಾಬಿನಲ್ಲಿ ಬಂಧನದಲ್ಲಿರುವ ಮೂಲ ಸುನಿತಾಳನ್ನು ಹೇಗೆ ಬಿಡಿಸಿಕೊಳ್ಳಬೇಕು ಎನ್ನುವುದು...ಆದಷ್ಟು ಬೇಗ ಅವಳನ್ನು ಬಿಡಿಸಿಕೊಳ್ಳಬೇಕು...ಅವಳು ಎಂಥ ಅಪಾಯದಲ್ಲಿ ಇದ್ದಾಳೋ ಗೊತ್ತಿಲ್ಲ...ಇದರ ನಡುವೆ ಕಾಲವೇ ಮುಂದೆ ಸಾಗುತ್ತಿಲ್ಲ! ವಿವೇಕ ಕೂತಲ್ಲಿ ಕೋರಲಾಗದೆ ನಿಂತಲ್ಲಿ ನಿಲ್ಲಲಾಗದೆ, ಶತಪಥ ಓಡಾಡುತ್ತಾ ಅದನ್ನು ಕೂಡ ಸಹಿಸಲಾರದ ವಿಚಿತ್ರ ಪರಿಸ್ಥಿತಿಯಲ್ಲಿ ಒದ್ದಾಡುತ್ತಿದ್ದ!

ಯುಗಗಳಂತೆ ಕಾಣುತ್ತಿದ್ದ ಸಮಯ ಹೇಗೋ ಅಂತೂ ಬೆಳಗಿನ ಆರೂವರೆಯನ್ನು ಮುಟ್ಟಿತು.

ಸುನಿತಾಳ ಕ್ಲೋನಿಗೆ ಎಚ್ಚರವೇ ಇರಲಿಲ್ಲ...ಆಕೆ ಇನ್ನಷ್ಟು ಹೊತ್ತು ಮಲಗಲಿ...ಆಕೆ ಮಲಗಿದ್ದಷ್ಟೂ ತನಗೆ ಕ್ಷೇಮ ಎನಿಸಿತು. ಆಕೆ ಎದ್ದರೆ ಹೇಗೆ ವರ್ತಿಸುತ್ತಾಳೆ ಗೊತ್ತಿಲ್ಲ? ಪ್ರತಿದಿನ ಸಿಗಬೇಕಾಗಿದ್ದ ಸೂಚನೆಗಳು ಆಜ್ಞೆಗಳು ಆಕೆಗೆ ಇಂದು ಸಿಕ್ಕಿಲ್ಲ! ಇಂಥ ಪರಿಸ್ಥಿತಿಯಲ್ಲಿ ಆಕೆ ಅಪಾಯಕಾರಿಯೇ ಆಗಿರಬಹುದು...ತನ್ನ ಜೀವಕ್ಕೆ ಅವಳು ಮಾರಕವಾದರೂ ಆಗಬಹುದು.

ಸಮಯ ಆರೂವರೆಯಾಗಿದೆ, ಬೆಳಗಾಗುತ್ತಿದೆ. ಈಗ ತಾನು ಆಚೆ ಹೋಗಲು ಬೇಗನೆ ಸಿದ್ಧನಾಗಿ ಬಿಡಬೇಕು. ಮೊದಲಿಗೆ ಹೋಗಬೇಕಾದದ್ದು ಪೊಲೀಸ್ ಸ್ಟೇಷನ್ನಿಗೆ. ಸುನೀತಾಳ ಪ್ರತಿರೂಪವನ್ನು ಇಲ್ಲಿ ಹೀಗೇ ಬಿಟ್ಟು ಹೋಗಬಹುದೇ? ಆ ಸಮಯಕ್ಕೆ ಆಕೆಯನ್ನು ಏಳದಿದ್ದರೆ? ಅದು ಒಂದು ಸಮಸ್ಯೆಯಾದರೆ...ಆಕೆ ಎದ್ದರ ಏನು ಮಾಡಲಿ ಎನ್ನುವುದು ಇನ್ನೊಂದು ಸಮಸ್ಯೆ! ಏನಾದರೂ ಆಗಲಿ ತಾನು ಸಿದ್ಧನಾಗಿ ಮನೆಯನ್ನು ಆಚೆಯಿಂದ ಲಾಕ್ ಮಾಡಿಕೊಂಡು ಹೊರಟುಬಿಡಬೇಕು. ವಿವೇಕ ಸ್ನಾನ ಮಾಡಲು ಬಾತ್ರೂಮಿಗೆ ತೆರಳಿದ.

ಅಲ್ಲೂ ನೆಮ್ಮದಿಯಾಗಿ ಸ್ನಾನ ಮಾಡಲು ಮನಸ್ಸಾಗಲಿಲ್ಲ! ಆದರೂ ಬಿಸಿನೀರು ಮೈಮೇಲೆ ಬೀಳುತ್ತಿದ್ದಾಗ ಹಿತವಾಯಿತು. ಎಲ್ಲಾ ಯೋಚನೆಗಳಿಂದ ಮನಸ್ಸನ್ನು ವಿಮುಖಗೊಳಿಸಿ ಬಿಸಿ ನೀರಿನ ಆಪ್ಯಾಯತೆಯನ್ನು ಅನುಭವಿಸಲು ಪ್ರಯತ್ನಿಸಿದ. ಆಗಲೇ ಆಚೆ ಏನೋ ಶಬ್ದವಾದಂತಾಯಿತು. ಯಾರೋ ಓಡಾಡಿದ ಶಬ್ದ. ಬಹುಶಃ ಸುನೀತಾ ಎದ್ದಿರಬಹುದು... ಎದ್ದು ತನ್ನ ಮಾಮೂಲಿ ದೈನಂದಿನ ಕೆಲಸದಲ್ಲಿ ತೊಡಗಿರಬಹುದು ಎಂದುಕೊಂಡು ಸ್ನಾನವನ್ನು ಮುಂದುವರಿಸಿದ ವಿವೇಕ. ಆದರೂ ಒಂದು ಸಣ್ಣ ಸಂಶಯ ಕೊರೆಯಿತು...ಬೇರೇನಾದರೂ ಆಗಿರಬಹುದೆ? ಈಗಲೇ ಬಾತ್ರೂಮಿನ ಬಾಗಿಲು ತೆಗೆದು ನೋಡಲೇ? ಇಲ್ಲ ತಾನು ಈ ಸ್ಥಿತಿಯಲ್ಲಿ ಬಾಗಿಲು ತೆಗೆದ ಇಣುಕಿ ನೋಡಲು ಸಾಧ್ಯವಿಲ್ಲ...ಅದು ಬೇರೊಂದು ಅನರ್ಥಕ್ಕೆ ಎಡೆ ಮಾಡಿತು! ಏಕೆಂದರೆ ಅಲ್ಲಿರುವವಳು ತನ್ನ ಸುನಿತಾ ಅಲ್ಲ ಅದು ಕ್ಲೋನ್ ಸುನಿತಾ! ತನ್ನ ಈ ಬೆತ್ತಲೆ ಅವತಾರ ನೋಡಿದರೆ ಆಕೆ ಹೇಗೆ ಪ್ರತಿಕ್ರಿಯಿಸುತ್ತಾಳೆ ಗೊತ್ತಿಲ್ಲ? ಸ್ವತಂತ್ರ ವ್ಯಕ್ತಿತ್ವ, ಸ್ವತಂತ್ರ ವಿಚಾರ ಮಾಡುವ ಶಕ್ತಿ ಇಲ್ಲದ ಆಕೆಯ ವರ್ತನೆಯನ್ನು ಊಹಿಸುವುದೂ ಸಾಧ್ಯವಿಲ್ಲ!! ಬೇಗನೆ ಸ್ನಾನ ಮುಗಿಸಿ ನೋಡುವುದು ಒಳ್ಳೆಯದು. ವಿವೇಕ ಸ್ವಲ್ಪ ಆತುರದಿಂದಲೇ ಸ್ನಾನ ಮುಗಿಸಿ ಬಟ್ಟೆಗಳನ್ನು ಧರಿಸಿ ಈಚೆ ಬಂದ.

ರೂಮಿನಲ್ಲಿ ಬೆಡ್ ರೂಮಿನಲ್ಲಿ ಸುನಿತಾ ಇರಲಿಲ್ಲ. ಆಕೆ ಎದ್ದಿರಬೇಕು...ಎದ್ದು ಕಿಚನ್ನಿಗೋ ಇಲ್ಲ ಕೆಳಗಿನ ರೂಮಿನಲ್ಲಿರುವ ಬಾತ್ರೂಮ್ ಉಪಯೋಗಿಸಲು ಹೋಗಿರಬಹುದು. ಸುನಿತಾಳ ಹೆಸರು ಕೂಗುತ್ತಾ ಮಹಡಿ ಮೆಟ್ಟಿಲುಗಳನ್ನು

ಇಳಿದು ಕೆಳಗೆ ಬಂದ ವಿವೇಕ. ಸುನೀತಾಳ ಕ್ಲೋನ್ ಅಲ್ಲಿ ಇರಲಿಲ್ಲ. ಇನ್ನೊಂದು ಬೆಡ್ರೂಮಿನಲ್ಲೂ ಸುನಿತಾ ಇರಲಿಲ್ಲ....ಬಾತ್ರೂಮ್ ಒಳಗೆ ಕೂಡ ಹೋಗಿ ನೋಡಿದ...ಅಲ್ಲೂ ಸುನೀತಾ ಇರಲಿಲ್ಲ!! ಗಾಬರಿಯಾಯಿತು... ಲಿವಿಂಗ್ ರೂಮ್ ದಾಟಿ ವರಾಂಡಕ್ಕೆ ಬಂದ. ಗ್ಯಾರೇಜಿನ ಬಾಗಿಲು ತೆರೆದು ಆಕೆ ಒಂದು ಗಂಟೆ ಕಳೆಯುತ್ತಿದ್ದ ಬೀರುವಿನ ಒಳಗೆ ಸುನೀತಾ ಸೇರಿರಬಹುದು ಎಂದು ಬೀರು ಬಾಗಿಲು ತೆರೆದು ನೋಡಿದ. ಅಲ್ಲಿ ಕೆಲವು ಗಂಟೆಗಳ ಹಿಂದೆ ನೋಡಿದ ವಿಡಿಯೋ ಮಾನಿಟರ್, ಮೋಡಮ್, ಹೆಡ್ಫೋನ್ ಇತ್ಯಾದಿ ಸಂವಹನದ ಎಲ್ಲಾ ಉಪಕರಣಗಳು ಗಾಯಬ್ ಆಗಿದ್ದವು!! ಯಾರೋ ಅವನ್ನೆಲ್ಲಾ ಬಿಚ್ಚಿ ಎತ್ತಿಕೊಂಡು ಹೋಗಿದ್ದರು!!

ಹಾಗಾದ್ರೆ ಸುನಿತಾ ಪ್ರತಿರೂಪ? ಅದಕ್ಕೆ ಏನಾಗಿರಬಹುದು?

ಮತ್ತೊಂದು ಶಾಕ್ ವಿವೇಕನಿಗೆ ಕಾದಿತ್ತು!!

ವರಾಂಡಕ್ಕೆ ಬಂದು ಮನೆಯ ಮುಂಬಾಗಿಲನ್ನು ಮುಟ್ಟುತ್ತಲೇ ಅದು ತಂತಾನೆ ತೆರೆಯಿತು! ಮುಂಬಾಗಿಲು ಲಾಕ್ ಆಗಿರಲೇ ಇಲ್ಲ! ಹಿಂದಿನ ದಿನ ರಾತ್ರಿ ತಾನು ಮುಂಬಾಗಿಲು ಲಾಕ್ ಮಾಡಿದ್ದು ಸ್ಪಷ್ಟವಾಗಿ ನೆನಪಿತ್ತು! ಗಾಬರಿಯಿಂದ ವಿವೇಕ್ ಈಚೆ ಬಂದು ಮನೆಯ ಗೇಟಿನ ಕಡೆಗೆ ಓಡಿದ ಆಗ ತಾನೇ ಒಂದು ದೊಡ್ಡ ವ್ಯಾನೊಂದು ವಿಪರೀತ ವೇಗದಿಂದ ಧೂಳೆಬ್ಬಿಸಿ ಬಾಣದಂತೆ ಚಿಮ್ಮಿ ರಸ್ತೆಯ ಕೊನೆಗೆ ತಿರುಗಿ ಮರೆಯಾಯಿತು!

ವಿವೇಕನಿಗೆ ಆಕಾಶ ತಲೆಯ ಮೇಲೆ ಕಳಚಿ ಬಿದ್ದಂತಾಯಿತು! ಸುನೀತಾ ಕ್ಲೋನ್ ಪ್ರತಿದಿನ ಸಂವಹನ ನಡೆಸುತ್ತಿದ್ದ ವಿಡಿಯೋ ಸಿಸ್ಟಮ್ ಬಿಚ್ಚಿ ಅದರ ಗುರುತೇ ಇಲ್ಲದಂತೆ ಅದನ್ನು ಅಪಹರಿಸಿದ್ದಾರೆ!! ಬರಿ ಅಷ್ಟಕ್ಕೇ ಅವರ ಕೃತ್ಯ ನಿಂತಿಲ್ಲ... ಸುನಿತಾಳ ಕ್ಲೋನ್ ಕೂಡ ಕಿಡ್ನಾಪ್ ಮಾಡಿದ್ದಾರೆ!! ಸ್ನಾನ ಮಾಡುತ್ತಿದ್ದ ಹದಿನೈದು ಇಪ್ಪತ್ತು ನಿಮಿಷಗಳಲ್ಲೇ ಇದೆಲ್ಲವೂ ನಡೆದು ಹೋಗಿದೆ!

ಇದನ್ನೆಲ್ಲಾ ಮಾಡಿರುವುದು ಸಾಮಾನ್ಯ ಅಪರಾಧಿಗಳ ಗ್ಯಾಂಗ್ ಅಲ್ಲ! ಇದರ ಹಿಂದೆ ತುಂಬಾ ಪ್ರಭಾವಶಾಲಿಯಾದ, ಹಣ ತುಂಬಿ ತುಳುಕುತ್ತಿರುವ ಒಬ್ಬ ಖತರ್ನಾಕ್ ಅಪರಾಧಿ ಇದ್ದಾನೆ! ಆತ ಯಾರು ಗೊತ್ತಿಲ್ಲ! ಹೇಗೋ ಇಷ್ಟೆಲ್ಲವನ್ನು ನಿಭಾಯಿಸುತ್ತಿದ್ದಾನೆ!

ಬಹುಶಃ ಬೆಳಗಿನ ನಾಲ್ಕು ಗಂಟೆಗೆ ಸುನಿತಾಳ ಕ್ಲೋನ್ ವಿಡಿಯೋ ಮಾನಿಟರ್ ಮುಂದೆ ಬರಲಿಲ್ಲವೋ ಆಗಲೇ ಆತ ಇಷ್ಟೆಲ್ಲಾ ಪ್ಲಾನ್ ಮಾಡಿದ್ದಾನೆ. ವಿಡಿಯೋದಲ್ಲಿ ತಾನು ಕಾಣಿಸಿಕೊಂಡಾಗಲೇ ಈ ಯೋಜನೆಯ ರೂಪುರೇಷೆ ತಯಾರಾಗಿದೆ! ಮೊದಲನೆ ಕೆಲಸ ಆ ವಿಡಿಯೋ ಸಿಸ್ಟಮನ್ನು ಸುಳಿವೇ ಸಿಗದಂತೆ

ಅಲ್ಲಿಂದ ಕಿತ್ತು ಬಿಡುವುದು, ಎರಡನೆಯದು ಅದರ ಜೊತೆಗೆ ಸುನಿತಾಳ ಕ್ಲೋನನ್ನು ಕೂಡ ಅಪಹರಿಸುವುದು! ಈ ಎರಡು ಕೃತ್ಯಗಳನ್ನು ಆ ಕ್ಷಣದಲ್ಲೇ ನಿರ್ಧರಿಸಿದ್ದಾನೆ! ಆದರೆ ತನಗೆ ಒಂದು ಅಣುವಿನಷ್ಟೂ ಇದರ ಸುಳಿವು ಇರಲಿಲ್ಲ! ತಾನು ಎಂದಿನಂತೆ ಸ್ನಾನ ಮಾಡಲು ಹೋಗಿದ್ದೇನೆ!

ವಿವೇಕನ ಶರೀರ ಜ್ವರ ಬಂದಂತೆ ಬಿಸಿಯಾಗಿತ್ತು! ಅವನ ಮೈ ಕಂಪಿಸುತ್ತಿತ್ತು! ಯೋಚನೆ ಮಾಡಲಾರದಂತ ಸ್ಥಿತಿಗೆ ಅವನು ತಲುಪಿದ್ದ! ಒಂದರ ಮೇಲೆ ಮತ್ತೊಂದು ಶಾಕ್ ಆಗುತ್ತಿತ್ತು! ಮೊದಲಿಗೆ ಸುನೀತಾ ಬಂಧನದಲ್ಲಿರುವ ವಿಷಯ! ಎರಡನೆಯದು ಸುನಿತಾಳ ಕ್ಲೋನ್! ಮೂರನೇ ಶಾಕ್ ಆ ವಿಡಿಯೋ ಸಿಸ್ಟಮ್ ಕುರುಹೂ ಇಲ್ಲದಂತೆ ಅಪಹರಿಸಿರುವುದು! ನಾಲ್ಕನೇ ಶಾಕ್ ಸುನೀತಾ ಕ್ಲೋನ್ ಕಿಡ್ನಾಪ್ ಮಾಡಿರುವುದು!

ತಾನು ಅಸಹಾಯಕ! ನಿಜಕ್ಕೂ ಅಸಹಾಯಕ! ಇಷ್ಟೆಲ್ಲ ನಡೆದರೂ ಯಾವುದನ್ನು ತನಗೆ ತಡೆಯಲಾಗಲಿಲ್ಲ! ಒಂದು ದೊಡ್ಡ ವ್ಯವಸ್ಥೆ ಎದುರಿಗೆ ತಾನು ಕುಬ್ಜ! ತನ್ನಿಂದ ಒಂದು ಬೃಹತ್ ವ್ಯವಸ್ಥೆಯ ಜೊತೆ ಹೋರಾಡುವುದು ಸಾಧ್ಯವಿಲ್ಲ! ಈಗಲೇ ತಾನು ಕಾನೂನಿನ ರಕ್ಷಣೆ ಪಡೆಯಲೇಬೇಕು! ಆತುರದಿಂದ ವಿವೇಕ ಮನೆಯ ಒಳಗೆ ನಡೆದು ಮನೆಯ ಮೂಲೆ ಮೂಲೆಗಳನ್ನು ಸುನಿತಾಳ ಕ್ಲೋನ್ಗಾಗಿ ಮತ್ತೊಮ್ಮೆ ಹುಡುಕಿದ... ಆದರೆ ಎಲ್ಲಿಯೂ ಸುನಿತಾಳ ಪ್ರತಿರೂಪ ಇರಲಿಲ್ಲ!

ತಡಮಾಡದೆ ವಿವೇಕ ಆತುರದಿಂದ ಬಟ್ಟೆಗಳನ್ನು ಧರಿಸಿ ಮನೆಯನ್ನು ಲಾಕ್ ಮಾಡಿ ಕಾರ್ ಸ್ಟಾರ್ಟ್ ಮಾಡಿ ಹೊರಟ!

30
ಅಧ್ಯಾಯ

ಬೆಳಗಿನ ಏಳು ಗಂಟೆಗೆ ಬೆಂಗಳೂರಿನ ರಸ್ತೆಗಳಲ್ಲಿ ವಾಹನಗಳ ಆರ್ಭಟ ಶುರುವಾಗಿತ್ತು. ಸಾರಿಗೆಯ ಎಲ್ಲಾ ನಿಯಮಗಳನ್ನು ಗಾಳಿಗೆ ತೂರಿ ವಿವೇಕ ಹುಚ್ಚನಂತೆ ಕಾರು ಓಡಿಸುತ್ತಾ ಪೊಲೀಸ್ ಠಾಣೆಯ ತಲುಪಿದ.

ಅಕ್ಷರಶಃ ಕಾರಿನ ಬಾಗಿಲು ತೆರೆದು ಈಚೆ ಜಂಪ್ ಮಾಡಿ ಠಾಣೆಯ ಒಳಗೆ ಓಡಿದ. ಕಾವಲು ಕಾಯುತ್ತಿದ್ದ ಪೋಲೀಸನ್ನು ಗಣನೆಗೆ ತಾರದೆ ಒಳಗೆ ನುಗ್ಗಿದ ವಿವೇಕ.

ಆದರೆ ಎಸ್ಸೈ ಭಾಸ್ಕರ್ ಅವರ ಚೇರ್ ಖಾಲಿಯಿತ್ತು. ಅಂದರೆ ಅವರಿನ್ನೂ ಡ್ಯೂಟಿಗೆ ಬಂದಿಲ್ಲವೇ? ನನ್ನ ಸಂಕಟ ಯಾರಿಗೆ ಹೇಳಿಕೊಳ್ಳಲಿ?

"ಏನಪ್ಪಾ ಸಾಹೇಬರು ಇನ್ನೂ ಡ್ಯೂಟಿಗೆ ಬಂದಿಲ್ಲವೇ?"

"ಸರ್, ಅವರು ಅರ್ಜೆಂಟ್ ಕೆಲಸದ ಮೇಲೆ ಎಸ್ಪಿ ಆಫೀಸಿಗೆ ಹೋದರು"

ಆ ಮಾತು ಪೂರ್ತಿ ಕೇಳಿಸಿಕೊಳ್ಳದೆ ವಿವೇಕ ಮತ್ತೇ ಕಾರಿನ ಬಳಿಗೆ ಓಡಿದ. ಅರ್ಜೆಂಟ್ ಕೆಲಸ ಎಂದರೆ ಅದು ತನ್ನ ಸುನೀತಾ ಸಂಬಂಧಿಸಿದ್ದಿರಬಹುದೆ?

ಪೊಲೀಸ್ ಸ್ಟೇಷನ್ನಿಂದ ಮತ್ತೆ ಎಸ್ಪಿ ಆಫೀಸಿಗೆ ಧಾವಿಸಿದ ವಿವೇಕ!

ಅಲ್ಲಿ ಅವನಿಗೆ ಮತ್ತೊಂದು ಅಚ್ಚರಿ ಕಾದಿತ್ತು! ಎಸ್ಪಿಯವರು ಕಮಿಷನರ್ ಅವರ ಆಫೀಸಿಗೆ ತುರ್ತು ಕೆಲಸದ ಮೇಲೆ ಹೋದರು ಎನ್ನುವ ಮಾಹಿತಿ ಸಿಕ್ಕಿತು. ವಿವೇಕನೆಗೆ ಹುಚ್ಚು ಹಿಡಿಯುವುದೊಂದು ಬಾಕಿ ಇತ್ತು!! ಅಲ್ಲಿಂದ ಮತ್ತೆ ಕಮಿಷನರ್ ಅವರ ಆಫೀಸಿನತ್ತ ಕಾರನ್ನು ಚಲಾವಣೆ ಮಾಡಿದ.

ಕಮಿಷನರ್ ಅವರ ಆಫೀಸಿನ ಒಳಗೆ ಯಾರನ್ನು ಬಿಡದಂತೆ ಅಲ್ಲಿನ ಸಿಬ್ಬಂಧಿಗೆ ನಿರ್ಭಂದ ವಿಧಿಸಲಾಗಿತ್ತು!

"ತುಂಬಾ ಮುಖ್ಯವಾದ ಮೀಟಿಂಗ್ ನಡೆಯುತ್ತಿದೆ...ಯಾರಿಗೋ ಪ್ರವೇಶ ಇಲ್ಲ, ಗೃಹ ಸಚಿವರು ಕೂಡ ಇಲ್ಲಿಯೇ ಇದ್ದಾರೆ.. ನೀವು ಒಳಗೆ ಹೋಗುವಂತಿಲ್ಲ...ಇಡೀ ದಿನ ಯಾರನ್ನು ಒಳಗೆ ಬಿಡಬಾರದು ಎನ್ನುವ ಆದೇಶ ಇದೆ"

ಸಿಬ್ಬಂದಿಯೊಬ್ಬರು ತಿಳಿಸಿದರು.

'ಓ ದೇವರೇ ಏನಾಗುತ್ತಿದೆ..ಇನ್ನು ತಾನು ಸುನೀತಾಳ ಆಸೆ ಬಿಟ್ಟುಬಿಡಬೇಕು! ಆಕೆ ಜೀವಂತವಾಗಿ ತನಗೆ ಸಿಗುತ್ತಾಳೋ ಇಲ್ಲವೋ? ತಾನು ಒಂದು ಗೋಡೆಯ ಆಚೆ ಇರುವಾಗಲೇ ಸುನೀತಾಳ ಪ್ರತಿರೂಪವನ್ನು ಅಪಹರಿಸಿದ್ದಾರೆ! ಗ್ಯಾರೇಜನ್ನು ಪ್ರವೇಶಿಸಿ ಆ ವಿಡಿಯೋ ಸಿಸ್ಟಮ್ಮನ್ನೇ ಸುಳಿವೇ ಇಲ್ಲದಂತೆ ಬೇರ್ಪಡಿಸಿ ತೆಗೆದುಕೊಂಡು ಹೋಗಿದ್ದಾರೆ! ಅಲ್ಲಿ ಇಂಥದೊಂದು ಅಪರಾಧಿ ಕೃತ್ಯ ನಡೆದಿದೆ ಎನ್ನುವ ಯಾವುದೇ ಗುರುತನ್ನು ಉಳಿಸಿಲ್ಲ! ಅಷ್ಟು ವ್ಯವಸ್ಥಿತವಾಗಿ ಮಾಡಿದ್ದಾರೆ! ಇಷ್ಟು ಶಕ್ತಿಶಾಲಿಯಾದ ವ್ಯವಸ್ಥೆಯ ಮುಂದೆ ತಾನು ಏನು ಮಾಡಲಾರೆ..! ತನಗೆ ತಕ್ಷಣಕ್ಕೆ ಕಾನೂನಿನ ನೆರವು ಸಹ ಸಿಗುತ್ತಿಲ್ಲ!

ಈಗ ಇನ್ನು ಉಳಿದಿದ್ದು ಒಂದೇ ದಾರಿ...ತಾನೇ ಸ್ವತಃ ಈಗ ಸುನಿತಾಳ ಲಾಬಿಗೆ ಹೋಗಬೇಕು. ಜೀವದ ಹಂಗು ತೊರೆದು ಲ್ಯಾಬನ್ನು ಪ್ರವೇಶ ಮಾಡಿಬಿಡಬೇಕು-ಅಭಿಮನ್ಯುವಿನಂತೆ! ಅಭಿಮನ್ಯು ಚಕ್ರವ್ಯೂಹವನ್ನು ಭೇದಿಸಿದಂತೆ ತಾನು ಲ್ಯಾಬ್ ಪ್ರವೇಶಿಸಿ ಸುನೀತಾಳನ್ನು ಬಿಡಿಸಿಕೊಳ್ಳಲೇಬೇಕು!

ವಿವೇಕ ಮತ್ತೆ ತನ್ನ ಪ್ರಯಾಣ ಮುಂದುವರಿಸಿದ. ಈಗ ಅವನ ಗುರಿ ಇದ್ದಿದ್ದು ಆನೇಕಲ್ ಪ್ರದೇಶದಲ್ಲಿರುವ ರಿಪ್ಪಲ್ಸ್ ಲ್ಯಾಬ್! ಅಲ್ಲಿಗೆ ಎಷ್ಟು ಬೇಗ ಸಾಧ್ಯವೊ ಅಷ್ಟೊ ಬೇಗ ಅಲ್ಲಿ ತಲುಪಬೇಕು...ತನಗೆ ಯಾರ ಸಹಾಯವು ಸಿಗುತ್ತಿಲ್ಲ! ತಾನೊಬ್ಬನೇ ಈಗ ಏಕಾಂಗವೀರನಾಗಿ ಹೋರಾಡಬೇಕು! ಅದೂ ಎಂತಹ ಶಕ್ತಿಶಾಲಿ ವ್ಯವಸ್ಥೆಯೊಂದಿಗೆ..? ಇದರಲ್ಲಿ ತನಗೆ ಗೆಲುವು ಸಿಗುವುದೇ? ಸೋಲಲಿ ಅಥವಾ ಗೆಲ್ಲಲಿ? ತಾನು ಮಾಡಬೇಕಾಗಿರುವುದು ಮಾಡಿಯೇ ತೀರುತ್ತೇನೆ! ಒಂದು ವೇಳೆ ಸುನಿತಾಳಿಗೆ ಬಿಡುಗಡೆ ಸಿಗದಿದ್ದರೆ ತಾನು ಬದುಕಿಯೂ ಪ್ರಯೋಜನವಿಲ್ಲ! ಈ ಒಂದು ಪ್ರಯತ್ನದಲ್ಲಿ ತನ್ನ ಜೀವ ಹೋದರು ಸರಿ ಇಂತಹ ಎಲ್ಲ ವಿಚಿತ್ರ, ಅಸಹಜ ಯೋಚನೆಗಳೊಂದಿಗೆ ವಿವೇಕ ಹುಚ್ಚನಂತೆ ಕಾರು ಚಲಾವಣೆ ಮಾಡುತ್ತಿದ್ದ! ಹತ್ತಾರು ಸಲ ಅಪಘಾತವಾಗುವ ಪರಿಸ್ಥಿತಿಗಳನ್ನು ಕೂದಲೆಯಲ್ಲಿ ತಪ್ಪಿಸಿಕೊಂಡಿದ್ದ.

ಲ್ಯಾಬು ಇನ್ನೂ ಅರ್ಧ ಫರ್ಲಾಂಗ್ ದೂರದಲ್ಲಿದೆ ಎನ್ನುವಾಗಲೇ ಇಡೀ ರಸ್ತೆಗೆ ಪೊಲೀಸರು ದಿಗ್ಬಂಧನ ಹಾಕಿದ್ದರು! ಬ್ಯಾರಿಕೇಡ್ ಹಿಂದೆ ನಿಂತು ಯಾರೂ ಒಳಗೆ

ಪ್ರವೇಶಿಸದಂತೆ ತಡೆಯುತ್ತಿದ್ದರು!

"ಏನಾಗುತ್ತಿದೆ ಇಲ್ಲಿ ಯಾಕೆ ಬ್ಯಾರಿಕೇಡ್ ಏಕೆ ಹಾಕಿದ್ದೀರಿ?"

ವಿವೇಕ್ ಅರ್ಥವಾಗದೆ ಪೊಲೀಸರೊಬ್ಬರನ್ನು ಕೇಳಿದ.

"ಲ್ಯಾಬಿನ ಮೇಲೆ ರೈಡ್ ಆಗಿದೆ...ಒಳಗೆ ದೆಹಲಿಯಿಂದ ಬಂದ ಕಮಾಂಡೋಗಳು ಇದ್ದಾರೆ! ಲ್ಯಾಬಿನಲ್ಲಿ ಕಾನೂನು ಬಾಹಿರ ಕೃತ್ಯ ನಡೆಯುತ್ತಿದೆ ಎನ್ನುವ ಗುಮಾನಿ ಇತ್ತು. ಇನ್ನೂ ಹೆಚ್ಚಿಗೆ ಹೇಳ ಕೇಳಬೇಡಿ....ನಾವು ಹೇಳುವುದೂ ಇಲ್ಲ"

ವಿವೇಕನಿಗೆ ತಾನು ಕೇಳಿದ್ದನ್ನು ನಂಬಲು ಸಾಧ್ಯವಾಗಲಿಲ್ಲ!

"ಎಷ್ಟೊತ್ತಿನಿಂದ ಈ ರೈಡ್ ನಡೆಯುತ್ತಿದೆ?"

"ರಾತ್ರಿ ಒಂದು ಗಂಟೆಯಿಂದ"

ರಾತ್ರಿ ಒಂದು ರೈಡ್ ನಡೆಯುತ್ತಿದೆ ಎಂದರೆ....ಈ ಅಪರಾಧದ ಸೂತ್ರಧಾರಿ

ಗೆ ಪೂರ್ವ ಸೂಚನೆ ಸಿಕ್ಕಿ ಲ್ಯಾಬಿನಿಂದ ಈಚೆ ಬಂದಿದ್ದಾನೆ!! ಅಷ್ಟೇ ಅಲ್ಲ ಆತನೇ ತನ್ನ ಮನೆಯ ವಿಡಿಯೋ ಸಿಸ್ಟಮ್ ಅನ್ನು ಕಳಚಿ ಹಾಕಲು, ಸುನಿತಾಳ ಕ್ಲೋನ್ ಕೂಡ ಅಪಹರಿಸಲು ನಾಯಕತ್ವ ವಹಿಸಿದ್ದಾನೆ!! ಇವರ ಕೈಗೆ ಆತ ಖಂಡಿತ ಸಿಗುವುದಿಲ್ಲ! ಏಕೆಂದರೆ ಈ ರೈಡಿಗೆ ಮುಂಚೆಯೇ ಆತ ಈಚೆ ಬಂದಿದ್ದಾನೆ! ಈ ಸುದ್ದಿಯನ್ನು ತಾನು ತಿಳಿಸಲೇಬೇಕು...ಯಾರಿಗೆ ತಿಳಿಸಲಿ? ಹೇಗೆ ತಿಳಿಸಲಿ?

ತಾನು ಸಂಪರ್ಕ ಸಾಧಿಸಲು ಸಾಧ್ಯವಿರುವುದು ಪೊಲೀಸ್ ಠಾಣೆಯ ಇನ್ಸ್ಪೆಕ್ಟರ್ ಅವರನ್ನು. ಎಸ್ಪಿ ಅವರ ಫೋನ್ ನಂಬರಾಗಲೀ, ಪೋಲೀಸ್ ಕಮಿಷನರ್ ಫೋನ್ ನಂಬರಾಗಲಿ ತನ್ನ ಬಳಿ ಇಲ್ಲ....ಅವರನ್ನು ಸಂಪರ್ಕಿಸುವುದೂ ಸಾಧ್ಯವೂ ಇಲ್ಲ! ಅವರೆಲ್ಲ ಯಾವುದೋ ಮಹತ್ವದ ಮೀಟಿಂಗ್ನಲ್ಲಿ ಇದ್ದಾರೆ! ಬಹುಶಃ ಅದು ಕೂಡ ಈ ರಿಪ್ಪಲ್ಸ್ ಲ್ಯಾಬೋರೇಟರಿಗೆ ಸಂಬಂಧಿಸಿದ್ದೇ ಇರಬಹುದೆ? ಈ ರೈಡಿನಲ್ಲಿ ತನ್ನ ಸುನೀತಾ ಏನಾಗುತ್ತಾಳೋ ಗೊತ್ತಿಲ್ಲ?

ಕಮಾಂಡೋಗಳ ರೈಡ್ ಅಂದರೆ ಬಹುಶಃ ಅದರಲ್ಲಿ ಗುಂಡಿನ ಚಕಮಕಿಯು ಸೇರಿರುತ್ತದೆ! ಆ ಶೂಟೌಟಿನಲ್ಲಿ ಯಾರು ಸಾಯುತ್ತಾರೋ? ಯಾರು ಉಳಿಯುತ್ತಾರೋ? ದೇವರೇ ಬಲ್ಲ! ತನ್ನ ತನ್ನ ಪತ್ನಿ ಸುನೀತಾ ಏನಾಗುತ್ತಾಳೋ..? ದೇವರೇ ಇದೆಂತಹ ಪರಿಸ್ಥಿತಿ ನನ್ನನ್ನು ಸಿಕಿಸಿಬಿಟ್ಟೆ...?. ನಿರಾಳವಾಗಿ ನಡೆಯುತ್ತಿದ್ದ ತನ್ನ ಜೀವನ ಎಂತಹ ಕಷ್ಟಕ್ಕೆ ಸಿಕ್ಕಿಬಿಟ್ಟಿತು?

ಈ ಸ್ಥಿತಿಯಲ್ಲಿ ಹೇಗಾದರೂ ಲ್ಯಾಬ್ ಅನ್ನು ಪ್ರವೇಶಿಸಿ ಸುನೀತಾಳನ್ನು ರಕ್ಷಿಸಿಕೊಳ್ಳಲು ಸಾಧ್ಯವೇ? ಎದುರಿಗೆ ಬ್ಯಾರಿಕೇಡಿನ ಉದ್ದಕ್ಕೂ ನಿಂತಿರುವ ಪೊಲೀಸರು! ಒಳಗೆ ನಡೆಯುತ್ತಿರುವ ಅಪರಾಧಿಗಳು ಮತ್ತು ಕಮಾಂಡೋಗಳ ಸೆಣಸಾಟ!

ವಿವೇಕ್‌ಅನ ಕಣ್ಣುಗಳಿಂದ ದಳದಳನೆ ನೀರು ಇಳಿದವು.

"ನೀವು ಇಲ್ಲಿ ನಿಲ್ಲುವ ಹಾಗಿಲ್ಲ, ಯಾವ ಕ್ಷಣದಲ್ಲಿ ಏನು ಬೇಕಾದರೂ ಆಗಬಹುದು...ದಯವಿಟ್ಟು ಇಲ್ಲಿಂದ ಹೋಗಿ...ಇಲ್ಲಿ ನೋಡುತ್ತಾ ನಿಲ್ಲಲು ಯಾರಿಗೂ ಅವಕಾಶವಿಲ್ಲ ಪ್ಲೀಸ್ ಹೊರಟುಹೋಗಿ"

ವಿವೇಕನ ಕಣ್ಣುಗಳಲ್ಲಿ ತುಂಬಿದ್ದ ನೀರನ್ನು ನೋಡಿದ ಆ ಪೊಲೀಸರಿಗೆ ಕನಿಕರವೆನ್ನಿಸಿರಬೇಕು.

“ನಿಮ್ಮ ಕಡೆಯವರು ಯಾರಾದರೂ ಒಳಗಿದ್ದಾರಾ..?”

“ಹೌದು, ಇದ್ದಾರೆ! ನನ್ನ ಪ್ರಾಣವೇ ಒಳಗಿದೆ”

ವಿವೇಕನ ಅಸಂಬದ್ಧ ಮಾತಿಗೆ ಪೊಲೀಸ್ ಕಣ್ಣರಳಿಸಿದ.

ವಿವೇಕ ಕಾರಿನ ಬಳಿ ಬಂದು ಮತ್ತೆ ಕಮಿಷನರ್ ಆಫೀಸ್ನ ಕಡೆಗೆ ಕಾರ್ ಡ್ರೈವ್ ಮಾಡಿದ. ಸ್ವಲ್ಪ ದೂರ ಬಂದ ಮೇಲೆ, ಕಾರನ್ನು ರಸ್ತೆ ಬದಿಗೆ ನಿಲ್ಲಿಸಿ ಎಸ್ಸೈ ಭಾಸ್ಕರ್ಗೆ ಫೋನ್ ಮಾಡಿದ. ಫೋನ್ ಅತ್ತ ಕಡೆಯಿಂದ ಫೋನ್ ಕಾಲ್ ಕಟ್ ಮಾಡಿದರು... ವಿವೇಕ ಮತ್ತೊಮ್ಮೆ ಪ್ರಯತ್ನಿಸಿದ. ಈ ಸಲವೂ ಕಾಲ್ ಕಟ್ ಆಯಿತು! ಅಳುಕು ಮೂಡಿದರೂ ವಿವೇಕ ಮತ್ತೊಮ್ಮೆ ಪ್ರಯತ್ನಿಸಿದ! ಈ ಸಲ ಕಾಲ್ ರಿಸೀವ್ ಆಯ್ತು.

"ಏಕೆ ಮತ್ತೆ ಮತ್ತೆ ಕಾಲ್ ಮಾಡುತ್ತಿದ್ದೀರಿ?"

"ಸರ್, ನನ್ನ ಮನೆಯಲ್ಲಿದ್ದ ಸುನೀತಾಳ ಕ್ಲೋನ್ ಕಿಡ್ನಾಪ್ ಆಗಿದೆ! ಅದೂ ಬೆಳಗ್ಗೆ ಆರೂ ಮುವ್ವತ್ತಕ್ಕೆ! ಅಂದರೆ ಆ ಸಮಯದಲ್ಲಿ ಆ ಲ್ಯಾಬಿನ ಮುಖ್ಯಸ್ಥನೇ ನನ್ನ ಮನೆಗೆ ಬಂದಿದ್ದ ಎನ್ನುವ ಅನುಮಾನವಿದೆ! ಈ ಕಿಡ್ನಾಪ್ ಪ್ರಕರಣ ನಡೆಯುವಾಗ ನಾನು ಸ್ನಾನ ಮಾಡುತ್ತಿದ್ದೆ! ಆತ ಈಗ ಖಂಡಿತವಾಗಿಯೂ ಲ್ಯಾಬಿನ ಒಳಗಿಲ್ಲ!! ನಡುರಾತ್ರಿಯೇ ಲ್ಯಾಬ್ ಬಿಟ್ಟು ಎಲ್ಲಿಗೋ ಪಲಾಯನ ಮಾಡುವ ಸಿದ್ಧತೆಯಲ್ಲಿದ್ದಾನೆ! ಅವನನ್ನು ಬಂಧಿಸಬೇಕೆಂದರೆ ಬೆಂಗಳೂರಿನ ಎಲ್ಲ ರಸ್ತೆಗಳಿಗೂ ನಾಕಾಬಂದಿ ಹಾಕಬೇಕು"

"ಥ್ಯಾಂಕ್ ಯು...ನಾನು ಆಮೇಲೆ ಕಾಲ್ ಮಾಡ್ತೀನಿ, ಈಗ ಮೀಟಿಂಗ್ ನಡಿತಾ ಇರೋದೇ ರಿಪಲ್ಸ್ ಲ್ಯಾಬರೇಟರಿಯ ಬಗೆಗೇ"

ವಿವೇಕನಿಗೆ ತಾನು ಬಹಳ ಮುಖ್ಯವಾದ ಕಾರ್ಯವನ್ನು ನಿರ್ವಹಿಸಿದ್ದೇನೆ ಎನ್ನುವ ಸಮಾಧಾನವಾಯಿತು.

31

ಅಧ್ಯಾಯ

ತನಗೆ ಗೊತ್ತಿರುವಷ್ಟು ಮುಖ್ಯವಾದ ಸುದ್ದಿಗಳನ್ನು ಇನ್ಸ್ಪೆಕ್ಟರ್ ಭಾಸ್ಕರ್ ಅವರಿಗೆ ತಿಳಿಸಿದ ನಂತರ ಮನಸ್ಸಿಗೆ ನೆಮ್ಮದಿ ಎನಿಸಿತು. ಆದರೆ ಆ ಸಮಾಧಾನ ಬಹಳ ಕಾಲ ಉಳಿಯಲಿಲ್ಲ. ಇದ್ದಕ್ಕಿದ್ದಂತೆ ಜನರು ಗುಂಪು ಗುಂಪಾಗಿ ಲ್ಯಾಬಿನ ಕಡೆಗೆ ನಡೆಯುತ್ತಿರುವುದು ಗೋಚರಿಸಿತು. ಎಲ್ಲ ದಿಕ್ಕುಗಳಿಂದಲೂ ಜನರು ಬರುತ್ತಿದ್ದರು. ಆ ಜನರಲ್ಲಿ ಗಂಡಸರು, ಹೆಂಗಸರು ಮತ್ತು ಮಕ್ಕಳು ಎಲ್ಲ ಸೇರಿದ್ದರು! ಅವರೆಲ್ಲ ಆತುರ, ಆತಂಕದಿಂದ ಪರಸ್ಪರ ತಮ್ಮಲ್ಲೇ ಮಾತನಾಡಿಕೊಳ್ಳುತ್ತ ಲ್ಯಾಬೋರೇಟರಿಯ ಕಡೆಗೆ ನಡೆಯುತ್ತಿದ್ದರು. ವಿವೇಕನಿಗೆ ಕುತೂಹಲವಾಯಿತು. ಇವರೆಲ್ಲ ಯಾರು? ಇಷ್ಟು ಜನರು ಲ್ಯಾಬಿನ ಕಡೆಗೆ ಏಕೆ ಹೋಗುತ್ತಿದ್ದಾರೆ? ಇಲ್ಲೇನು ನಡೆಯುತ್ತಿರಬಹುದು?

ಕಾರನ್ನು ರಸ್ತೆ ಒಂದು ಬದಿಗೆ ನಿಲ್ಲಿಸಿ ತಾನು ಕೂಡ ಅವರೊಂದಿಗೆ ನಡೆಯಲು ಶುರು ಮಾಡಿದ. ನಡೆಯುತ್ತಲೇ ಆ ಗುಂಪಿನಲ್ಲಿದ್ದ ಕೆಲವರೊಂದಿಗೆ ಮಾತಾಡತೊಡಗಿದ. ಅವರೆಲ್ಲರೂ ಲ್ಯಾಬಿನಲ್ಲಿ ಕೆಲಸ ಮಾಡುತ್ತಿದ್ದವರ ರಕ್ತ ಸಂಬಂಧಿಗಳು ಎನ್ನುವುದು ತಿಳೀಯಿತು!! ತಮ್ಮ ಪ್ರೀತಿ ಪಾತ್ರರಅವರ ರಕ್ಷಣೆಯ ಬಗೆಗೆ ಅವರೆಲ್ಲರಿಗೂ ಆತಂಕವಾಗಿತ್ತು. ಕೆಲವರ ಪತ್ನಿಯರು, ಕೆಲವು ಮಹಿಳೆಯರ ಗಂಡಂದಿರೂ, ಇನ್ನು ಕೆಲವರ ಮಕ್ಕಳೂ-ಎಲ್ಲರೂ ಅಲ್ಲಿ ಕೆಲಸ ಮಾಡುತ್ತಿರುವುದನ್ನು ತಿಳಿದುಕೊಂಡ ವಿವೇಕ. ತಮ್ಮವರ ಬಗೆಗೆ ಅತೀವ ಆತಂಕ ವ್ಯಕ್ತಪಡಿಸುತ್ತಾ ಅವರೆಲ್ಲರೂ ನಡೆಯುತ್ತಿದ್ದರು. ವಿವೇಕನಿಗೆ ತಾನು ಅಪಾರವಾಗಿ ಪ್ರೀತಿಸುತ್ತಿರುವ ಪತ್ನಿ ಸುನೀತಾಳ ನೆನಪಾಯಿತು. ಸುನೀತಾ ಕೂಡ ಒಳಗೆ ಸೇರಿದ್ದಾಳೆ! ಅವಳ ಸ್ಥಿತಿ ಏನಾಗಿದೆಯೋ ಗೊತ್ತಿಲ್ಲ! ಅವರೆಲ್ಲರೊಂದಿಗೆ ತಾನೂ

ಮತ್ತೆ ಲ್ಯಾಬೋರೇಟರಿ ಕಡೆಗೆ ನಡೆಯತೊಡಗಿದ.

ಬ್ಯಾರಿಕೇಡ್ ಬಳಿ ಪೊಲೀಸರು ಗುಂಪನ್ನು ತಡೆದು ನಿಲ್ಲಿಸಿದರು. ಸುಮಾರು ನೂರಕ್ಕೂ ಹೆಚ್ಚು ಜನರ ಗುಂಪು ಅಲ್ಲಿ ಸೇರಿತ್ತು! ಅವರೆಲ್ಲ ತಮ್ಮನ್ನು ಒಳಗೆ ಹೋಗಲು ಬಿಡುವಂತೆ ಪೊಲೀಸರೊಂದಿಗೆ ವಾಗ್ವಾದದಲ್ಲಿ ತೊಡಗಿದರು. ತಮ್ಮ ಪ್ರೀತಿಪಾತ್ರರು ಒಳಗಿರುವುದರಿಂದ ಅವರ ರಕ್ಷಣೆಗಾಗಿ ತಮ್ಮನ್ನು ಒಳಗೆ ಬಿಡಲೇಬೇಕು ಎಂದು ಜೋರು ದನಿಯಲ್ಲಿ ಗದ್ದಲವೆಬ್ಬಿಸಿದರು. ಉದ್ರಿಕ್ತ ಜನರ ಗುಂಪನ್ನು ತಡೆಯುವುದು ಕಷ್ಟ ಎನ್ನುವುದು ಪೊಲೀಸರಿಗೆ ಅರಿವಾಗತೊಡಗಿತ್ತು...ಇನ್ನು ಅವರನ್ನು ತಡೆದು ನಿಲ್ಲಿಸಿದರೆ ಅವರು ಬಲವಂತವಾಗಿ ಒಳಗೆ ನುಗ್ಗಬಹುದು ಎನ್ನುವ ಆತಂಕ ಮೂಡಿತು! ಪೊಲೀಸ್ ಮುಖ್ಯಸ್ಥರೊಬ್ಬರು ತನ್ನ ವಾಕಿಟಾಕಿಯಿಂದ ತಮ್ಮ ಮೇಲಾಧಿಕಾರಿಗಳೊಂದಿಗೆ ಮಾತಾಡತೊಡಗಿದರು.

ಆತನ ಸಂಭಾಷಣೆ ಮುಗಿಯುತ್ತಿರುವಾಗ ಕೆಲವರು ಕಮಾಂಡೋಗಳು ಲ್ಯಾಬೋರೇಟರಿಯ ಗೇಟಿನಿಂದ ಈಚೆ ಬರುತೊಡಗಿದರು. ಅವರುಗಳೂ ತಮ್ಮ ವಾಕಿಟಾಕಿಯಲ್ಲಿ ಮೇಲಿನವರೊಂದಿಗೆ ಮಾತನಾಡುತ್ತಿದ್ದರು.

ವಾಕಿಟಾಕಿಯಲ್ಲಿ ಮಾತು ಮುಗಿಸಿದ ನಂತರ ಆ ಪೊಲೀಸ್, ಗುಂಪನ್ನು ಉದ್ದೇಶಿಸಿ ಮಾತನಾಡತೊಡಗಿದರು.

"ನೋಡಿ, ನಾನೀಗ ನಮ್ಮ ಮೇಲಿನವರ ಜೊತೆ ಮಾತನಾಡಿದ್ದೇನೆ..ಇದು ಬಹಳ ಸೂಕ್ಷ್ಮವಾದ ವಿಷಯ. ಈ ಲ್ಯಾಬೋರೇಟರಿಯಲ್ಲಿ ಪ್ರಯೋಗಗಳು ನಡೆಯುತ್ತಿದ್ದುವು, ಆದ್ದರಿಂದ ಹಲವಾರು ರೀತಿಯ ಬ್ಯಾಕ್ಟೀರಿಯಾಗಳ ಸಂಪರ್ಕ ಒಳಗಿರುವವರಿಗೆ ಆಗಿರುತ್ತದೆ. ಈಗ ನೀವು ಒಳಗೆ ಹೋಗುವುದು ಅಪಾಯ!! ಆ ದೃಷ್ಟಿಯಿಂದ ನಿಮಗೆ ಸಮಾಧಾನ ಹೇಳಿ, ಕೆಲವು ಮಾತಾಡಲು ನಮ್ಮ ಮೇಲಾಧಿಕಾರಿಗಳು ಬರುತ್ತಿದ್ದಾರೆ...ನೀವು ಶಾಂತ ರೀತಿಯಿಂದ ಒಂದು ಹತ್ತು ನಿಮಿಷ ಕಾಯಬೇಕು", ಎಂದು ವಿನಂತಿ ಮಾಡಿಕೊಂಡರು.

ಜನರು ತಮ್ಮಲ್ಲಿ ಗುಸು-ಗುಸು ಮಾತನಾಡಿಕೊಂಡರು.

ಅವರು ಹೇಳಿದ ಮಾತುಗಳು ಜನರಿಗೆ ಸಮಂಜಸವಾಗಿ ಕಾಣಿಸಲಿಲ್ಲ ಅವರು ಮತ್ತೆ ಗದ್ದಲ ಶುರು ಮಾಡಿದರು.

ವಿವೇಕ ಮೂಕ ಪ್ರೇಕ್ಷಕನಾಗಿ ನಿಂತಿದ್ದ. ಲ್ಯಾಬೋರೇಟರಿಯ ಬಗೆಗೆ ಕೆಲವು ವಿಷಯಗಳು ಗೊತ್ತಿದ್ದರೂ ಆತನು ಬಾಯಿ ಬಿಡುವಂತಿರಲಿಲ್ಲ! ಏಕೆಂದರೆ ಅವೆಲ್ಲವೂ ಸೂಕ್ಷ್ಮವಾದ ವಿಷಯಗಳು! ಬಹುಶಃ ಸಮಾಜದ ಸ್ವಾಸ್ಥ್ಯಕ್ಕೆ ಅವುಗಳ ಬಗ್ಗೆ ಹೇಳುವುದು ಒಳ್ಳೆಯದಲ್ಲ! ಜೊತೆಗೆ, ಇದಕ್ಕೆ ಅಪರಾಧದ ಹಿನ್ನೆಲೆ ಇದೆ!

ರಾಷ್ಟ್ರದ ಭದ್ರತೆಗೂ ಇದು ತಳುಕು ಹಾಕಿರಬಹುದಾದ ವಿಷಯ ಕೂಡ ಎನಿಸಿತು! ಹಾಗಾಗಿ ತನ್ನ ಭಾವನೆಗಳು ಹತ್ತಿಕ್ಕಿಕೊಂಡು ಸಮಾಧಾನದಿಂದ ವಿವೇಕ ಗುಂಪಿನೊಂದಿಗೆ ನಿಂತಿದ್ದ.

ಪೊಲೀಸರು ಮತ್ತೆ ಮತ್ತೆ ಜನರು ಶಾಂತ ರೀತಿಯಿಂದ ವರ್ತಿಸಬೇಕು ಎಂದು ಕೇಳಿಕೊಳ್ಳುತ್ತಿದ್ದರು.

ಜನರ ಸಹನೆಯ ಕಟ್ಟು ಸಡಿಲವಾಗುತ್ತಿರುವ ಸೂಚನೆಗಳು ಬರುತ್ತಿರುವ ಸಮಯಕ್ಕೆ ಸರಿಯಾಗಿ ನಾಲ್ಕೈದು ಕಾರುಗಳು ವೇಗವಾಗಿ ಲ್ಯಾಬೋರೇಟರಿಯತ್ತ ಬಂದುವು! ಅವುಗಳ ಹಿಂದೆಯೇ ಟಿವಿಯ ನ್ಯೂಸ್ ಚಾನೆಲ್ಗಳ ರಿಪೋರ್ಟರ್ ಗಳು, ಪ್ರಸಾರದ ವ್ಯಾನುಗಳು ಬಂದು ಆನತಿ ದೂರದಲ್ಲಿ ನಿಂತವು. ಕಾರಿನೊಳಗಿಂದ ಗೃಹ ಸಚಿವರು, ಪೋಲೀಸ್ ಕಮಿಷನರ್, ಎಸ್ಪಿಯವರು-ಎಲ್ಲರೂ ಇಳಿದು ಜನರ ಗುಂಪಿನತ್ತ ಬರತೊಡಗಿದರು!

ಜನರ ಗದ್ದಲ ಮುಗಿಲು ಮುಟ್ಟುತ್ತಿತ್ತು!!

ವಿ.ಐ.ಪಿಗಳಿಗಾಗಿ ಪೊಲೀಸರು ಜಾಗ ಬಿಡಿಸಿದರು. ಗೃಹ ಸಚಿವರು ಬ್ಯಾರಿಕೇಡ್ ಒಳಗೆ ಬಂದು, ಪೋಲೀಸರ ಕೈಯಿಂದ ಮೆಗಾಫೋನ್ ತೆಗೆದುಕೊಂಡು, ಜನರನ್ನು ಉದ್ದೇಶಿಸಿ ಮಾತನಾಡತೊಡಗಿದರು. ನ್ಯೂಸ್ ಚಾನೆಲ್ ತಮ್ಮ ತಮ್ಮ ಸಮೂಹನ ಉಪಕರಣಗಳೊಂದಿಗೆ ಅಲ್ಲಿ ನಡೆಯುತ್ತಿರುವುದನ್ನೆಲ್ಲಾ ಚಿತ್ರೀಕರಿಸುವ ಕ್ರಿಯೆಯಲ್ಲಿ ತೊಡಗಿದರು! ಗೃಹ ಸಚಿವರು ಜನರನ್ನು ಉದ್ದೇಶಿಸಿ ಮಾತನಾಡಿದರು.

"ಮೊದಲಿಗೆ ಇದುವರೆಗೂ ಶಾಂತ ರೀತಿಯಿಂದ ವರ್ತಿಸಿದ ನಿಮ್ಮೆಲ್ಲರ ನಿಮ್ಮೆಲ್ಲರನ್ನು ಅಭಿನಂದಿಸುತ್ತೇನೆ. ಇಲ್ಲಿ ಏನು ನಡೆಯುತ್ತಿದೆ? ಏನು ನಡೆದಿದೆ ಎನ್ನುವ ಬಗೆಗೆ ನಿಮಗೆ ಆತಂಕವಾಗಿದೆ! ಅದು ಸಹಜ..ನಿಮ್ಮ ಪ್ರೀತಿ ಪಾತ್ರರು ಈ ಲ್ಯಾಬೋರೇಟರಿಯಲ್ಲಿ ಕೆಲಸ ಮಾಡುತ್ತಿದ್ದಾರೆ, ಅವರ ಸ್ಥಿತಿ ಏನಾಗಿದೆ ಎನ್ನುವುದು ನಿಮ್ಮ ಆತಂಕ! ಅದು ನಮಗೆ ಚೆನ್ನಾಗಿ ಗೊತ್ತಿದೆ...ಆದರೆ ನಿಮಗೆ ಆಶ್ವಾಸನೆ ಕೊಡುತ್ತಿದ್ದೇನೆ. ಒಳಗೆ ಕೆಲಸ ಮಾಡುತ್ತಿದ್ದ ಯಾರಿಗೂ, ಯಾವುದೇ ರೀತಿಯ ತೊಂದರೆಯೂ ಆಗಿಲ್ಲ! ಅವರೆಲ್ಲರೂ ಸುರಕ್ಷಿತರಾಗಿದ್ದಾರೆ! ರಾಷ್ಟ್ರೀಯ ಭದ್ರತಾ ದಳದ ಕಮಾಂಡೋಗಳು ತಮ್ಮ ದಾಳಿಯನ್ನು ಯಶಸ್ವಿಯಾಗಿ ಮುಗಿಸಿದ್ದಾರೆ! ನಿಮ್ಮೆಲ್ಲರ ಕುತೂಹಲಕ್ಕೆ ಬಹಳ ಸೂಕ್ಷ್ಮವಾದ ಕೆಲವು ಸಂಗತಿಗಳನ್ನು ಮಾತ್ರ ಇಲ್ಲಿ ಹೇಳುತ್ತೇನೆ, ಈ ಲ್ಯಾಬೋರೇಟರಿಯ ಮುಖ್ಯಸ್ಥ ತನ್ನನ್ನು ಮೆಜೆಸ್ಟಿಕ್ ಎನ್ನುವ ಹೆಸರಿನಿಂದ ಕರೆಸಿಕೊಳ್ಳುತ್ತಿದ್ದ! ಆತ ಯಾರು? ಆತನ ಹೆಸರು ನಿಜವೋ...ಇಲ್ಲ ನಕಲಿಯೋ? ಎಲ್ಲ ಮಾಹಿತಿ ಕಲೆ ಹಾಕುತ್ತಿದ್ದೇವೆ.

ಆತ ಅನೇಕ ಅನೈತಿಕ, ಅಮಾನವೀಯ ಕೆಲಸಗಳನ್ನು ಮಾಡುತ್ತಿದ್ದ! ಅದಕ್ಕಾಗಿ ಕೆಲವು ವಿಜ್ಞಾನಿಗಳು, ವೈದ್ಯರು, ಲ್ಯಾಬ್ ಟೆಕ್ನೀಷಿಯನ್ಸ್-ಮುಂತಾದವರನ್ನು ತನ್ನ ಕಪಿ ಮುಷ್ಠಿಯಲ್ಲಿ ಇಟ್ಟುಕೊಂಡು ಕೆಲಸ ಮಾಡಿಸುತ್ತಿದ್ದ! ಇಲ್ಲಿಯವರೆಗೆ ನಮಗೆ ತಿಳಿದಿರುವ ಮಾಹಿತಿಯ ಪ್ರಕಾರ ಆತ ಜೀವಕೋಶಗಳನ್ನು ಬೆಳಸುವುದು, ಜೀವಕೋಶಗಳನ್ನು ಮಾರ್ಪಡಿಸುತ್ತಾ ಭ್ರೂಣಗಳನ್ನು ಅಭಿವೃದ್ಧಿಪಡಿಸುತ್ತಿದ್ದ! ಅವುಗಳನ್ನು ಕಳ್ಳ ಮಾರ್ಗದಲ್ಲಿ ವಿದೇಶಗಳಿಗೆ ರಫ್ತು ಮಾಡುತ್ತಿದ್ದ! ಈ ಭ್ರೂಣಗಳಿಗೆ ಭಾರಿ ಬೇಡಿಕೆ ಇದೆ! ಜೀವಕೋಶಗಳ ಮಾರ್ಪಡಿಸುವಿಕೆಯಿಂದ ಅನೇಕ ರೀತಿಯ ಶಕ್ತಿಶಾಲಿ ಪ್ರಾಣಿಗಳನ್ನು ಅಭಿವೃದ್ಧಿ ಪಡಿಸಿದ್ದ...ಅವು ಬೆಳೆದು ಅಪಾಯಕಾರಿಯಾಗಿ ಪರಿಣಮಿಸಿದಾಗ ಅವುಗಳನ್ನು ನಾಶ ಮಾಡುತ್ತಿದ್ದ!! ಮಾನವ ಪ್ರತಿರೂಪಗಳನ್ನು ಎಂದರೆ ಕ್ಲೋನುಗಳನ್ನು ಅಭಿವೃದ್ಧಿಪಡಿಸಿ ಅವುಗಳ ಮೂಲಕ ಕಾನೂನು ಬಾಹಿರ ಕೆಲಸ ಮಾಡಿಸುತ್ತಿದ್ದ! ಸಧ್ಯಕ್ಕೆ ಇಷ್ಟು ಮಾತ್ರ ಹೇಳಲು ಸಾಧ್ಯ. ಇನ್ನು ಲ್ಯಾಬೋರೇಟರಿಯ ಒಳಗೆ ಕೆಲಸ ಮಾಡುತ್ತಿದ್ದವರು ಅನೇಕ ಅಪಾಯಕಾರಿ ಬ್ಯಾಕ್ಟೀರಿಯಾಗಳಿಗೆ ತಮ್ಮನ್ನು ಒಡ್ಡಿಕೊಂಡಿರುವ ಸಾಧ್ಯತೆಗಳಿವೆ. ಆದ್ದರಿಂದ ಅವರನ್ನು ಈ ಕೆಲವು ದಿನಗಳು ಏಕಾಂತದಲ್ಲಿರಿಸಿ, ಅವರ ಮೇಲೆ ಕೆಲವು ಪರೀಕ್ಷೆಗಳನ್ನು ಮಾಡಿ ನಂತರ ಅವರನ್ನು ತಮ್ಮತಮ್ಮ ಮನೆಗಳಿಗೆ ಕಳಿಸಲಾಗುವುದು..ಈ ಲ್ಯಾಬೋರೇಟರಿ ಈಗ ಸರ್ಕಾರದ ಸ್ವಾಮ್ಯ! ಇದರ ಬಗ್ಗೆ ಯಾರೂ ಚಿಂತೆ ಮಾಡಬೇಕಾಗಿಲ್ಲ"

"ಇದರ ಮುಖ್ಯಸ್ಥ ಏನಾದ? ಅವನು ಅಭಿವೃದ್ಧಿಪಡಿಸಿದ್ದ ಪ್ರತಿರೂಪಗಳು, ಮಾನವ ಪ್ರತಿರೂಪಗಳು ಏನಾದವು?"

ವಿವೇಕ ಗಟ್ಟಿ ದನಿಯಲ್ಲಿ ಕೇಳಿದ.

"ತನ್ನನ್ನು ಮೆಜೆಸ್ಟಿಕ್ ಎಂದು ಕರೆಸಿಕೊಳ್ಳುತ್ತಿದ್ದ ಈ ಲ್ಯಾಬೋರೇಟರಿ ಮುಖ್ಯಸ್ಥ, ನಡುರಾತ್ರಿಯಲ್ಲಿ ಎಲ್ಲಿಗೋ ಪಲಾಯನ ಮಾಡಿದ್ದಾನೆ! ಅವನು ತನ್ನ ಜೊತೆಯಲ್ಲಿ ಮಾನವ ಪ್ರತಿರೂಪಗಳನ್ನು ಕರೆದೊಯ್ದಿದ್ದಾನೆ! ಆತ ದೇಶ ಬಿಟ್ಟು ಹೋಗುವ ಹವಣಿಕೆಯಲ್ಲಿದ್ದಾನೆ! ಸಮುದ್ರ ತೀರಗಳು, ಎಲ್ಲಾ ಏರ್ಪೋರ್ಟುಗಳಲ್ಲೂ ಬಲೆ ಬೀಸಿದ್ದೇವೆ...ಎಲ್ಲಾ ರೀತಿಯಿಂದಲೂ ಅವನನ್ನು ವಶಪಡಿಸಿಕೊಳ್ಳಲು ಶತಪ್ರಯತ್ನ ಮಾಡುತ್ತಿದ್ದೇವೆ! ಮಾನವ ಪ್ರತಿರೂಪಗಳನ್ನು ಅಂದರೆ ಕ್ಲೋನ್ ಗಳನ್ನು ಅಭಿವೃದ್ಧಿಪಡಿಸುವುದು ಕಾನೂನಿನ ರೀತಿಯಲ್ಲಿ ಅಪರಾಧ!! ಅದಕ್ಕಾಗಿ ಆತ ಆ ಪ್ರತಿರೂಪಗಳನ್ನು ನಾಶ ಮಾಡಿರುವ ಸಾಧ್ಯತೆಗಳಿವೆ...ಈಗ ತಾವೆಲ್ಲರೂ ದಯವಿಟ್ಟು ತಮ್ಮತಮ್ಮ ಮನೆಗಳಿಗೆ ತೆರಳಿ, ನಮ್ಮ ಕೆಲಸವನ್ನು ಮುಂದುವರಿಸಲು ಅವಕಾಶ ಮಾಡಿಕೊಡಿ" ಎಂದು ತಲೆಬಾಗಿ

ಕೈಮುಗಿದರು.

ಅವರ ಮಾತುಗಳು ಜನರ ಮೇಲೆ ಪ್ರಭಾವ ಬೀರಿದ್ದವು...ಜನರೆಲ್ಲ ತಮ್ಮ ತಮ್ಮಲ್ಲೇ ಮಾತನಾಡಿಕೊಳ್ಳುತ್ತಾ ಒಬ್ಬೊಬ್ಬರಾಗಿ ಗುಂಪಿನಿಂದ ಈಚೆ ಬಂದು ಲ್ಯಾಬೋರೇಟರಿಯಿಂದ ದೂರ ನಡೆಯತೊಡಗಿದರು.

ವಿವೇಕ ಕೂಡ ನಿಧಾನವಾಗಿ ಮನಸ್ಸಿಲ್ಲದ ಮನಸ್ಸಿನಿಂದ ಕಾಲೆಳೆಯುತ್ತಾ ತನ್ನ ಕಾರಿನ ಕಡೆಗೆ ನಡೆದ.

ಕೈಗೆ ಬಂದ ತುತ್ತು ಬಾಯಿಗೆ ಬರಲಿಲ್ಲ! ಇಷ್ಟೆಲ್ಲಾ ಮಾನಸಿಕ ಆಘಾತಗಳಿಗೆ ಒಡ್ಡಿಕೊಂಡರೂ ಸುನೀತಾ ಸಿಗಲಿಲ್ಲ! ಯಾವಾಗ ಇವರ ಐಸೋಲೇಶನ್ ಪರೀಕ್ಷೆ ಮುಗಿಯುತ್ತದೆಯೋ? ಯಾವಾಗ ಅವಳು ಮನೆ ಸೇರುತ್ತಾಳೋ ಎಂದು ಯೋಚಿಸುತ್ತಾ ಕಾರಿನ ಬಾಗಿಲು ತೆಗೆದು ಒಳಗೆ ಕೂತ.

ಅನ್ಯಮನಸ್ಕನಾಗಿ, ಯಾಂತ್ರಿಕವಾಗಿ ಕಾರಿನೊಳಗೆ ಪ್ರವೇಶ ಮಾಡಿದ ವಿವೇಕನಿಗೆ ಮುಂದಿನ ಸೀಟನಲ್ಲಿ ಇನ್ನೊಂದು ಇನ್ನೊಂದು ಮಾನವ ಆಕೃತಿ ಕುಳಿತಿರುವುದು ಗಮನಕ್ಕೇ ಬರಲಿಲ್ಲ! ಇದ್ದಕ್ಕಿದ್ದಂತೆ ಆ ಮಾನವಾಕೃತಿ ವಿವೇಕನನ್ನು ಬರಸೆಳೆದು ಅಪ್ಪಿತು!

ವಿವೇಕನಿಗೆ ಗಾಬರಿಯಾಯಿತು! ಮುಖ ತಿರುಗಿಸಿ ನೋಡಿದ...ಅದು ಸುನಿತಾ!!

ಮೂಲ ಸುನಿತಾಳೋ ಇಲ್ಲ ಕ್ಲೋನ್ ಸುನಿತಾಳೋ?

"ಸುನೀತಾ...ಇಲ್ಲಿಗೆ ಹೇಗೆ ಬಂದೆ?"

"ನಿನಗಾಗಿ ಬಂದೆ! ಹೇಗೆ ಬಂದೆ ಎಂದೆಲ್ಲ ಕೇಳಬೇಡ! ನೆನ್ನೆ ರಾತ್ರಿ ಲ್ಯಾಬಿನ ಮೇಲೆ ರೈಡ್ ನಡೆಯುವುದರ ಸೂಚನೆ ಸಿಕ್ಕಿತು! ವಿಡಿಯೋದಲ್ಲಿ ಕ್ಲೋನ್ ಸುನೀತಾ ಬದಲು ನಿನ್ನ ಮುಖ ಕಂಡಾಗಲೇ ಆ ರಾಕ್ಷಸ ಮೆಜೆಸ್ಟಿಕ್ ಲ್ಯಾಬಿನಿಂದ ಹೊರಗೆ ಹೋದನೋ ಆಗಲೇ ನಾನು ಉಪಾಯದಿಂದ ತಪ್ಪಿಸಿಕೊಂಡು ಕಾರ್ ಪಾರ್ಕಿಂಗಿಗೆ ಬಂದೆ. ಪಾರ್ಕಿಂಗ್ನಲ್ಲಿ ನನ್ನ ಕಾರಿನಲ್ಲಿ ಕುಳಿತಿದ್ದೆ! ಸರಿಯಾದ ಸಮಯ ನೋಡಿಕೊಂಡು ಕಮಾಂಡೋ ಮತ್ತು ಪೋಲೀಸರ ಗಮನಕ್ಕೆ ಬಾರದಂತೆ ನುಸುಳಿ ಬಂದುಬಿಟ್ಟೆ!! ನೀನು ಗುಂಪಿನಲ್ಲಿರುವುದನ್ನು ನಾನು ಗಮನಿಸಿದ್ದೆ! ನೀನು ವಾಪಸ್ಸು ಕಾರಿಗೆ ಬರುವುದು ಗೊತ್ತಿತ್ತು! ಅದಕ್ಕಾಗಿಯೇ ಇಲ್ಲಿ ಬಂದು ಕುಳಿತಿದ್ದೇನೆ"

“ಸುನೀ...ಸುನೀ..ಮೈ ಡಾರ್ಲಿಂಗ್...ಹೇಗೋ ಅಂತೂ ಒಂದಾಗಿ ಬಿಟ್ಟೆವು!! ದೇವರು ದೊಡ್ಡವನು!”

ಎನ್ನುತ್ತಾ ಸುನೀತಾಳ ಮೇಲೆ ಮುತ್ತಿನ ಮಳೆಗರೆದ. ಅದಕ್ಕೆ ಸುನೀತಾ ಪ್ರತಿಸ್ಪಂದನೆ ನೀಡಿದಳು.

ಮಿಲನದ ಉದ್ವೇಗ ಕಡಿಮೆಯಾಗುತ್ತಲೇ..ವಿವೇಕ ವಾಸ್ತವಕ್ಕೆ ಮರಳಿದ.

"ಇಷ್ಟೆಲ್ಲಾ ಹೇಗೆ ನಡೆಯಿತು ಹೇಳ್ತೀಯಾ..?

"ಅದು ಬಹಳ ದೊಡ್ಡ ಕಥೆ! ಹೇಳಲು ಬಹಳ ಸಮಯ ಹಿಡಿಯುತ್ತದೆ... ಕಮಾಂಡೋಗಳು, ಪೊಲೀಸರು ನನ್ನನ್ನು ಗಮನಿಸುವ ಮುಂಚೆ ಇಲ್ಲಿಂದ ಓಡಿ ಹೋಗೋಣ! ಮನೆಗೆ ಹೋಗೋಣ ಇಲ್ಲದಿದ್ದರೆ ಮತ್ತೆ ಅನೇಕ ನೀತಿ ನಿಯಮಗಳಲ್ಲಿ ಸಿಕ್ಕಿ ಕೊಳ್ಳುತ್ತೇನೆ

ಇಬ್ಬರೂ ಮತ್ತೆಮತ್ತೆ ಬಿಗಿದಪ್ಪಿಕ್ಕೊಳ್ಳುತ್ತಾ ಆನಂದಶ್ರುಗಳನ್ನು ಸುರಿಸುತ್ತಾ ಒಂದಾದರು!!

32

ಅಧ್ಯಾಯ

ಸುನೀತಾ ಮರಳಿ ತನ್ನ ಬದುಕು ಪ್ರವೇಶಿಸಿದ ಆನಂದದಲ್ಲಿ ಸಮಯ ಕಳೆದಿದ್ದರ ಪ್ರಜ್ಞೆ ಇರಲಿಲ್ಲ ವಿವೇಕನಿಗೆ. ಸುನೀತಾ ಸಾಮೀಪ್ಯದಲ್ಲಿ ಅವನ ಪ್ರಜ್ಞೆ ಮಂಕಾಗಿತ್ತು!!

ಪರಸ್ಪರ ಕಣ್ಣೋಟ, ಅನಂತವಾದ ಮೌನ!!

ಪ್ರೀತಿ ಅವರ ಮೌನ ಭಾಷೆಯಾಗಿತ್ತು! ಪ್ರೇಮ ಶರಧಿಯ ಆನಂದದ ಅಲೆಗಳ ಅಬ್ಬರ ನಿಧಾನವಾಗಿ ಕಮ್ಮಿಯಾಗಿ ವಾಸ್ತವದ ಅರಿವು ಮೂಡಿದಾಗ ಸುನೀತಾ ಧಿಗ್ಗನೆ ನೆನಪು ಮಾಡಿಕೊಂಡಳು!

"ರೈಡ್ ನಡೆಯುತ್ತಿದ್ದ ಜಾಗದಿಂದ ತಪ್ಪಿಸಿಕೊಂಡು ನಾವು ಮನೆಗೆ ಮರಳಿದ ಮೇಲೆ ಅಲ್ಲಿ ಏನಾಗಿರಬಹುದು? ಮೆಜೆಸ್ಟಿಕ್? ಕ್ಲೋನ್....ಉಳಿದ ವಿಜ್ಞಾನಿಗಳು..? ನಾವು ತಪ್ಪು ಮಾಡಿದೆವೇನೋ ವಿಕ್ಕಿ?" ಆತಂಕದಿಂದ ವಿವೇಕನಿಗೆ ಹೇಳಿದಳು.

"ವಿಕಿ ತಕ್ಷಣ ಟಿವಿ ಹಾಕು.. ನ್ಯೂಸ್ ಚಾನಲ್ ನಲ್ಲಿ ಏನು ಬರುತ್ತಿದೆ ನೋಡೋಣ. ಆ ಲ್ಯಾಬೋರೇಟರಿ ಮೇಲೆ ನಡೆದ ರೈಡ್ ಸಾಮಾನ್ಯದಲ್ಲ! ಅದು ಇಡೀ ರಾಷ್ಟ್ರವನ್ನು ತಲ್ಲಣಗೊಳಿಸಿದೆ! ಭದ್ರತಾ ವ್ಯವಸ್ಥೆ ಅಲ್ಲಿ ಹೇಗೆ ನಡೆಯುತ್ತಿದೆ ನೋಡೋಣ, ಆ ಮೆಜೆಸ್ಟಿಕ್ ಸಿಕ್ಕಿರಬಹುದೆ? ಆತ ಚಾಣಾಕ್ಷ! ರಾಕ್ಷಸ!! ಆ ಕ್ಲೋನ್‌ಗಳ ಗತಿ ಏನಾಯಿತು?"

ಸುನೀತಾ ಅಡೆತಡೆಯಿಲ್ಲದೆ ಬಡಬಡಿಸಿದಳು.

ವಿವೇಕ್ ಟಿವಿಯತ್ತ ಧಾವಿಸಿ ಆನ್ ಮಾಡಿದ.

"ಹನಿ, ಅಲ್ಲಿ ಏನು ನಡೆಯುತ್ತಿತ್ತು ಎಂದು ನೀನು ಇದುವರೆಗೂ ಹೇಳಲೇ ಇಲ್ಲ" ವಿಕ್ಕಿ ಮತ್ತೊಮ್ಮೆ ಆಕೆಯನ್ನು ಕೇಳಿದ.

"ಅದು ಸಣ್ಣ ವಿಷಯವಲ್ಲ! ಕೆಲವೇ ಮಾತುಗಳಲ್ಲಿ ಹೇಳಲು ಸಾಧ್ಯವಿಲ್ಲ! ಕ್ರಮೇಣ ಎಲ್ಲ ಹೇಳುತ್ತೇನೆ. ಸಧ್ಯ ನ್ಯೂಸ್ ಕೇಳಿದರೆ ಸ್ವಲ್ಪವಾದರೂ ನಿನಗೆ ಅರ್ಥವಾಗುತ್ತದೆ"

ಟಿವಿಯ ನ್ಯೂಸ್ ಚಾನೆಲ್ ನಲ್ಲಿ ಬ್ರೇಕಿಂಗ್ ನ್ಯೂಸ್ ಟೆಲೆಕಾಸ್ಟ್ ಆಗುತ್ತಿತ್ತು!

"ರಾಷ್ಟ್ರವನ್ನೇ ಬೆಚ್ಚಿ ಬೆಳಿಸುವ ಘಟನೆ...ವಿಜ್ಞಾನ ಲೋಕದಲ್ಲಿ ಅಲ್ಲೋಲಕಲ್ಲೋಲ.. ಅಮಾನವೀಯವಾದ ಘಟನೆ.. ಮಾನವರ ಪ್ರತಿಸೃಷ್ಟಿ! ಶತಮಾನಗಳ ಮಾನವನ ಪ್ರಶ್ನೆಗೆ ಉತ್ತರ!

ಬೆಂಗಳೂರಿನ ಲ್ಯಾಬಿನಲ್ಲೆ ತಯಾರಾಗುತ್ತಿವೆ ವಿವಿಧ ಜೀವಿಗಳ ಭ್ರೂಣಗಳು..ಅಲ್ಲಿ ನಡೆದಿತ್ತು ವಂಶವಾಹಿನಿಗಳ ಮರು ವಿನ್ಯಾಸ.. ಎಲ್ಲವನ್ನು ಗನ್ ಪಾಯಿಂಟಿನಲ್ಲಿ ಸಾಧಿಸಿದ ವಿಕೃತ ನಾಯಕ ಮೆಜೆಸ್ಟಿಕ್"

ಅಬ್ಬರಿಸುವ ದನಿಯಲ್ಲಿ ನಿರೂಪಕ ಹೇಳುತ್ತಿದ್ದ.

ವಿವೇಕ ಕಿವಿ ಮತ್ತು ಕಣ್ಣುಗಳನ್ನು ಟಿವಿಗೆ ಜೋಡಿಸಿದ.

"ಇದೀಗ ತಾನೆ ಬಂದ ಸುದ್ದಿ. ರಿಪ್ಪಲ್ಸ್ ಲ್ಯಾಬೋರೇಟರೀಸ್ ನ ಮುಖ್ಯಸ್ಥ ಮೆಜೆಸ್ಟಿಕ್ ಮತ್ತು

ವೈದ್ಯೆ ಸುನೀತಾ ಅಜ್ಞಾತ ನೆಲೆಯೊಂದರಿಂದ ಖಾಸಗಿ ಜೆಟ್ ವಿಮಾನದಲ್ಲಿ ಪಲಾಯನ ಮಾಡುವ ಹವಣಿಕೆಯಲ್ಲಿದ್ದಾಗ ವೈದ್ಯೆ, ವಿಜ್ಞಾನಿ ಡಾಕ್ಟರ್ ಸುನೀತಾ ಸಿಕ್ಕಿಬಿದ್ದಿದ್ದಾರೆ. ಆದರೆ ಕರಾಳ ಇತಿಹಾಸ ಹೊಂದಿರುವ ಅನಾಮಧೇಯ ವಿಜ್ಞಾನಿ ಮೆಜೆಸ್ಟಿಕ್ ವಿಚಿತ್ರ ರೀತಿಯಲ್ಲಿ ತಪ್ಪಿಸಿಕೊಂಡು ಭೂಗತನಾಗಿದ್ದಾನೆ. ಮೆಜೆಸ್ಟಿಕ್ ನನ್ನು ಹೆಡೆಮುರಿ ಕಟ್ಟಲು ಎಲ್ಲ ರೀತಿಯ ಪ್ರಯತ್ನಗಳು ನಡೆಯುತ್ತಿದೆ!"

ಟಿವಿ ನೋಡುತ್ತಿದ್ದ ವಿವೇಕ್ ಧಿಗ್ಭ್ರಮೆಯಿಂದ ಸುನೀತಾ ಮುಖ ನೋಡಿದ!

ಸುನೀತಾ ಜೊತೆ ಮೆಜೆಸ್ಟಿಕ್ ಪಾಲಾಯನ ಮಾಡುವ ಹಂತದಲ್ಲಿದ್ದಾಗ ಸುನೀತಾ ಸಿಕ್ಕಿಕೊಂಡಿದ್ದಾಳೆ!!? ಹಾಗಾದರೆಗ ತನ್ನ ಜೊತೆ ಇರುವವಳು ಯಾರು!!? ಸುನೀತಾಳ ಕ್ಲೋನ್? ಸುನೀತಾಳ ನಕಲು?

ಇಡೀ ಜೀವನದಲ್ಲೇ ಎಂದೂ ಆಗದ ಗೊಂದಲ ಇಂದು ವಿವೇಕನಿಗೆ!

ಪಕ್ಕದಲ್ಲೇ ಪತ್ನಿಯಿದ್ದರೂ ಸಂಶಯ! ಅವಳು ಯಾರು? ಇವಳು ಯಾರು?

ಅವನ ಮುಖದಲ್ಲಿ ಸಂಶಯದ ಛಾಯೆಯನ್ನು ಕಂಡಳು ಸುನೀತಾ!

"ಅದು ನನ್ನ ಕ್ಲೋನ್ ವಿಕ್ಕಿ...ಮೂಲ ಸುನೀತಾ ನಾನು..ವಿಕ್ಕಿ..ಪ್ಲೀಸ್ ನನ್ನನ್ನು ನಂಬು!!"

ಸುನೀತಾ ಮಾತಿನಲ್ಲಿ ಅಳುಕಿತ್ತು. ಮೊದಲ ಬಾರಿಗೆ ತನ್ನ ಬಗೆಗೇ, ತನ್ನ ಮಾತಿನ ಬಗೆಗೆ ವಿಶ್ವಾಸ ಬತ್ತಿತ್ತು!!

"ಏನು ನಂಬಬೇಕು ಏನು ನಂಬಬೇಕು ಏನು ನಂಬಬಾರದು ಅರ್ಥವಾಗುತ್ತಿಲ್ಲ! ಐಯಾಮ್ ಟೋಟಲೀ ಕನ್ಫ್ಯೂಸ್ಡ್.."

ವಿವೇಕ ಹತಾಶನಾಗಿ ಕೈಗೆರಡನ್ನೂ ಮೇಲಕ್ಕೆತ್ತಿ ದೇವರಿಗೆ ಮೊರೆ ಹೋದ!

"ವಿಕ್ಕಿ, ಲಿಸನ್, ಅದು...ಆ ಸುನೀತಾ..ಈಗ ಸಿಕ್ಕಿರುವ ಸುನೀತಾ, ಸ್ವತಂತ್ರ ವ್ಯಕ್ತಿತ್ವ ಇಲ್ಲದ ಗೊಂಬೆ!! ಇಷ್ಟೂ ದಿನ ಆ ರಾಕ್ಷಸನ ಗನ್ ಪಾಯಿಂಟಿನಲ್ಲಿ ಅದನ್ನು ನಾನೇ ಸೃಷ್ಟಿಸಿ ಜಗತ್ತಿನ ಮುಂದೆ ನಿಲ್ಲಿಸಿದ್ದೆ. ಮುಂದಿನ ಇಪ್ಪತ್ತನಾಲ್ಕು ಗಂಟೆಗಳಲ್ಲಿ ಆ ಕ್ಲೋನ್ ಏನಾಗುವುದೋ ಗೊತ್ತಿಲ್ಲ.."

ವಿವೇಕ ಹೈರಾಣಾಗಿದ್ದ! ಸುನೀತಾ ಮಾತುಗಳಲ್ಲಿ ನಂಬಿಕೆ ಮೂಡಲಿಲ್ಲ!

ಮೊದಲಿಗೆ ಸುನೀತಾಳ ಒಂದು ಗಂಟೆ ಗೈರನ್ನೇ ದೊಡ್ಡ ಸಮಸ್ಯೆ ಎಂದು ತಿಳಿದುಕೊಂಡಿದ್ದ!! ಅದೊಂದು ಪರಮ ರಹಸ್ಯ ಎಂದು ಗೋಚರಿಸಿತ್ತು! ಆ ರಹಸ್ಯವನ್ನು ಭೇದಿಸಿದಾಗ ಎದುರಾಗಿದೆ ಇನ್ನೊಂದು ಗೋಜಲು!! ಸುನಿತಾಳಿಗೆ ಪ್ರತಿಸ್ಪರ್ಧಿ! ಸುನಿತಾಳ ಪ್ರತಿರೂಪ!! ಈಗ ಅಸ್ತಿತ್ವದಲ್ಲಿರುವ ಈ ಇಬ್ಬರಲ್ಲಿ ಮೂಲ ಸುನೀತಾ ಯಾರು? ಕ್ಲೋನ್ ಸುನೀತಾ ಯಾರು? ಇದನ್ನು ಹೇಗೆ ಪತ್ತೆ ಹಚ್ಚುವುದು? ಇದರ ಜೊತೆಗೆ ಥಳಕು ಹಾಕಿಕೊಂಡಿರುವುದು ರಾಷ್ಟ್ರದ ಭದ್ರತೆಯ ಸಮಸ್ಯೆ! ಗುಪ್ತನಾಮ ಧಾರಣೆ ಮಾಡಿಕೊಂಡಿರುವ ಮೆಜೆಸ್ಟಿಕ್ ಅಪರಾಧ ಹಿನ್ನೆಲೆ!! ಅದು ಯಅ ಸ್ವರೂಪದ್ದು ಗೊತ್ತಿಲ್ಲ ಇದರಲ್ಲಿ ಸುನೀತಾ, ತಾನು ಮತ್ತು ತಮ್ಮ ಸುಂದರ ದಾಂಪತ್ಯ ಸಿಕ್ಕಿ ನುಜ್ಜುಗುಜ್ಜಾಗಿದೆ! ಇದರಿಂದ ಇನ್ನೂ ಹೊರಬರಲು ಸಾಧ್ಯವಾಗಿಲ್ಲ!! ಮೂಲ ಸುನೀತ ಪತ್ತೆ ಹಚ್ಚುವುದು ಹೇಗೆ? ಅಷ್ಟೇ ಅಲ್ಲದೆ ಕಾನೂನಿನ ಬಲೆಯಲ್ಲಿ ಸುನಿತಾ ಎಲ್ಲಾ ರೀತಿಯ ಸಿಕ್ಕಿಕ್ಕೊಳ್ಳುತ್ತಾಳೆ!! ಸಮುದಾಯದ ಮಾನವ ಕ್ಲೋನ್ ಸೃಷ್ಟಿಯ ಸಂಶೋಧನೆಗಳಿಗೆ ಅಂತರಾಷ್ಟ್ರೀಯ ಮಟ್ಟದಲ್ಲಿ ಕಠಿಣ ನಿರ್ಬಂಧ ಇರುವಾಗ ಸುನೀತಾ ಕ್ಲೋನ್ ಸೃಷ್ಟಿಸಿದ್ದಾಳೆ! ಈ ಅಪರಾಧಕ್ಕೆ ಸುನೀತಾ ತಲೆಕೊಟ್ಟಿದ್ದಾಳೆ! ಅವಳನ್ನು ತಾನು ಜಾಣ್ಮೆಯಿಂದ ಉಳಿಸಿಕೊಳ್ಳಬೇಕು.

ಸುನೀತಾ ಯೋಚನೆ ಇನ್ನೊಂದು ದಿಕ್ಕಿನಲ್ಲಿ ಹರಿದಿತ್ತು! ಈಗ ಸ್ಪಷ್ಟವಾಗಿ ಅರಿವಾಗಿದೆ ವಿವೇಕನಿಗೆ!! ತನ್ನ ಮೇಲೆಯೇ ಅನುಮಾನ ಬಂದಿದೆ! ತಾನು ಮೂಲ ಸುನೀತ ಅಲ್ಲ ಎನ್ನುವ ದಟ್ಟ ಸಂಶಯ ಹುಟ್ಟಿದೆ! ನಾನೇ ಮೂಲ ಸುನೀತಾ ಎಂದು ಅವನಿಗೆಠೇಗೆ ಮನದಟ್ಟು ಮಾಡಲಿ? ಇದರ ಜೊತೆಗೆ ಆ ಮೆಜೆಸ್ಟಿಕ್ ನನ್ನು ಹುಡುಕುವ ಪ್ರಯತ್ನದಲ್ಲಿ ಪೊಲೀಸರು, ಎನ್ಐಎ ಬ್

ಬೇಹುಗಾರು ತನ್ನನ್ನು ಹುಡುಕಿಕೊಂಡು ಬಂದೇ ಬರುತ್ತಾರೆ ಆಗ ಹೇಗೆ ರಕ್ಷಿಸಿಕೊಳ್ಳಲಿ? ತನ್ನ ಮತ್ತು ವಿವೇಕನ ಪ್ರೇಮವನ್ನು ಹೇಗೆ ಉಳಿಸಿಕೊಳ್ಳಲಿ?

ಹತ್ತಾರು ಚಿಂತೆಗಳ ಸುಂಟರಗಾಳಿಯಲ್ಲಿ ಸಿಕ್ಕಿ ಸುಳಿಯಲ್ಲಿ ವಿವೇಕ ಮತ್ತು ಸುನೀತಾ ಸುತ್ತುತ್ತಿರುವಾಗಲೇ ಮನೆಯಾಚೆ ಹಲವಾರು ವಾಹನಗಳು ಪೊಲೀಸ್ ಸೈರಿನ್ ಶಬ್ದಗಳು ಕಿವಿಗಡಚಿಕ್ಕಿದವು!!

"ವಿಕ್ಕಿ ಕೊನೆಗೂ ಕಾನೂನು ರಕ್ಷಕರ ಪಡೆ ನಮ್ಮ ಮನೆ ಬಾಗಿಲಿಗೆ ಬಂದುಬಿಟ್ಟಿತು.."

ಸುನೀತಾ ಆತಂಕದಿಂದ ನುಡಿದಳು ಆಕೆಯ ಕಣ್ಣುಗಳಲ್ಲಿ ಭಯದ ನೆರಳು ಕಾಣಿಸಿತು.

ಬೂಟು ಕಾಲುಗಳ ಶಬ್ದ, ಬಿರುಮಳೆಯಂತೆ ಭಾಸವಾಯಿತು!

ಕಾಲಿಂಗ್ ಬೆಲ್ ನಿರಂತರವಾಗಿ ಮೊರೆಯಿತು!

“ನಮಗೆ ಇನ್ನೇನೂ ಉಳಿದಿಲ್ಲ ವಿಕ್ಕಿ..ನಾನು ಕಾನೂನಿಗೆ ಶರಣಾಗುತ್ತೇನೆ..”

ಹತಾಶಳಾಗಿ ನುಡಿದಳು ಸುನೀತಾ.

ನಖಶಿಖಾಂತ ನಡುಗುತ್ತಾ ವಿಕ್ಕಿ ಎದ್ದು ಹೋಗಿ ಬಾಗಿಲು ತೆರೆದ!!

“ಹೆದರಬೇಡಿ..ಇದು ರಾಷ್ಟ್ರೀಯ ಭದ್ರತಾ ದಳದ ನಾಟಕ..ಆಶ್ಚರ್ಯವಾಗುತ್ತೆ ಅಲ್ಲವೇ..? ಎಲ್ಲ ಸಾವಕಾಶವಾಘಿ ಕೇಳಿ..ನೀವು ನಮ್ಮ ನಾಟಕದ ಪಾತ್ರಧಾರಿಗಳು”

ಮುಂದೆ ನಿಂತಿದ್ದ ಒಬ್ಬ ಕಮ್ಯಾಂಡೋ ಒಬ್ಬರು ನಗುತ್ತಾ ಹೇಳಿದಾಗ ವಿಕ್ಕಿಗೆ ತನ್ನನ್ನು ತಾನೇ ನಂಬಲಾಗಲಿಲ್ಲ!

“ಬನ್ನಿ...ಒಳಗೆ ಬನ್ನಿ..”

ವಿವೇಕನೊಂದಿಗೆ ಇಬ್ಬರು ಕಮ್ಯಾಂಡೋಗಳು ಮಾತ್ರ ಮನೆಯೊಳಗೆ ಬಂದರು!

'ದೇವರೇ..ಏನಾಗುವುದೋ..ಇಂದು..?' ವಿವೇಕ ದೇವರ ಮೊರೆ ಹೋದ.

“ನಾನು ಸಿದ್ಧಳಾಗಿದ್ದೇನೆ..ನೀವು ನನ್ನನ್ನು ಅರೆಸ್ಟ್ ಮಾಡಬಹುದು”

ಹತಾಶಳಾಗಿ ಕೈಗಳನ್ನು ಮುಂದೆ ಒಡ್ಡಿದಳೂ ಸುನೀತಾ!

ಹುಲಿಯ ಕೈಗೆ ಸಿಕ್ಕಿದ ಜಿಂಕೆಗಳಂತೆ ವಿವೇಕ್ ಮತ್ತು ಸುನೀತಾ ಕಮ್ಯಾಂಡೋಗಳೆದುರು ನಿಂತಿದ್ದರು!

“ಡಾಕ್ಟರ್ ಸುನೀತಾ, ನಿಮ್ಮನ್ನು ಅರೆಸ್ಟ್ ಮಾಡಲು ಬಂದಿಲ್ಲ..ಬದಲಿಗೆ ಪ್ರಶಂಸೆ ಮಾಡಲು ಬಂದಿದ್ದೇವೆ. ಸಾವಕಾಶವಾಗಿ ನಮ್ಮ ಮಾತು ಕೇಳಿ. ರಿಪ್ಪಲ್ಸ್ ಲ್ಯಾಬೋರೇಟರಿಯ ರೈಡ್ ನಡೆಯುವ ಮುಂಚೆ ನೀವು ಪಾರ್ಕಿಂಗ್ ಏರಿಯಾಗೆ ಹೋಗಿದ್ದು ನಮಗೆ ಗೊತ್ತಿತ್ತು!!

“ವಾಟ್..?” ಸುನೀತಾ ಉದ್ಗರಿಸಿದಳು.

“ಎಸ್ ಮೇಡಮ್.. ನಾವೇ ಅದಕ್ಕೆ ಅವಕಾಶ ಕೊಟ್ಟಿದ್ದು! ನಮ್ಮ ಕೈಗೆ ಸಿಕ್ಕಿರುವುದು, ನಾವು ಅರೆಸ್ಟ್ ಮಾಡಿರುವುದು ಸುನೀತಾರ ಕ್ಲೋನ್. ಅದೂ ನಮಗೆ ಗೊತ್ತಿದೆ! ಆದರೆ ನಾವು ಡಾಕ್ಟರ್ ಸುನೀತಾ ಸಿಕ್ಕಿದ್ದಾರೆ ಎಂದು ಪ್ರಕಟಣೆ ನೀಡಿದ್ದೇವೆ..ಅದು ಮೆಜೆಸ್ಟಿಕ್ ಹಿಡಿಯಲು ನಾವು ಒಡ್ಡಿರುವ ಬಲೆ. ನಮ್ಮ ರಕ್ಷಣೆಯಲ್ಲಿರುವ ಕ್ಲೋನ್ ಸುನೀತಾಳನ್ನು ಬಿಡಿಸಿಕ್ಕೊಳ್ಳಲು ಅವನು ಬಂದೇ ಬರುತ್ತಾನೆ! ಆಗ ಅವನನ್ನು ನಾವು ಬಂಧಿಸಿ ಕಾನೂನು ಕ್ರಮ ಜರುಗಿಸುತ್ತೇವೆ. ಅಲ್ಲಿಯವರೆಗೂ ಆ ಕ್ಲೋನ್ ಹೇಗೆ ಮ್ಯಾನೇಜ್ ಮಾಡಬೇಕು ಎನ್ನುವುದಕ್ಕೆ ತಮ್ಮ ಅಗತ್ಯ ಇದೆ. ಜೊತೆಗೆ ತಾವು ಸಾರ್ವಜನಿಕವಾಗಿ ಎಲ್ಲಿಯೂ ಕಾಣಿಸಿಕ್ಕೊಳ್ಳಬಾರದು. ಅದಕ್ಕಾಗಿ ದಯಮಾಡಿ..ದೇಶದ ರಕ್ಷಣೆಗಾಗಿ ನೀವು ಈ ಕೆಲಸವನ್ನು ಒಪ್ಪಿಕ್ಕೊಳ್ಳಲೇಬೇಕು..ಪ್ಲೀಸ್..ನಮ್ಮೊಂದಿಗೆ ಬರಬೇಕು..”

ಕಮ್ಯಾಂಡೋಗಳ ಮಾತಿಗೆ ವಿವೇಕ್ ಮತ್ತು ಸುನೀತಾ ಮೂಕವಿಸ್ಮಿತರಾಗಿ ಪರಸ್ಪರ ಮುಖ ನೋಡಿಕೊಂಡರು!!

“ಈಗಲಾದರೂ ನನ್ನ ಮೇಲೆ ನಂಬಿಕೆ ಬಂತಾ ವಿಕ್ಕಿ...”

ವಿವೇಕನನ್ನು ಗೇಲಿ ಮಾಡುವಂತೆ ಸುನೀತಾ ಹೇಳಿದಳು. ಆಕೆಯ ಮುಖದ ಮೇಲೆ ಆತ್ಮವಿಶ್ವಾಸದ ಹೊಳಪಿತ್ತು! ತುಟಿಗಳ ಮೇಲೆ ಮುಗುಳ್ನಗೆಯಿತ್ತು!